நூலுக்கான பாராட்டுகள்

நான் செல்லும் வழியெங்கும் படித்துக்கொண்டிருந்த புத்தகங்களில் இது முதல்வகை. நான் ஒரு லாரி ஓட்டுநர். எனது வாழ்க்கை ஒரு நிலையான முகவரி இல்லாமல் நெடுஞ்சாலைகளிலேயே கழிந்தது. இந்தப் புத்தகம் எனது கைகளுக்கு வருவது எளிதாக இருக்கவில்லை; இதை எனது நண்பனின் முகவரிக்கு அனுப்ப நான் ஏற்பாடு செய்தேன். இந்தப்புத்தகம் நான் செல்லும் எல்லா இடங்களுக்கும் என்னோடு பயணம் செய்கிறது. இதைப்பற்றி மற்றவர்களிடம் நான் கூறுகிறேன். – **பாலுலால் கண்டேலா**, லாரி ஓட்டுநர், லக்ஷ்மிபுரா, பில்வாரா.

ஆர்எஸ்எஸ்–ஸில் கடமை உணர்ச்சியுடன் பல ஆண்டுகள் பணியாற்றிய பிறகு ஒரு தலித்தின் மயக்கம்நீங்கிய கொடுமைநிறைந்த, வலிமிகுந்த, நேர்மையான நினைவலைகள். ஆற்றொழுக்கான, தெளிவான நடையில் எழுதப்பட்ட இந்நூல் நம்பிக்கையையும், துரோகத்தையும், தேசிய உணர்வையும், சாதியத்தையும், அச்சத்தையும், நம்பிக்கையையும் வலுவாகக் கூறுகிறது. பன்வர் மெக்வன்ஷி அச்சம்தரும் தோற்றம்கொண்ட அமைப்பான ஆர்எஸ்எஸ்–ஸின் வலிமையையும் அதன் கட்டுப்பாட்டு எல்லைகளையும், இந்தியாவை 'இந்து ராஷ்ட்ரம்' ஆக்கும் அதன் கருத்தியல் கோட்பாடு முன்வைக்கும் ஆபத்துகளையும் உள்ளே இருந்து அம்பலப்படுத்துகிறார். நமது அரசியலின் தற்போதைய திசைவழி மற்றும் அது நமது நாட்டுக்கு ஏற்படுத்தப்போகும் விளைவுகளோடு கவலைகொண்டுள்ள ஒவ்வொருவரும் கட்டாயம் படிக்க வேண்டிய நூல். – **சசி தரூர்**, எம்.பி. *Why I am a Hindu* நூலின் ஆசிரியர்.

ஆர்எஸ்எஸ்காரர்கள் தீண்டாமையை அனுசரிக்கும் பழக்கத்துக்கு சவால்விடுக்கும் மெக்வன்ஷியின் முயற்சிகளுக்கு ஆர்எஸ்எஸ்–ஸின் ஒட்டுமொத்த அமைப்பும் முற்றிலும் மௌனம்காக்கும் சதிச்செயலால் மெக்வன்ஷி குழம்பித்தடுமாறி நிற்பது காண்பதற்கு வலி நிறைந்ததாக உள்ளது. மெக்வன்ஷி அம்பேத்கரியராக மாறுவதும், ஆர்எஸ்எஸ்–ஸுக்கு எதிரான அவரது போராட்டமும் காலத்துக்கேற்ற ஒரு சமூக ஆவணமாக அவரது கதையை ஆக்குகிறது. – எழுத்தாளர் **சிந்தியா ஸ்டீபன்.**

இந்தியாவின் ஆன்மாவில் சர்வாதிகார, பாசிச போக்குகள் படிந்திருக்கும் இந்த நாட்களில் 'இந்துவாக நான் இருக்கமுடியாது' நூலைப் படிக்கவேண்டியது அவசியமாகும். இது உங்கள் கண்களைத் திறக்கும்.

உங்கள் சிந்தனைகளை விடுவிக்கும். மேலும் உண்மையான சுதந்திரம் எது என உங்களை உணரவைக்கும். – *Goat Days* நூலின் ஆசிரியர் **பெனியாமின்**.

இப்போது ஆட்டம் ஆர்எஸ்எஸ்–ஸுக்கானது. தங்களைச் சுரண்டுபவர்களை, தங்களைப் பராமரிப்பவர்களாக, கொள்ளைக்காரர்களைத் தங்கள் பாதுகாவலர்களாக, கோழைகளை வீரர்களாக, பகைமையை நட்பாக பார்த்துவந்த பிற்பட்ட சமுதாயத்தின் உறுப்பினர்களின் கண்களின் தராசுத்தட்டுகள் வீழத் துவங்கிவிட்டன. இந்நூல் மதங்களின் மந்திரச்சொற்களை உடைத்தெறிவதை நோக்கிக் கொண்டுசெலுத்தும். – **கர்ம்வீர் சாஸ்திரி**, தேசிய தன்னாட்சி செயல்பாட்டாளர், புதுதில்லி.

கொலைசெய்யும் இந்தக் காலகட்டத்தில் எவ்வாறு வாழ்வது என்பதை இந்நூல் கற்பிக்கிறது. ஆர்எஸ்எஸ் என்ற அச்சுறுத்தலிலிருந்து நம்மை நாம் பாதுகாத்துக் கொள்ள வேண்டியிருக்கிறது. – **டாக்டர் நவீன் ஜோஷி**, அறிவியல் ஆசிரியர், அல்மோரா உத்தரகாண்ட்.

அனைத்து இந்துக்களின் சகோதரத்துவம் மற்றும் சமூக ஒத்திசைவுவளர்ச்சி பற்றிய இரட்டை முகம்கொண்ட ஆர்எஸ்எஸ்–ஸின் பசப்பல்களால் தலித்துகள் ஏமாந்துவிடக் கூடாது என்பதை எச்சரிக்கிறது. – **வினோத்குமார் அஷ்ரமியா பாரன்**, ராஜஸ்தான்.

சமத்துவத்துக்கான போராட்டப்பணியில் வாழ்ந்த ஒரு வாழ்க்கையை வாசகர்களுக்கு கற்பிக்கும் ஒரு ஆற்றல்வாய்ந்த மனிதரின் ஒரு அற்புதமான நூல். இது நெகிழ வைக்கும் தகவல்களைக் கொண்டு இயங்குகிறது. – **கிறிஸ்டொபர் ஜெஃப்ராால்ட்**, '*The New Hindu Nationalist Movement and Indian Politics*' நூலின் ஆசிரியர்.

ஆர்எஸ்எஸ் அமைப்பு, அதன் தத்துவம், திட்டங்களும், அவற்றின் வடிவமைப்புகளும், பற்றிய சித்திரத்தை தாழ்த்தப்பட்டவர்கள் மற்றும் சிறுபான்மையினர்பால் அதன் குறுகியபார்வை மற்றும் முற்றிலும் தீயநோக்கம் ஆகியவற்றுடன் விரிவாக வரைந்து காட்டுகிறது. – **ஜீவன் தாக்லா**, முன்னாள் நிர்வாக அலுவலர்.

எவ்வாறு போக்கிரித்தனமான ஒரு கரசேவகர், கடமைப் பொறுப்புமிக்க ஒரு மனித நேயப்பண்பாளராக, அன்புக்காக சேவைசெய்யும் ஒரு வேலைக்காரராக குற்றம்சாட்டப்படமுடியாத கௌரவத்துடன் மனசாட்சியின் சவால்களை எதிர்கொண்டார் என்பதை இந்த நூல் விளக்குகிறது. – **ரமேஷ் படாலியா**, பாலன்பூர், குஜராத்.

ஆர்எஸ்எஸ்–ஸின் வஞ்சக வலையிலிருந்து எப்படித் தப்பிப்பது என்பதற்கான ஒரு கையேடு. ஒவ்வொரு சமூக செயல்பாட்டாளரும் இதைக் கட்டாயம் படிக்கவேண்டும். நீங்கள் ஒரு புதிய கண்ணோட்டத்தைப் பெறுவீர்கள். – **டாக்டர் தாராராம் கௌதம்**, அறிவுஜீவி.

ஒரு தனித்தன்மை வாய்ந்த உண்மைகளின் இணைப்பு. காரணங்கள் மற்றும் உண்மை வாழ்க்கையின் விவரிப்புகளோடு ஆர்எஸ்எஸ் பற்றிய நிதர்சன உண்மைகள் தெளிவு படுத்தப்பட்டுள்ளன. மிகவும் எழுசியூட்டுகின்ற, கவனத்தைக் கவர்கின்ற கதை. – **கோவிந்த் மாயீ**, ஒரு தலித் இளைஞர்.

இந்த நூல் தலித் சுயசரிதையின் நிலப்பரப்பை மாற்றியிருக்கிறது. பன்வர் மெக்வன்ஷி நம்மை துயர்மிகுந்த துன்பங்களிலிருந்து எதிர்க்கிளர்ச்சியாளர்களாக, கிளர்ச்சியாளர்களிலிருந்து புதிய மாதிரியான சிந்தனையாளர்களாக மாற்றுகின்றபோது சிந்தனை என்ற சாணைக்கல்லில் தற்காப்பு கூர்தீட்டப்பட்டுள்ளது. – **ஹிமன்சு பாண்ட்யா**, முதல்வர், ட்ராணிவாடா கல்லூரி, ஜாலோர், ராஜஸ்தான்.

ஒவ்வொரு திருப்பத்திலும் நீங்கள் எழுத்தாளரை உணர்வீர்கள். நீங்கள் ஒரு தலித்தாக இருந்தால், நீங்கள் அவரது அவமானங்களை நன்கு அறிவீர்கள். – **சம்யக் நாயக்**, ஒரு தலித் இளைஞர்.

இந்த நூலை நான் ஒரேமூச்சில் படித்துவிட்டேன். இது ஒரு வெளிப்படுத்துதலாக உள்ளது. ஆர்எஸ்எஸ் பற்றிய மெக்வன்ஷியின் உள்ளிருந்து வெளிப்படுத்தப்பட்ட கணக்குகள், அது எதற்காக நிற்கிறது என்பதையும் இந்து தேசியவாதத்தை அது, உயர்சாதியினரால் எஞ்சியுள்ள சமுதாயத்தினர் மீது தங்கள் பிடியை இறுக்கப்படுத்திக்கொள்ளும் ஒரு ஏமாற்றும் முயற்சி என்பதையும் அம்பலப்படுத்துகிறது. – **ஜீன் ட்ரெஸ்ஸே**, அறிவுஜீவி, பொருளாதார நிபுணர்.

மோசடி என்பதே சங் தான் என்று ஒவ்வொரு பக்கமும் நம்மை எச்சரிக்கிறது. எஞ்சி விடுபட்டுள்ள கரசேவகர்களையும் வெளியேற வழிகாட்டுவதில் அது வெற்றி பெற்றுள்ளது. – **பிரிஜ்மோகன் நாயக்**.

சங் ஆதரவாளர்களாலும், எதிர்ப்பாளர்களாலும் கட்டாயம் படிக்கப்பட வேண்டிய நூல். இதைப்படியுங்கள்; தகவல்களை அறிந்துகொள்ளுங்கள். இதைப்படியுங்கள், ஏனென்றால் இது வலிகளையும், கிளர்ச்சிகளையும் தாங்கியிருக்கிறது. மயக்கநிலை வாழ்விலிருந்து குலுக்கி, அதிலிருந்து ஒரு புறப்பாட்டை ஏற்படுத்துகிறது. இங்கே நீங்கள் கவனம் மாற்றப்படுவதையும், அலைபாய்தலையும், கிளர்ச்சிகளையும், வெற்றிகளையும் காண்பீர்கள். – **நரேஷ் குர்ஜார்**, மாணவர் தலைவர், பில்வாரா, ராஜஸ்தான்.

சங் பரிவாரத்தின் ஒவ்வொரு உறுப்பினருக்கும் இதை நான் பரிந்துரைக்கிறேன். – **அவினாஷ் விகாஸ் சர்மா**, விழிப்புணர்வுமிக்க குடிமகன், கொதியான், பில்வாரா, ராஜஸ்தான்.

பன்வர் மெக்வன்ஷியின் சுயசரிதையால் என்னுள் ஓம்பிரகாஷ் வால்மீகியின் நினைவுகள் கிளறிவிட்டுள்ளன. இது, வெறுமனே அனுபவத்தால் உணரப்பட்ட ஏதோ ஒன்று அல்ல; வாழ்ந்து பார்த்தது. இது உண்மையின் வெளிப்பாடு. – **டாக்டர் சத்ய நாராயணன் சத்யா**, குழந்தை எழுத்தாளர்.

அகண்ட இந்து ராஷ்ட்ரம் என்ற மீட்டுருவாக்கக் கனவுகளுடன் உள்ள எல்லா இளைஞர்களுக்கும், குறிப்பாக, சமுதாயத்தின் பிற்பட்ட பகுதிகளிலிருந்து வருவோர் அனைவருக்கும் இது பரிந்துரைக்கப்படவேண்டும். ஆர்எஸ்எஸ்–ஸால் பின்னப்பட்ட அதிகாரபூர்வமான வலைக்கணக்கு இது. அதிலிருந்து வெளியேறும் வழியைக்காட்டும் வரைபடம் இது. – **சாம்ராட் பௌத்**, இளம் எழுத்தாளர், குவாலியர், மத்தியப்பிரதேசம்.

பன்வர் எதிரிகளின் இரகசிய குகைக்குள் நடந்து சென்று உயிருடன் வெளிவருகிறார். அரசியல், சாதியம் மற்றும் தத்துவார்த்த வேறுபாடுகள் கொண்ட வாழ்வுக்குள் பயணம் செய்ய ஒரு வழித்தடத்தை இந்த நூல் தருகிறது. இதுபோன்ற ஒரு வரலாற்று நினைவுக்குறிப்புகள் அற்புதம் என்பதைவிடக் குறைவானதல்ல. – **பெருமாள் முருகன்**, எழுத்தாளர்.

இந்துவாக நான் இருக்கமுடியாது

ஆர்எஸ்எஸ்-ஸில் ஒரு தலித்தின் கதை

பன்வர் மெக்வன்ஷி

தமிழில்

செ. நடேசன்

எதிர் வெளியீடு

இந்துவாக நான் இருக்கமுடியாது
ஆர்எஸ்எஸ்-ஸில் ஒரு தலித்தின் கதை
பன்வர் மெக்வன்ஷி
தமிழில்: செ. நடேசன்

முதல் பதிப்பு: ஆகஸ்ட் 2020
எதிர் வெளியீடு,
96, நியூ ஸ்கீம் ரோடு, பொள்ளாச்சி – 642 002
தொலைபேசி: 04259 226012, 99425 11302

விலை: ரூ. 350

I Could Not Be Hindu : The Story of a Dalit In The RSS
Bhanwar Meghwanshi
Copyright © Bhanwar Meghwanshi
First Published in Tamil by Ethir Veliyeedu
English Edition Published by Navayana Publishing Pvt Ltd., 2020
Translated by Che. Natesan

First Edition: August 2020
Published by
Ethir Veliyeedu, 96, New Scheme Road, Pollachi- 2
email: ethirveliyedu@gmail.com
www.ethirveliyeedu.com

ISBN: 978-93-87333-96-3
Cover Design: Santhosh Narayanan
Printed at Jothy Enterprises, Chennai.
Maps on Pages 8-10 by Saumya Sethia
Cover Photo: Rohit Chawla

All rights reserved. No part of this book may be reprinted or reproduced or utilised in any form or by any electronic, mechanical or other means, now known or hereafter invented, including photocopying and recording, or in any information storage or retrieval system, without permission in writing from the Publisher.

பன்வர் மெக்வன்ஷி

1980களின் பிற்பகுதியில், தலித் சமூகத்தைச் சார்ந்த 13 வயதான பன்வர் மெக்வன்ஷி, ராஜஸ்தானில் உள்ள ராஷ்டிரிய ஸ்வயம் சேவக் சங் நடத்தி வந்த ஷாகாக்களில், அந்த அமைப்பைப்பற்றி அதிகம் அறிந்துகொள்ளாமலேயே கலந்து கொள்ளத் தொடங்கினார். சுமார் நான்கு ஆண்டுகள் பயிற்சியில், முஸ்லீம்கள் மீது வெறுப்பைக் கக்கும் அளவிற்கு வளர்ந்தார் மெக்வன்ஷி. தன்னுடைய இந்து அடையாளத்தின் மீது மிகுந்த பெருமை கொள்ளத் தொடங்கினார். ஆர்எஸ்எஸ் அமைப்பின் ஹிந்து ராஷ்டிரத்திற்காக தன்னை முழுமையாக அர்ப்பணித்துக்கொண்ட அவர், அந்த அமைப்பிடமிருந்து இராணுவப் பயிற்சியையும் பெற்றுக் கொண்டார். ஆனாலும் தன்னிடம் ஆர்எஸ்எஸ் காட்டிய பாகுபாட்டை எதிர்கொண்ட பிறகே, சாதி இந்துக்கள் பற்றியும், தலித்துகள் பற்றியும் அந்த அமைப்பு கொண்டிருந்த பார்வை வேறுபட்டதாக இருந்ததை அவர் உணர்ந்து கொண்டார்.

மெக்வன்ஷி இப்போது ஒரு பத்திரிகையாளராக, தலித் செயல்பாட்டாளராக இருந்து வருகிறார். அவருடைய 'மெயின் ஏக் கர்சேவாக் தா' (நான் கரசேவகனாக இருந்தேன்') என்ற நூல் ஹிந்தியில் முதன்முதலாக 2019ஆம் ஆண்டு வெளியிடப்பட்டது. அதன் ஆங்கில மொழிவடிவமான 'I Could Not Be Hindu- The Story of a Dalit in the R.S.S.' ('இந்துவாக நான் இருக்க முடியாது: ஆர்எஸ்எஸ்-ஸில் ஒரு தலித்தின் கதை') இவ்வாண்டு 2020 ஜனவரியில் நவயாணா பதிப்பகத்தால் வெளியிடப்பட்டது. அந்த நூல் வெளியான மாதத்தில், தனது தொண்டர்களைப் பயிற்றுவிக்கும் ஆர்எஸ்எஸ் அமைப்பின் செயல்முறைகள், அது எவ்வாறு வன்முறையைப் பெருமைப்படுத்துகிறது, இந்து ராஷ்டிரம் குறித்து அது கொண்டிருக்கும் பார்வை ஆகியவை பற்றி பத்திரிகையாளர்களிடம் மெக்வன்ஷி பேசினார்.

பன்வர் மெக்வன்சி-யின் வாழ்க்கைப்பாதை வரைபடம்

Ajmer

Tonk

• SHAHPURA

Bhilwara

Bundi

MANDALGARH
•

Not to scale

DELHI
MATHURA
TUNDLA
JAIPUR
LUCKNOW
AGRA
AYODHYA
RAJASTHAN
AJMER
UTTAR PRADESH
AHMEDABAD
GODHRA
MADHYA PRADESH
GUJARAT
NAGPUR
MAHARASHTRA
MUMBAI
DISTRICTS:
SIKAR
JAIPUR
AJMER
BHILWARA
RAJSAMAND
KOHIMA
CHENNAI
KOCHI
N

Not to scale

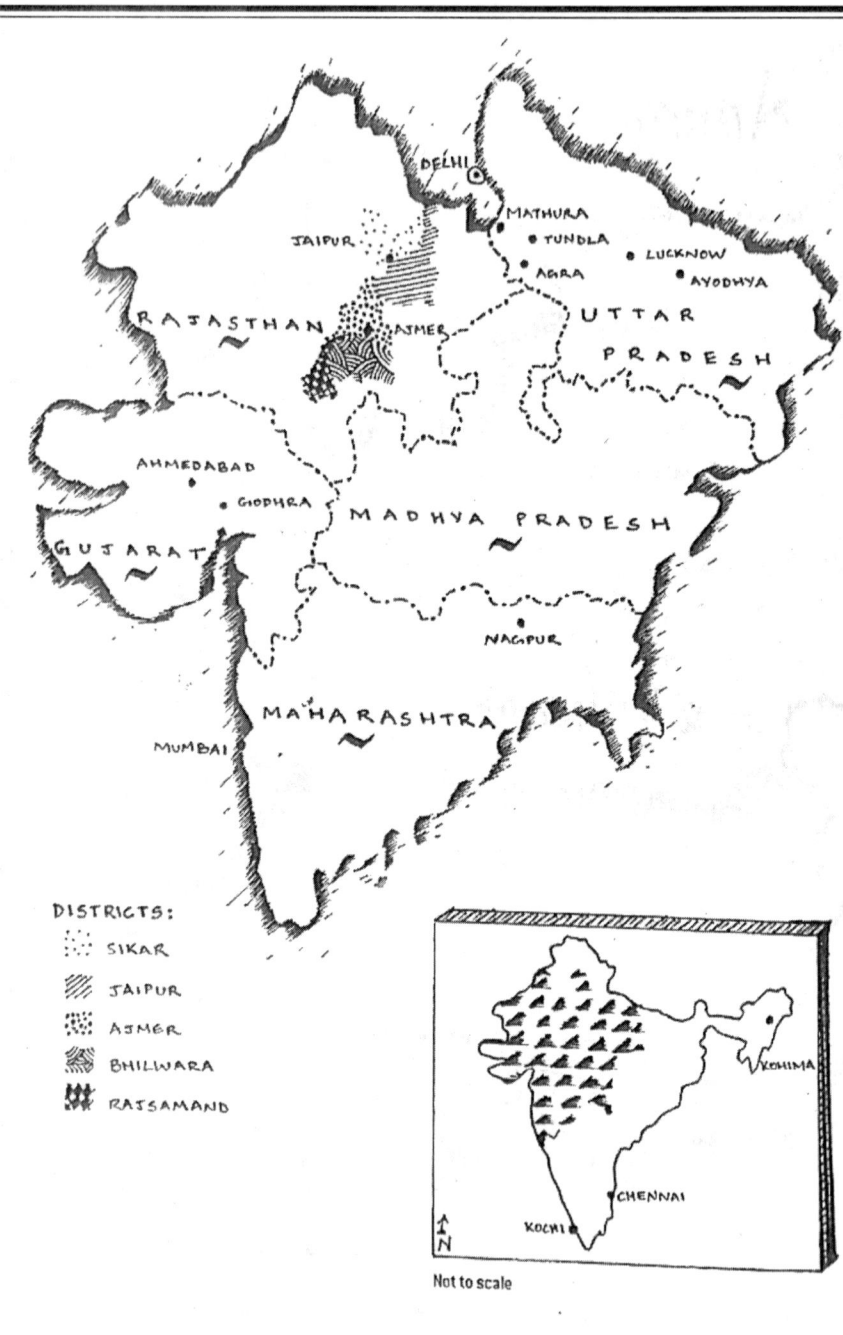

முன்னோட்டம்

> "இராமனின் பெயரால் நாங்கள் உறுதி ஏற்கிறோம்
> எல்லாக் குழந்தையும் இராமனுக்காக, ஜென்மபூமி வேலைக்காக.
> ஜென்மபூமிக்கு வேலைசெய்யாவிடில் ஒருவனின் இளமைக்கு மதிப்பே இல்லை!"

'நான் இந்துவாக இருக்கமுடியாது' (*I Could Not Be Hindu*) என்ற இந்த நூலை இவ்வாறு துவங்கும் பன்வர் மெக்வன்ஷி, 1990, தனது பதினைந்தாம் வயதில் மதவெறியூட்டப்பட்ட தலித் இளைஞனாக, ஆர்எஸ்எஸ்-ஸின் சுயம்சேவக் ஆக, பில்வாரா மாவட்டத்தின் தலைவராக, இந்து ராஷ்ட்ரத்துக்காக தனது உயிரையே கொடுப்பவராக இருந்து, சங்அமைப்பு உயர்த்திப்பிடிக்கும் மனுதர்ம சாதிய அமைப்பு முறையால் பல்வேறு அவமானங்களையும், கொடூரமான வன்முறைகளையும் எதிர்கொண்டு, ஒரு பரிணாம வளர்ச்சிக்குள்ளாகி, இப்போது, எனது உதடுகளில் 'ஜெய் பீம்', அவர்களுடையதிலோ, 'ஜெய்ஸ்ரீராம்' என ஒரு மாற்றத்தை வரித்துக்கொண்டவராக, இந்த நூலை, 'இன்குலாப் ஜிந்தாபாத், புரட்சி நீடூழி வாழ்க!' என்று முற்போக்கு சிந்தனையாளராக, சமுதாயமாற்றத்துக்கு தன்னை அர்ப்பணித்துக்கொண்டவராக முடிக்கிறார்.

ராஷ்ட்ரிய ஸ்வயம் சேவக் என்னும் ஆர்எஸ்எஸ்-ஸும், அதன் அரசியல்முகமான பாரதிய ஜனதா கட்சியும் இந்திய நாட்டின் அரசியல் சாசனம் வகுத்துக்கொண்டுள்ள 'மதச்சார்பின்மை, ஜனநாயகம், சோசலிசம், குடியரசு' என்ற விழுமியங்களுக்கு மாற்றாக, அவர்களது சனாதன தர்மத்தையும், ஃபாசிச சிந்தனைகளையும் கொண்டுவரத் துடிக்கிறார்கள். 2014இல் பெரும்பான்மையுடன் பாஜகவின் நரேந்திர மோடி பிரதமராக வந்ததிலிருந்து, அவர்களது சித்தாந்தங்களை நடைமுறைப்படுத்துவதில் வேகம் காட்டி வருகிறார்கள். இது நமது இந்தியத் தாய்நாட்டை ஃபாசிசத்தை நோக்கிக் கொண்டுசெல்கிறது.

“ஃபாசிஸ்ட்டுகள் முன்கூட்டியே ஆயிரம் ஆண்டுகளுக்கு திட்டம் தீட்டுகிறார்கள்” என்றார் ஜெர்மானிய மார்க்சீய அறிஞர் வால்டர் பெஞ்சமின். இன்னொரு ஜெர்மானிய சிந்தனையாளரான ஹன்னா அரண்ட், “நாடாளுமன்ற ஜனநாயகத்தை தவறாகப் பயன்படுத்தி, இறுதியில் அதை ஒழித்துக்கட்டினார்கள் ஃபாசிஸ்ட்டுகள்” என்றார். அது இந்தியாவில் ஆர்எஸ்எஸ்-பாஜகவுக்கு மிகவும் பொருந்துகிறது.

கி.மு. 1700களில் கைபர், போலன் கணவாய் வழியாக இந்தியாவுக்குள் வந்தேறிகளான பார்ப்பனர்களின் ஆரியமரபு, பிறப்பிலேயே ஏற்றத்தாழ்வு உண்டு என்கிறது. பிரம்மாவின் தலையில் பிறந்தவர்கள் பிராமணர்கள், தோளில் பிறந்தவர்கள் சத்திரியர்கள், தொடையில் பிறந்தவர்கள் வைசியர்கள், பாதத்தில் பிறந்தவர்கள் சூத்திரர்கள் என்றும் அதை இறைவனே படைத்தான் என்று கற்பித்தது. இந்தப் பழமைவாதத்தை, வர்ணாசிரமக் கோட்பாட்டை பாதுகாக்கும் அரணாக கீதை இருந்தது. குப்பைக்கூடைக்குள் கிடந்த கீதையை 1200 ஆண்டுகளுக்குமுன் சங்கராச்சாரியார் தூசுதட்டி எடுத்து ‘இதுதான் இந்து தர்மம்’ என பிரச்சாரம் செய்தார். கீதையை இயற்றியதாகக் கூறப்படும் கண்ணன் கூறுகிறான்:

> ‘சாதுர்வர்ணம் மயா ஸ்ருஸ்டம் குண–கர்ம விபாசக:
>
> தஸ்ய கர்த்தாரமபி மாம் வித்தயகர்த்தார– மவ்யயம்’ (அத்–4 சுலோகம் 13)
>
> நான்கு வர்ணங்கள் என்னால் உருவாக்கப்பட்டவை: அவர்களுக்குரிய கருமங்களை அவரவர் மீறாமல் செய்யவேண்டும்: அதை மாற்றிச்செயல்பட வைக்க அந்த வர்ணாசிரம தர்மத்தை தோற்றுவித்தவனான என்னால்கூட முடியாது’

சூத்திரனுக்கு கல்விகற்கும் உரிமையோ அல்லது கேட்கும் உரிமையோ இல்லை; அவன் தனக்குமேலுள்ள வர்ணத்தினருக்கு அடிமைச்சேவகம் செய்வது அவன் தலையில் எழுதப்பட்டுள்ளது என்று வரையறுத்தார்கள். அதையும் மீறி கீழ்ச்சாதியை சார்ந்த ஒருவன் கல்வியறிவு பெற்றுவிட்டால், ‘எழுதப்படிக்கத் தெரிந்த சூத்திரனின் நாக்கை அறுக்கவேண்டும்’ என்றும், வேதத்தை கேட்ட சூத்திரனின் காதில் ஈயத்தைக் காய்ச்சி ஊற்றவேண்டும் என்றும் ஏழை, எளியவர்களின் கல்வி உரிமையை மறுத்தது ஆரிய மரபு.

இந்த மனுதர்மத்தையும், கீதையையும் தங்கள் ஆதாரக் கொள்கைகளாக ஏற்றுக்கொண்டு, இவை உருவாக்கிய சாதிய அமைப்புமுறையையும், சாதிப்பாகுபாடுகளையும், தீண்டாமையையும் ஆர்எஸ்எஸ் கட்டிக்காத்துவருகிறது. அதற்குமாறாக இந்தத் தீமைகள் எல்லாம் மொகலாயர்கள், கிரேக்கர்கள், பதான்கள், கிறித்துவர்கள், முஸ்லீம்கள் ஆகியோரால்தான் இந்தியாவுக்குள் வந்தன என்று அப்பட்டமான பொய்களைக்கூறி ஏமாற்றிவருகின்றன. இதில் விநோதம் என்னவென்றால், இவர்களின் சனாதனத்தால் பிற்படுத்தப்பட்ட, தாழ்த்தப்பட்ட சிறுபான்மையின மக்களை பதவி, பணம், சில்லறைச்சலுகைகள் மூலம் பசப்புவார்த்தைகளால் மயங்கவைத்து, அவர்களைக் கொண்டே இவற்றை நடைமுறைப்படுத்தி வருவதுதான். தலித்துகள், ஆதிவாசிகள், சிறுபான்மையினர், பிற்படுத்தப்பட்டோருக்கு எதிராக அந்தச் சமுதாயத்தைச் சார்ந்த சிலரையே தந்திரமாகப் பயன்படுத்திவருகிறார்கள். இதற்கு சில எடுத்துக்காட்டுகளாக தலித்துகள் தலைவராக அறியப்படுள்ள ராம்விலாஸ் பாஸ்வன், சிறுபான்மையினர் முகமான முக்தார் அப்பாஸ் நக்வி, குலாப்சந்த் கட்டரியா, அர்ஜுன் மெக்வால் ஆகியோர் விளங்குகிறார்கள். இவர்கள் வலையில் விழுந்து ஏமாந்துபோன தலித், ஆதிவாசி மற்றும் சிறுபான்மை இனங்களைச் சார்ந்த மாணவர்களும், இளைஞர்களும், ஆசிரியர்களும், இப்போது மார்க்ஸ், எங்கெல்ஸ், லெனின் ஆகியோரின் மார்க்சிய சிந்தனைகளாலும் புத்தர், டாக்டர்.பி.ஆர்.அம்பேத்கர், பெரியார், பூலே, கபீர் ஆகியோரின் மூடநம்பிக்கைகளுக்கு எதிரான, சமுதாய மாற்றத்துக்கான முற்போக்கு சிந்தனைகளாலும் ஈர்க்கப்பட்டு வருகிறார்கள். சமுதாயத்தின் அனைத்து நிலைகளிலும் அவர்கள் விழிப்புணர்வு பெற்றுவருவதுதான் இந்த சங்கிகளின் சனாதனங்களிலிருந்தும், ஃபாசிசத்தை நோக்கிய ஆர்எஸ்எஸ், பாஜகவின் தீவிர முயற்சிகளிலிருந்தும் நமது நாட்டின் அரசியல் சாசன விழுமியங்களைப் பாதுகாக்கும்.

இங்கே இனவாதம் மற்றும் ஃபாசிசத்தின் எழுச்சியின் கட்டமைப்புக்கான காரணங்கள் போதுமான அளவில் விளங்கிக்கொள்ளப்படவில்லை. 1939இல் மேக்ஸ் ஹோர்கெல்மர் கூறினார்: ‘நீங்கள் முதலாளித்துவத்தைப் பற்றி பேசவிரும்பவில்லை என்றால், பிறகு நீங்கள் ஃபாசிசத்தைப் பற்றி எதுவும் பேசாமல் மௌனமாக இருப்பது நல்லது.’

அதேபோல இன்று யாரெல்லாம் சங்பரிவாரங்களின் சாதிய அமைப்புமுறை, சாதிப்பாகுபாடுகள், ஒடுக்குமுறைகள், ஏமாற்றும் தந்திரங்கள் பற்றி விமர்சனரீதியாக பேச விரும்பவில்லையோ, அவர்கள் நாளை இவற்றால் வரவுள்ள ஃபாசிச ஆபத்து பற்றியும் பேசமுடியாமல் அமைதியாகத்தான் இருந்தாக வேண்டும்.

பன்வர் மெக்வன்ஷியின் இந்த நூல் சங்பரிவாரங்களின் மோசடிகளை உண்மையான அனுபவங்களுடன் விவரித்துக் கூறுகிறது. இந்த நூல் தமிழில் வருவது தமிழ்நாட்டு இளைஞர்கள், மாணவர்கள், ஆசிரியர்களிடையேயும், சமுதாய மாற்றத்துக்காக தங்களை அர்ப்பணித்துக் கொண்டுள்ள செயல்வீரர்கள் இடையேயும் மேலும் விழிப்புணர்வை ஏற்படுத்தும்.

சங்பரிவாரங்களின் மறைமுகத் திட்டங்களை அம்பலப்படுத்தி வரும் எனது தமிழாக்க நூல்களான, 'இந்தியா எதைநோக்கி?', 'வரலாற்றில் புராணத்திற்கு இடமில்லை', 'எங்கே செல்கிறது இந்தியா?', 'கஷ்மீரி தேசியத்தின் பல்வேறு முகங்கள்' ஆகியவற்றை வெளியிட்டுள்ள தோழர் அனுஷ் அவர்களும், 'எதிர் வெளியீடு'ம், இந்த நூலையும் வழக்கமான சிறப்புகளுடன் அழகாக வெளியிட்டுள்ளார்கள். அவர்களுக்கு எனது நன்றி.

இந்த நூலின் தமிழாக்கத்தின்போது நல்ல பல ஆலோசனைகளை வழங்கி உதவிய பொன்னுலகம் தோழர் குணா, ஆரம்பப்பள்ளி ஆசிரியர் கூட்டணி தோழர் மூலனூர் இரா.குப்புசாமி, எனது மருமகள் ரமா(எ)அலமேலுமங்கை, எஸ்.இராமகிருஷ்ணன் ஆகியோருக்கும், இந்த நூலை தமிழ்நாட்டு மக்களிடம்- குறிப்பாக- இளைஞர்கள், மாணவர்களிடையே- பரந்த அளவில் கொண்டுசெல்ல உள்ள எனது அனைத்து இனிய நண்பர்களுக்கும், தோழர்களுக்கும் நன்றி!

ஊத்துக்குளி.ஆர்.எஸ் தோழமையுடன்
02.08.2020 செ. நடேசன்

பொருளடக்கம்

1.	இராமனின் பெயரால் நாங்கள் உறுதியேற்கிறோம்	17
2.	பிற நம்பிக்கைகள் கொண்ட பயணிகளை நோக்கிய வெறுப்பு	21
3.	முதன்முறையாக சிறைக்கு	23
4.	அவமானங்கள், கற்கள், தாக்குதல்கள், பயம் மற்றும் முடைநாற்றம்	25
5.	ஆர்எஸ்எஸ் ஷாகாவில்	28
6.	ஒரு ஆர்எஸ்எஸ் ஷாகா	32
7.	ஆசிரியருக்கு காணிக்கை, உணவை பகிர்ந்துகொள்ளுதல்	37
8.	சங் அமைப்பு	43
9.	எங்கெங்கும் சங்	47
10.	நான் ஒரு கறுப்புப்பூனையாக விரும்பினேன்	52
11.	காக்கி அரைக்கால் சட்டை, இராணுவக் காலணிகள், சில ஸ்லோகங்கள்	55
12.	பாஞ்சஜன்யா என்னை வெறியனாக்கியது	60
13.	இந்து ராஷ்ட்ரத்தை நோக்கி	64
14.	எங்களுக்கு தேவை பிரச்சாரக்குகள்; விசாரக்குகள் அல்ல	67
15.	அம்பேத்கர் விடுதிகளில் தத்துவம் கெடுக்கப்படுகிறது	70
16.	சங், ரஜ்னீஷ் மற்றும் நான்	74
17.	குல்மாண்டி பாகிஸ்தானிலா உள்ளது?	76
18.	எங்கள்மீது காவலர்கள் தடியடி	79
19.	தியாகிகளின் அஸ்தி எனது கிராமத்துக்கு வந்தபோது	83
20.	உணவை பொட்டலம் கட்டும் நண்பர்	86
21.	எங்கும், எவரும் கவனிக்கத் தயாரில்லை	90
22.	எனது வாழ்வை முடித்துக்கொள்ளும் சிந்தனை	94
23.	மேலும் பாப்ரி இடித்துக் கீழே தள்ளப்பட்டபோது	98
24.	நாங்கள் ஏபிவிபியை எதிர்கொண்டபோது	102

25.	பழிவாங்குவதற்கான விருப்பம்	105
26.	மதமாற்ற முயற்சிகள்	109
27.	ஏசு ஏற்கத்தக்கவர்; ஆனால் கிறித்துவம் அல்ல	112
28.	இத்தகைய பிராமணர்களாக எது அவர்களை ஆக்குகிறது?	115
29.	அம்பேத்கரியத்தை நோக்கி	121
30.	அந்தரங்கமானது என்று அழைக்கப்பட்ட சங் கடிதம்	126
31.	சங்கியாக இருந்ததிலிருந்து கிளர்ச்சியாளனாக	130
32.	சங் அமைப்பும் நானும் மீண்டும் ஒருவருக்கொருவர் எதிர்கொள்ளல்	134
33.	எனது குடும்பமும் ஆசிரியராக எனது அனுபவமும்	139
34.	ஒரு சூஃபி துறவியுடன் சந்திப்பு	148
35.	'டைமண்ட் இந்தியா' வெளியீடு	159
36.	திருடர்கள் வரிசையில் நிற்கிறார்கள் எவரும் அவர்களை வெளியேவர கூப்பிடமாட்டார்களா?	164
37.	பாபர் மசூதிக்கு இணையாக அயோத்தியாக அசிந்த் மாறியது	169
38.	யாகங்களைத் தடுத்தல்	175
39.	சட்டத்தின்முன் சமத்துவம்	183
40.	குஜராத்தில் காவி தலிபான்களின் படுகொலைகள்	190
41.	இதோ, ஹரேஷ்பாய் பட் பேசிக்கொண்டிருக்கிறார்	199
42.	திரிசூலிய இந்துராஷ்ட்ராவில் ஆதிவாசிகளும் தலித்துகளும்	205
43.	விலங்குகள், தலித்துகள் மற்றும் சக்வாரா குளம்	209
44.	பாசிசத்தின் காலடிகளின் அணுகுமுறை	214
45.	எனது சொந்த நீர்ச்சுழலால் உறிஞ்சப்பட்டேன்	219
46.	சுலியா கோவில் நுழைவும் தலித் இயக்கமும்	224
47.	லவ் ஜிகாத் × தை ஆஃகார் பிரேம் கா	234
48.	தலித் நேர்மை உணர்வை தோற்கடிக்க சதி	239
49.	சமரசம்–சங்கின் பணிதல்	243
50.	அரசியலின் வழுக்கும் பாதை	247
51.	முடிவில்	253

1

இராமனின் பெயரால் நாங்கள் உறுதியேற்கிறோம்

ராமஜென்மபூமி, பாபர் மசூதி தகராறில், கடுமையின் உச்சத்திலிருந்த, காற்று பின்வரும் கோஷங்களோடு ஒலித்துக் கொண்டிருந்த நாட்களைப்பற்றி நான் பேசிக்கொண்டிருக்கிறேன்:

பச்சா பச்சா ராம் கா / ஜென்மபூமி கே காம் கா

எல்லா குழந்தையும் இராமனுக்காக,

ஜென்ம பூமி வேலைக்காக

ஜென்மபூமி கே காம் நா ஆயே, வோ பெகார் ஜவானி ஹை

ஜென்மபூமிக்கு வேலைசெய்யாவிடில்,

ஒருவனின் இளமைக்கு மதிப்பே இல்லை!

ஜோ ஹிந்து கா கூன் நா காவ்லே / கூன் நஹின் வோ பானி ஹை

இந்துவின் ரத்தம் கொதிக்காவிட்டால்,

அது ரத்தமல்ல வெறுந்தண்ணீரே.

அது 1990இன் அக்டோபர் மாதம். நான் பதினைந்து வயதில் பத்தாம் வகுப்பில் படித்துக்கொண்டிருந்தேன். மண்டல் கிராமத்திலுள்ள சிர்தியாஸ் என்ற எனது கிராமத்திலும், எனது சொந்த நகரம் பில்வாராவிலும் அயோத்தியில் இராமர் கோவில் கட்டுவதற்காக நாங்கள் ஒரு பிரச்சாரப் பயணத்தை நடத்திக்கொண்டிருந்தோம். கோவிலைக் கட்டுவதற்கான செங்கற்கள் ஏற்கனவே வழிபாடுசெய்து புனிதப்படுத்தப் பட்டிருந்தன. இராமர் பிறந்த இடத்தில் கோவில்கட்டும் நடைமுறை வேலையில் சேர்ந்து, ஒரு உண்மையான

சுயம்சேவக்காக எனது தகுதியை நிரூபிப்பதற்காக நான் கரசேவையில் சேர, செயல்படும் ஒரு ராஷ்ட்ரிய சுயம் சேவக்காக வெறிகொண்டிருந்தேன். அந்தக்கோவிலுக்காக தனது உயிரையே கொடுக்கத் தயாராக இருந்த அப்படையில் நான் சேர்க்கப்பட்டபோது, இறுதியாக அந்த வாய்ப்பு எனக்குக் கிடைத்தது. எனது குடும்பத்துக்கு தெரிவதற்கு முன்பே கரசேவையில் சேர்ந்துகொள்ள நான் ஓடினேன். அயோத்திக்குச் செல்ல தயாராவதற்கு முன்பு மண்டலில் பல்வேறு இடங்களில் நாங்கள் ஊர்வலங்களை ஏற்பாடு செய்தோம். நான் மிகுந்த மகிழ்ச்சியடைந்தேன். மாலைகளை அணிந்துகொண்ட, தலையைச்சுற்றி காவி ரிப்பன்களைக் கட்டியிருந்த, நெற்றியில் இரத்தச்சிவப்பு திலகம் இட்டிருந்த, 'ஜெய் ஸ்ரீராம், ஜெய்ஜெய் ஸ்ரீராம்' என்று முஷ்டியை உயர்த்தி விண்ணைமுட்டும் அளவுக்கு ஒலித்துக் கொண்டிருந்த மக்களை நான் நினைத்துப் பார்க்கிறேன். எங்களது உதடுகளிலும் அந்த வார்த்தைகள்:

ராம்ஜி கே நாம் பர் ஜோ மர் ஜாயேங்கே

துனியா மே நாம் அப்னா அமர் கர் ஜாயேங்கே

ராம்ஜிக்காக சாவது கௌரவம்

உன்பெயர் ஒவ்வொரு மூலையும் ஒலிக்கும்

'முல்லா'யம் சிங்கின் இந்துக்களுக்கு எதிரான காவல்துறையால் நாங்கள் எதிர் கொள்ளப்படுவோம் என்று நான் உறுதியாக இருந்தேன். மேலும் மரியாதைக்குரிய புருஷோத்தமன் இராமனின் பிறந்த இடத்தை விடுவிப்பதற்காக எங்கள் உயிரையும் கொடுப்பதற்கு நாங்கள் தயாராக இருந்தோம். 1990 அக்டோபரில் நாங்கள் அஜ்மீருக்கு புறப்பட்டோம். தங்கும் சத்திரத்தில் காவித்தலைக்கட்டு அணிந்த ஆயிரக்கணக்கான மற்றவர்களை நாங்கள் சந்தித்தோம். நாங்கள் எல்லாரும் புனித பிறப்பிடத்தை அடைவோம் என்றும், அந்த அடிமைச்சின்னத்தை, பாபர் மசூதியை அழிப்போம் என்றும் நம்பிக்கை கொண்டிருந்தோம். ஆர்எஸ்எஸ், மற்றும் விஷ்வ ஹிந்து பரிஷத் தலைவர்களும்கூட இருந்தார்கள், எங்களது உணவுக்குப்பிறகு, அவர்கள் எங்களை ஒன்றாகத்திரட்டி, என்ன விலைகொடுத்தும் அயோத்தியை அடைவதற்கு அறிவுறுத்தினார்கள். எங்களைக் கைது செய்தோ அல்லது வேறு நடவடிக்கைகள் மூலமோ அடக்கவோ அல்லது தடுத்து நிறுத்தவோ முலாயம்சிங் அரசு நடவடிக்கை

எடுக்குமானால், காவல்துறையிடமிருந்து எவ்வாறு தப்பிப்பது, அவர்களை எவ்வாறு முட்டாள்களாக்குவது, எவ்வாறு, தொடர்ந்து நகர்ந்துகொண்டே இருப்பது என்பதை அவர்கள் எங்களுக்கு கற்றுத்தந்தார்கள். தங்கள் குறிப்புரைகளில் பேசிய மூத்த தலைவர்கள் எங்களது உயிரை விலையாகக் கொடுத்தேனும் பாபர் மசூதி என்ற அடிமையின் கறையைத் துடைத்தெறியவேண்டும் என்ற எங்கள் குறிக்கோளை அடைந்தாக வேண்டும் என்று தெளிவாகக் கூறினார்கள்.

பிரபுவின் நகரமான அயோத்திக்கு உடனடியாகப் பறந்து செல்லவும், குழந்தை இராமனை களப்பகுதியிலுள்ள சாதி நீக்கம் செய்யப்பட்டவர்களின் பிடியிலிருந்து விடுவிக்கவும் எனது இதயம் ஏங்கியது, எங்கள் சொந்த நிலத்தில், இந்துக்களின் நிலத்தில், மேலும் எங்களது மதிப்புக்குரிய தெய்வத்தின் பிறந்த இடத்தில் அடிமை முறையின் கட்டமைப்பு இருப்பதை எவ்வளவு காலம் நாங்கள் சகித்துக் கொண்டிருப்பது? என்ன விலை கொடுத்தேனும் எங்கள் இறையருள் கட்டமைப்புப் பணியை முன்னெடுத்துச் செல்வதற்கான வழிகாட்டல்களை நாங்கள் ஏற்கனவே பெற்றிருந்தோம். அந்தக் கட்டமைப்பை இடிப்பதற்கான மண்வெட்டி, மண்வாரி, கடப்பாரை போன்றவற்றை அயோத்தியில் உள்ள உள்ளூரினர் எங்களுக்குத் தருவார்கள் என்று எங்களுக்கு சொல்லப்பட்டிருந்தது.

மாலையில், லக்னோவுக்கான ரயிலை நாங்கள் பிடித்தோம். பில்வாராவிலிருந்து வந்த படையணியில் ஆர்எஸ்எஸ், விஹெச்பி மற்றும் பாரதிய ஜனதா கட்சியின் நன்கு அறிமுகமான முகங்கள் இருந்தன: அவர்களது இருப்பு எங்களது வெறியுணர்வை ஊக்கப்படுத்தின. இந்த ஆச்சரியமான வாய்ப்பை எனக்குத் தந்ததற்காக, அவரது வேலைக்காக அத்தகைய புகழ்பெற்ற மனிதர்களோடு தேர்ந்தெடுக்கப்பட்டதற்கு எனது இதயத்தில் பிரபு இராமனுக்கு நான் நன்றி தெரிவித்தேன். இராமனுக்காக தியாகம் செய்ய அங்கிருந்த ஒவ்வொருவரும் ஆர்வத்துடன் இருந்தது உணரப்பட்டது. மக்களிடையே இருந்த இளைஞர்கள்- முதியவர்கள், பணக்காரர்கள்- ஏழைகள், சாதாரணமானவர்கள்,- சலுகை பெற்றவர்கள் என்ற எல்லா வேறுபாடுகளும் அழிக்கப்பட்டன. நாங்கள் ஒருவர்போல ஆனோம். அந்தஸ்து, மாபெரும் செல்வம், ஆலைகள், பெரியவீடுகள், உயர்பதவிகள் என எல்லாவற்றையும் விட்டொழித்தவர்கள் – பிரபு இராமனின்

இந்துவாக நான் இருக்கமுடியாது | 19

வேலைகளுக்காக அங்கே இருந்தார்கள். ஓ! ராம்ஜி, இந்த உலகமே உங்களது தெய்வீக மாயத்தோற்றம் தானே!

அது சுதந்திரத்துக்கான இரண்டாவது போர் போல இருந்தது. நாங்கள் சுதந்திரப் போராளிகளாக இருந்தோம். எங்களை வீர தீரர்களாக நாங்கள் உணர்ந்தோம். மகிழ்ச்சியான போராட்டத்துக்காக நாங்கள் ரயிலில் ஏறினோம். ஒவ்வொருவரும் அவரது பயணச்சீட்டை வைத்திருந்தார்கள். அதனால் நாங்கள் பிரிந்துவிட்டாலும் நாங்கள் தொடர்ந்து செல்லமுடியும்.

2
பிற நம்பிக்கைகள் கொண்ட பயணிகளை நோக்கிய வெறுப்பு

பெரியதலைகள் எங்களைவிட்டு வெளியேறியது ஏதோ ஒருவகையில் அசௌகரியமாக, சிறிது கவலை தருவதாக, ஏமாற்றம் அளிப்பதாக இருந்தது. ஆனால் ரயில் வேகம் எடுத்ததும் எங்களது ஏமாற்றம் மறைந்தது. அடுத்த ரயில் நிலையத்தில் உள்ளூர் மக்கள் எங்களை வரவேற்பதற்கு காத்திருந்தார்கள்: எங்களுக்கு பழங்கள், தேநீர், பீடிகள், மெல்லும் புகையிலைகள் அளிக்கப்பட்டன. ஒவ்வொருவரும் வெற்றுப் பெருமிதம் கொண்டோம். அந்த ரயிலில் பெரும்பாலும் கரசேவகர்களும், சிறிதளவு வழக்கமான பயணிகளும் அமைதியாக அச்சத்துடன் அமர்ந்திருந்தார்கள். எங்களது பெட்டியில் சில முஸ்லீம்களும் அங்கே இருந்தார்கள். அவர்களைப் பார்த்ததும் நாங்கள், 'இந்தியாவில் இங்கே நீங்கள் தங்கியிருக்க விரும்பினால், வந்தேமாதரம் என்று நீங்கள் கட்டாயம் கூறியாக வேண்டும்' என்று சத்தமிடத்துவங்கினோம். நாங்கள் அவர்களை அச்சமூட்டும்வகையில் பார்த்தோம். நாங்கள் அவர்களை ரயிலில் இருந்து வெளியே தூக்கியெறிய விரும்பினோம். ஏனென்றால் இவர்களால் தான் எங்கள் பிரபு இராமர் கைவிடப்பட்ட ஒரு நினைவிடத்தில் சிறைப்படுத்தப் பட்டுள்ளார். இது எங்கள் நிலம். இவர் எங்கள் இராமர். அவர் பிறந்த இடத்தில் ஒரு கோவிலைக் கட்டுவதிலிருந்து இந்த மக்கள் எங்களைத் தடுக்கிறார்கள் இந்துக்களாகிய நாங்கள் எங்கள் சொந்த நாட்டில் இரண்டாம்தர குடிமக்களாக வாழும்போது, இந்த சாதிவிலக்கப்பட்டவர்கள் இதில் நன்றாக வாழ்கிறார்கள். ஒவ்வொருவரும் நான்கு பெண்களை திருமணம் செய்துகொள்கிறார்கள்; அவர்களைப்

போன்ற பட்டாளங்களை இனப்பெருக்கம் செய்து எவ்வாறோ பல்கிப்பெருகுவதைப் பாதுகாக்கிறார்கள். அவர்களால் தான் பிரிவினை ஏற்பட்டது. ஆனால், குறைந்தபட்சமாக அவர்களில் பாதிப்பேரிடமிருந்து நாங்கள் விடுவிக்கப் பட்டோம். அந்த முடிச்சு இன்னும் இருக்கிறது- எங்களது நெஞ்சுக்கு நேரே மனவேதனைகளைக் கொடுத்துக்கொண்டு அமர்ந்திருக்கிறது! இத்தகைய சிந்தனைகள் முஸ்லீம் பயணிகள் மீதான எனது வெறுப்புணர்வைக் கிளறி விட்டன... எனது கைகளில் ஆயுதம் இருக்குமானால், ராமஜென்மபூமியை விடுவிக்கும் முன்பே நான் இந்த யவனர்கள், முகலாயர்கள், பதான்கள், போன்ற வந்தேறிகளை அவர்களது வாழ்விலிருந்து விடுதலை செய்திருப்பேன் என்ற அளவுக்கு எனது குமுறல் மகத்தானதாக இருந்தது. குறைந்தபட்சமாக எனது பாரதமாதாவின், அன்னை இந்தியாவின் சுமை சிறிதளவு எளிமைப்பட்டிருக்கும். அந்த முஸ்லீம் பயணிகள் எங்களது வெறுப்பு நிறைந்த வெறிப்பார்வைகளால் கட்டாயம் கலவரம் அடைந்திருப்பார்கள். அதிர்ச்சியடைந்தவர்களாக, தாழ்ந்துகிடப்பவர்களாக, அவர்களைப் பார்ப்பது எங்களுக்கு சிலிர்ப்பாக இருந்தது. நாங்கள் அவர்களுக்கு உரிய இடத்தைக் ஒருமுறை காட்டிவிட்டதாக உணர்ந்தோம்.

அவர்கள் அமைதியாக இருந்தது ஒரு நல்லவிஷயம், இல்லாவிட்டால் என்ன நடந்திருக்கும் என்பதை யார் அறிவார்கள்? மெல்லமெல்ல இரவு ஆழமானது... எங்களது கண் இமைகளில் தூக்கம் கனத்தது. கோஷங்களின், பஜனைகளின், கீர்த்தனைகளின் கொந்தளிப்பும், எங்களது கூட்டுப்பாடல்களும், தங்களது மதக்கடமைகளைத் தாங்களாகவே முன்வந்து, தங்கள் கைகளால் செய்யக்கூடியவர்கள் என்று எங்களது தலைவர்களால் பெயர் குறிப்பிடப்பட்ட கரசேவகர்கள் தூக்கத்தில் வீழ்ந்ததும் சிறிதுசிறிதாகத் தணிந்தன. கடமை அயோத்தியில் இராமர் கோவிலைக் கட்டுவது.

நான் இன்னும்கூட பாதிவிழிப்பில் இருந்தேன். இராம பக்தர்களிடமிருந்த குறைவான கவனத்தால், மற்றபயணிகள் நிம்மதியடைந்தவர்கள்போல. அல்லது இப்போது குறைவான அழுத்தம் உள்ளவர்கள்போல இருந்ததைக் கண்டேன். பின்னர் நானும் தூக்கத்தில் வீழ்ந்தேன். இனிமையான ஆழ்ந்த தூக்கம். அதில், சரயூ நதியின் கரைகளிலுள்ள பிரபு இராமரின் நகருக்குள் நுழைவதாக கனவு கண்டேன். நனவாகும் தறுவாயிலிருந்த கனவு.

3
முதன்முறையாக சிறைக்கு

டண்ட்லா என்ற ரயில் நிலையத்தில் எழுந்த சத்தம் என்னை எழுப்பியபோது விடியும்வரை நான் ஆழ்ந்த தூக்கத்தில் இருந்தேன். கரசேவகர்களுக்கிடையே அங்கு ஒரு மாபெரும் போராட்டம் நடந்தது. காவல்துறையினர் ரயிலை நிறுத்திவிட்டார்கள். நாங்கள் தொடர்ந்து மேலேசெல்ல அனுமதிக்கப்பட மாட்டோம் என்று தோன்றியது. காவல்துறையினர் ஓர் ஆய்வை மேற்கொண்டார்கள். எங்களில் ஒவ்வொருவரும் தனது பயணச்சீட்டை ஒப்படைக்க வேண்டியிருந்தது. மேலும், ரயில் நிலையத்தை விட்டு வெளியே போகவேண்டியிருந்தது. அது சீற்றம்கொண்ட கடலைப்போல கரசேவகர்களை பித்துப் பிடித்தவர்களாக்கி சத்தம் போடவைத்தது. 'ஒட்டுமொத்த உலகமேகூட எங்களைத் தடுக்க முயற்சிக்கலாம்! ஆனால் குழந்தை இராமனே நாங்கள் நிச்சயம் உன்னை வந்தடைவோம்!'

எங்களது சபதம் வீணானது. இந்த 'முல்லா'யம்'மின் அரசு உண்மையில் எங்களை நிறுத்திவிட்டது. நாங்கள் அனைவரும் கைது செய்யப்பட்டோம். இரவு மறைந்து கொண்டிருந்தது; விடிந்துவரும் பகலின் வெளிச்சத்தில் காவல்துறை வாகனங்களில் ஆடுகளைப்போல அடைக்கப்பட்டிருந்ததை நாங்கள் கண்டோம். முதலில் நாங்கள் மதுரா இண்டர் காலேஜுக்கு கொண்டுசெல்லப்பட்டோம். ஆனால் அது ஏற்கனவே நிறைந்திருந்தது. எனவே நாங்கள் ஆக்ரா பல்நோக்கு விளையாட்டரங்கத்துக்கு மாற்றப்பட்டோம். அங்கே ஒரு தற்காலிக சிறை முகாம் அமைக்கப்பட்டிருந்தது. ஆனால் இங்கும்கூட, இடமளிக்கப்படுவதைவிட அதிகமான

மக்கள் இருந்தார்கள். முடிவில் எங்களில் எண்பது பேர் விடப்பட்டார்கள். அவர்கள் எங்களை நோக்கி நகர்வதற்கு முன்னர், நாங்கள் அவர்கள் இங்கேயே வைக்கப்படவேண்டும் என்று முழக்கமிட்டோம். நாங்கள் எங்கள் கோஷங்களால் திட்டினோம். நகர மறுத்தோம். இறுதியாக நாங்கள் அனைவரும் எவ்வாறோ, தற்காலிக சிறையில் அடைக்கப்பட்டோம்.

நாங்கள் உள்ளே நுழைந்ததும், அந்தசிறை கூடாரங்களைக் கொண்ட மிகப்பெரிய ஆட்டக்களம் என்பதையும், எவர் வேண்டுமானாலும் தாண்டிச்செல்லக்கூடிய அளவுக்கு சுவர்கள் தாழ்வாக இருந்ததையும் நாங்கள் கண்டோம். ஊரடங்கின்கீழ் இருந்த ஆக்ராவில் நாங்கள் இடம்தெரியாமல் எங்கு சென்றாலும் காவலர்கள் எங்களைப் பின்தொடர்வார்கள். கோவிலுக்காக எங்களைத் தியாகிகளாகுமாறு உணர்வூட்டிய எங்களது மரியாதைக்குரிய எல்லா பெரும் அண்ணன்மார்களும் (பாய்சாஹேப்) எங்களை ஆஜ்மீரில் விட்டுவிட்டுத் திரும்பிச்சென்று விட்டார்கள். இங்கே இருந்த நாங்களெல்லாம் எளிதில் உணர்ச்சிவசப்படும் இளைஞர்கள், இந்த உலகத்தைத் துறந்துவிட்ட சாதுக்கள்- அபினி மயக்கத்தில் இருந்தவர்கள், கஞ்சா புகைப்பவர்கள். அவர்களில் பலர் ஏற்கனவே கஞ்சா புகைக்கத்துவங்கி அதன் நெருப்புப்பொறிகளில் விரைவில் தங்களைத் தொலைத்துவிட்டார்கள். எனவே அந்தத் தற்காலிக சிறையில் நாங்கள் மட்டுமே இருந்தோம். எங்கள் தலைகளுக்கு மேலிருந்த கூடாரங்கள் எங்களுக்குக் கீழே விரிக்கப்பட்டிருந்தன. மணல்துகள்கள் கலந்த தண்ணீர் நிறைந்த பருப்பு, வறுக்கப்பட்ட ரொட்டிகள், நாற்றமடிக்கும் தண்ணீர், காவலர்களிடமிருந்து பொய்களும், அவமதிப்புக்களும். எவ்வாறோ நாங்கள் எங்கள் முதல் பத்து நாள் சிறைவாழ்வைக் கடந்துவந்தோம். இராமர் பிறந்த பூமியை கட்டமைப்பதற்காக நாங்கள் புறப்பட்டோம். ஆனால் கிருஷ்ணன் பிறந்த பூமியில், சிறையில் அதை முடித்தோம். இருந்தபோதிலும் நாங்கள் ஸ்ரீராமனுக்காக சிறையில் இருந்ததில் அளவற்ற பெருமைகொண்டோம். நாங்கள் கரசேவகர்களாக, உண்மையானவர்களாக இருந்தோம்.

4

அவமானங்கள், கற்கள், தாக்குதல்கள், பயம் மற்றும் முடைநாற்றம்

முடிவில் எங்களது பெயர்களும், முகவரிகளும் குறிக்கப்பட்ட பிறகு, எங்களது கைகளில் முத்திரை குத்தப்பட்ட பிறகு நாங்கள் விடுதலை செய்யப்பட்டோம். அந்த சிறை உண்மையில் சிறையே அல்ல. ஷாகாக்கள் என்று அழைக்கப்பட்ட சங்கின் தினசரிக்கூட்டங்கள் சாதுக்கள்—துறவிகளின் பாசுரங்கள் மற்றும் மதசார்பான சொற்பொழிவுகளுடனும், ஏராளமான விவாதங்களுடன், முறையாக நடைபெற்றன. அது சிறைபோன்ற உணர்வைத் தரவில்லை. நாங்கள் விடுவிக்கப்பட்ட பிறகு அங்கே எங்களுக்காக எந்த வாகனமோ, போக்குவரத்தோ இல்லை. நாங்கள் வெறுமனே விடப்பட்டோம். நகரம் இன்னும் ஊரடங்கின்கீழ் இருந்தது. ரயில் நிலையத்துக்கு ரயில் பாதைகளின் வழியாக நடந்துசெல்ல முடிவு செய்தோம். ஆக்ரா கண்டோன்மென்ட் நோக்கி புறப்பட்டோம். வருங்கால தியாகிகளாக ஆக்கப்படுவோர் சிறிது சோர்ந்து விட்டார்கள். கரசேவை வெற்றி பெறவில்லை. அயோத்தியில் சரயூவுக்கு மேல் இருந்த பாலத்தில் கரசேவகர்கள் காவலர்களால் சுடப்பட முலாயம் சிங் உத்தரவிட்டுள்ளதாக நாங்கள் கேள்விப்பட்டோம். பலர் இறந்துவிட்டார்கள், பலர் காயப்பட்டார்கள். மற்றவர்கள் துப்பாக்கிக் குண்டுகளிலிருந்து தப்பிக்க சரயூவில் பாய்ந்துவரும் சுழலுக்குள் தங்களைத்தாங்களே வீழ்த்திக்கொண்டார்கள். இந்த வழிமுறையில் அவர்கள் தங்கள் உயிரை இழந்தார்கள். ஆற்றல்மிக்க காவல்படை அங்கே இருந்தபோது எந்த ஒரு தனி உயிரும் காவலர்களால் கண்டுபிடிக்கப்படாமல் கடந்துவிட முடியாது. பாபர் மசூதியின்மீது ஊர்ந்துசெல்வது என்ற எங்கள்

திட்டம் துவங்கவே இல்லை. முலாயம்சிங் உண்மையில் தான் ஒரு 'முல்லா- யமன்' என்பதை கரசேவகர்களுக்கு நிரூபித்தார்

தோற்கடிக்கப்பட்ட, ஏமாற்றம் அடைந்த மற்றும் ஊக்கமிழக்கப்பட்ட நாங்கள் தண்டவாளங்களில் ஊர்ந்து கொண்டிருந்தபோது, திடீரென எங்கள்முன் 'ஜெய் ஸ்ரீராம்' என்று முழக்கமிட்ட பத்துப்பன்னிரண்டு பேர் தோன்றினார்கள். மீண்டும் வாழ்க்கைக்குத் திரும்பியதில் நாங்கள் சிலிர்த்துப்போனோம். ஊரடங்கு இருந்த போதிலும் இராமனின் பக்தர்கள் எங்களை வரவேற்க வந்திருந்தார்கள்! எங்களது நடையில் ஒரு முறுக்கு மீண்டும் வந்தது. எங்களது உற்சாகம் புதுப்பிக்கப்பட்டது.

ஆனால், இது என்ன? அவர்கள் முஸ்லீம்கள், கைகளில் கற்களுடன்... மேலும் அவர்களது உதடுகளில் 'ஜெய் ஸ்ரீராம்' இல்லை. ஆனால் வசவுகள், தாயே, சகோதரியே... நீங்கள் உங்களது தாயைக்கொல்வதற்கு பிடிப்பதற்காக இங்கே வந்தீர்களா? நாங்கள் திகைத்துப்போனோம். எங்கள்மீது இருள் கவிந்திருந்தது. உதவிக்காக சுற்றுமுற்றும் பார்த்தோம். ஆனால், எல்லா இடங்களிலும் நாங்கள் பகைமையைப் பார்த்தோம். தண்டவாளங்கள் வழியே இருந்த குடியிருப்புக்கள் முஸ்லீம் பகுதிகள்... எங்கள் முன்னால் இருந்த இளைஞர்கள் முன் நாங்கள் கைகலப்பில் ஈடுபட்டோம். எங்களில் சிலர் காயமடைந்தார்கள். எங்களது பைகள் தரையில் விழுந்தன. அவர்கள் எங்களில் ஒருவரை இரக்கமின்றி அடித்தார்கள். அவர் கனத்த உடம்பு கொண்டவர், அவரால் ஓடமுடியவில்லை. மற்றவர்கள் கற்களை வீசியபடியே எங்களுக்குப்பின் ஓடிவந்தார்கள். அவர்களுடனான ஒரு கடுமையான முயற்சியில் நாங்கள் சற்று முன்னே இருந்தோம்.

நாங்கள் இதை ரயில்வே காவலர்களிடம் எடுத்துச்சென்றோம். பொறுப்பில் இருந்த ஆய்வாளரான 'முல்லா' யம்மின் பரம்பரையைச் சார்ந்த இன்னொரு யாதவ் தோன்றினார். அவரது தெய்வீக உதடுகளிலிருந்து தேர்ந்தெடுக்கப்பட்ட வசைமாரிகளை உதிர்த்தார். எங்களுக்கு முன்னால், நாங்கள் யாரிடம் உதவி கோரினோமோ அந்தக் காவலர்கள் லத்தியை ஏந்தியவாறு! எங்களுக்குப் பின்னால் கல்லெறியும் முஸ்லீம்கள்! ஓ கடவுளே, ஓ ராம், இப்போது நாங்கள் என்ன செய்வது? எங்களைக் காப்பாற்று! சாவு தவிர்க்கமுடியாதது என்பதை அது உணர்த்தியது. ஆனால் இராமனின் தெய்வீகத்தன்மை

எங்காவது தோற்றுப்போனதா? நாங்கள் தானாகவே இடம்பெயர்ந்தியங்கும் வாகனத்தால் காப்பாற்றப்பட்டோம். நாங்கள் நிலையியல் படைவீரர்களை கொண்டுசெல்லும் ரயில்பெட்டிகளுக்குள் நழுவினோம். கதவுகளை மூடினோம். இவ்வாறு எங்கள் உயிர்களைப் பாதுகாத்துக்கொண்டோம். இறுதியில், காவலர்கள் செய்தது போலவே, கோபம்கொண்ட முஸ்லீம் இளைஞர்களும் விலகிச்சென்றனர். கவலை தணிந்த பெருமூச்சுடன் நாங்கள் ரயில் நிலையத்துக்குச் சென்றோம். சற்று பின்னர் ஒரு ரயிலைப்பிடித்து ஜெய்பூருக்குச் சென்றோம். அந்த ரயில் கூட்டம் நிறைந்ததாக இருந்தது. கழிவறைக்கு அருகில் நின்றுகொள்வதற்கு மட்டுமே இடத்தை எங்களால் பிடிக்க முடிந்தது. மேலும் இந்த நேரத்தில் எங்களிடம் பயணச்சீட்டுகள் இல்லை. கூட்டத்தின் நெரிசலுக்கிடையே, எங்கள் பயமும், கழிவறையிலிருந்துவந்த அருவருப்பான முடை நாற்றமும் – நாங்கள் மூழ்கிவிட்டதாக உணர்ந்தோம். கரசேவைக்காக எங்களை நாங்களே தியாகிகளாக்கிக் கொள்வதில் இந்த நாள்தான் உண்மையான தியாக நாளானது. நாங்கள் இப்போது வீட்டுக்குத் திரும்பிச் செல்லவேண்டும் என்பதை மட்டுமே விரும்பினோம். அதே நேரத்தில் வீட்டிலுள்ள எங்களது சொந்த மக்கள் அயோத்தியிலிருந்த வந்த செய்தியைக்கேட்டு மிகமோசமான நிலையில் இருந்தார்கள். எனது சகோதரர் பத்ரிலாலும் நானுமாக இருவரும் கரசேவையை மேற்கொண்டவர்கள். எங்களது பெற்றோர்களை குழந்தைகள் இல்லாதவர்களாக ஆக்கும்வகையில் காவலர்களின் குண்டுகளில் நாங்கள் வீழ்ந்திருப்போம் என உறுதியாக நம்பினார்கள். நல்லவேளை, இராமனுக்காக நாங்கள் சாகவோ அல்லது எங்கள் பெற்றோர் குழந்தைகள் இல்லாதவர்களாக ஆகவோ இல்லை. பதினைந்து நாட்களில் நாங்கள் உயிருடனும், நல்ல உடல் நலத்துடனும் வீட்டுக்குத் திரும்பினோம்.

5
ஆர்எஸ்எஸ் ஷாகாவில்

இந்த அனுபவத்திலிருந்து உண்மையில் நான் எந்தவொரு பாடத்தையும் கற்றுக் கொள்ளவில்லை. ஏனென்றால் அப்போது நான், கரசேவையின் வெறி மயக்கத்திலிருந்தேன். அது என்னை கிழித்துப்போட்டது. என்மீது தேசியவாத மடத்தனம் இன்னும் இருந்தது. நான் ஆறாம்வகுப்பு மாணவனாக இருந்தபோதே, எனது பதின்மூன்றாம் வயதிலிருந்தே என்னைத் தன்பிடியில் வைத்திருந்த பைத்தியக்காரத்தனம் அது. அப்போது நான் ஆர்எஸ்எஸ்-ஸில் சேர்த்துக்கொள்ளப்பட்டேன். இவ்வாறுதான் அது நடந்தது. நிம்பாஹெராவிலுள்ள எனது அரசுப்பள்ளியின் புவியியல் ஆசிரியர் பன்ஷிலால் சென் கிராமத்தின் விளையாட்டுத் திடல்களில் விளையாட்டுகளை எங்களுக்காக ஏற்பாடுசெய்வதைத் துவக்கினர். அவர் மிக நன்றாகப் பாடுபவரும்கூட. எங்களை உடற்பயிற்சி செய்பவர்களாக ஆக்கினார். அவை எல்லாவற்றையும் நாங்கள் விரும்பினோம். முதலில் சில விளையாட்டுகள்: பின் உடற்பயிற்சி. அறிவூட்டும் வார்த்தைகளைக்கொண்ட இரண்டொரு பாடல்கள் அவற்றைத் தொடர்ந்தன. அந்த அறிவுரையில் அங்கே சில துணுக்குகள் இருந்தன: அதை நான் முழுவதுமாக புரிந்து கொள்ளவில்லை. அவற்றில் சில என்னை தொந்தரவுகூட செய்தன. எடுத்துக்காட்டாக, வகுப்பில் ஒரு புவியியல் ஆசிரியராக, 'சூரியன் ஒரு நெருப்புக் கோளம்: அதை எவரொருவராலும் நெருங்கிச்செல்ல முடியாது' என எங்களுக்கு கற்பித்தார். ஆனால் விளையாட்டின்போது அவர் எங்களுக்கு சூரிய நமஸ்காரத்தை. சூரிய வணக்கத்தை கற்றுத்தரும்போது, ஹனுமான் எவ்வாறு முழுசூரியனையும் விழுங்கினார் என்ற கதையைக்கூறி சூரியனை

வழிபடும் பாடல்களை பாடக் கற்றுத்தந்தார்.- ‘ஓம் சூர்யாய நமா, ராவேயே நமா, ஓம் சவித்ர் சூர்ய நாராயணாய நமா’ அவர் ‘நமது பஜ்ரங்பாலி ஹனுமான் எவ்வளவு ஆற்றல்வாய்ந்தவர்’ என்றும், ‘அவர் சூரியக்கடவுளையே விழுங்கக்கூடியவர்; ஒட்டுமொத்த அண்டத்தையும் இருளில் மூழ்கடிக்கக்கூடியவர்’ என்றும் பெருமையுடன் கூறுவார். இது என்னைக் குழப்பியது, தொந்தரவும் செய்தது. ஒருநாள் இதைக்கேட்பதற்கான தைரியத்தை வரவழைத்துக் கொண்டு, ‘குருதேவரே, சூரியன் ஒரு கடவுளா? அல்லது நெருப்புப் பந்தா?’ என்று கேட்டேன். அவரது பதில், ‘என்னுடைய சிறுவனே, ஷாகாவில் சூரியன் ஒரு கடவுள்; பள்ளியில் அவர் ஒரு நெருப்புப் பந்து.’’ நான் மேலும் குழப்பமடைந்தேன். ‘ஹனுமான் ஜி எவ்வாறு சூரியனை விழுங்கினார்?’ என்று நான் கேட்டேன். அவர் பதிலளித்தார்: ‘பஜ்ரங் பாலி அபரிமிதமான சக்தி உடையவர். சூரியன் ஒரு வெறும் நெருப்புப் பந்து. பஜ்ரங் பாலியின் சக்தி அத்தகையது. அவர் தன்னுடைய வாய்க்குள் சூரியனை விழுங்குவது மட்டுமல்ல, அவர் அதை மென்றுவிடவும் செய்வார். ஆனால், எல்லா உலகங்கள்மீதும் இருள் கவிந்து மற்ற கடவுளர்கள் தலையிட்டு, ஹனுமானிடம் கெஞ்சியதும் ஹனுமான் சூரியனை போக அனுமதித்தார். அதன்பிறகே அவர் அமைதியானார்.’

இதற்குப்பிறகு ஹனுமானின் மீதான எனது நம்பிக்கை அசைக்க முடியாததாயிற்று. நான் புவியியலை நகைப்புக்குரியதாக காணத்துவங்கினேன். புவியியல் வகுப்பின் போது, நான் மனதுக்குள் ‘ஹனுமான் வழிபாட்டை, ஹனுமனுக்கான நாற்பது வசனங்கள் கொண்ட பாசுரங்களை பாராயணம் செய்யத்துவங்கினேன். இந்தப்பாடம் நோக்கமற்றது. ஹனுமனின் வலிமைதான் உண்மையானது என்பதை நான் அறிந்திருந்தேன். ஷாகாவில் குருஜி எங்களிடம் ஏற்கனவே கூறியிருக்கிறார், ‘எந்தவிதத்திலும் இதில் சந்தேகம் கொள்பவர்கள் அழிந்துவிடுவார்கள். சஞ்சயாத்மா வினாஷியதி’ நான் எல்லா சந்தேகங்களையும் விட்டுவிட்டேன். மிகவும் இளைஞனாக இருந்தபோதே நம்பிக்கைக் காலகட்டத்துக்குள் நுழைந்துவிட்டேன். குருஜியும்கூட என்னை அறிவியலிலிருந்து அப்பால் திருப்பிவிட்டுவிட்டார். மதச்சடங்குகளின் மீதான எனது நம்பிக்கை வளர்ந்தது. ‘நமது மதம்தான் மிகவும் சிறந்தது. விளையாட்டுகள், உடற்பயிற்சிகள், போதனைகள் என்ற இந்த பருவப்பயிற்சிகள் எல்லாமே ராஷ்ட்ரிய சுயம்

சேவக் சங்-கின் ஷாகாவின் ஒருபகுதிதான்' என்று குருஜி எங்களுக்கு கற்பித்திருந்தார். இது எங்கள் கிராமமான சிர்தியாஸில் துவக்கப்பட்ட ஆர்எஸ்எஸ்-ஸின் புதிய கிளை என்று கூறியிருந்தார். இளம் சிறுவர்களான நாங்கள் அதன் உறுப்புகள், அங்கே நாங்கள் நாற்பதுபேர் இருந்தோம். யாரெல்லாம் என்னைப்போன்றவர்களை அவர்களுக்குக் கீழானவர்கள் என்று கருதி எங்களிடம் சரியாக பேசக்கூட மாட்டார்களோ அவர்கள் உள்ளிட்ட நாங்கள் அனைவரும் எல்லா சாதிகளிலிருந்தும் வந்தவர்கள். ஆனால் இங்கே நாங்கள் அனைவரும் ஒருவரையொருவர் 'ஜி' என அழைத்துக் கொண்டோம். வெறும் 'பன்வர்'ல் இருந்து நான் 'பன்வர்ஜி'யாக ஆனேன். நான் எனது வழியில் 'பன்வர் ஜி -பாய் சாஹேப்'ஆக ஆகிக்கொண்டிருந்தேன்.

எனது கிராமத்தில் ஷாகாவுக்குச் சென்றுவந்த ஐம்பது அல்லது அதுபோன்ற குழந்தைகளில் பெரும்பாலானவர்கள் கும்ஹார், ஜாட், குர்ஜார், மாலி மற்றும் இதுபோன்ற மற்ற பிற்படுத்தப்பட்டவர்கள். தலித்துகளிலிருந்து வந்தவர்கள் பங்கார்கள் மற்றும் தோலிகள். இத்துடன் ஒரு ஜோடி இணையர்களான பில் ஆதிவாசிகள். ஒட்டுமொத்த கிராமமும் சாதிகளைச் சூழ்ந்து ஒருங்கிணைக்கப்பட்டிருந்தது. என்னுடைய பள்ளியும்கூட. இது ஷாகாவில் இன்னும் தெளிவாக தெரிந்தது. ஆனால், முதன்மைச்செயல்பாட்டாளர்கள் அனைவரும் உயர்சாதி என அழைக்கப்பட்டவற்றில் இருந்துவந்தவர்கள் என்பதையும், எங்களைப் போன்ற மக்கள் சுயம்சேவக்குகளாக ஆக்கப்பட்டார்கள் என்பதையும் நான் மெல்லமெல்ல அறிந்துகொண்டேன்.

ஆர்எஸ்எஸ் கோட்பாடுகளை உள்வாங்கிக்கொள்வதை நான் மிகவிரைவில் ஆரம்பித்தேன். நான் அதன் இலக்கியங்களை, குறிப்பாக அதன் பிரச்சார இதழான 'பாஞ்சஜன்யா'வைப் படித்தேன். அதன்மொழி நடையையும், கலைச்சொற்களையும் மிக எளிதாக கற்றுக்கொண்டேன். எனது கிராமத்தில் மட்டுமல்ல, மாவட்ட, வட்ட அளவிலான கூட்டங்களிலும்கூட தீவிரமாக ஆர்எஸ்எஸ் விழாக்களில் கலந்து கொண்டேன். ஒருவேளை இதுதான் மிகவேகமாக அந்த அமைப்பின் படிநிலைகளில் நான் மேலேசெல்வதை துவக்கியிருக்கக்கூடும். மற்ற குழந்தைகள் வட்ட அளவைக் கூட அடையாத நிலையில், நான் ஆர்எஸ்எஸ் ஆட்களிடையே மிகவும் பிரபலமானேன்.

தலைவர்களுடன் விவாதங்களில் கலந்துகொண்டேன். தத்துவார்த்தரீதியாக ஒரு வலுவான ஆர்எஸ்எஸ் செயல்பாட்டாளராகக்கூடிய எனது ஆற்றலை அவர்கள் அங்கீகரித்து, திட்டமிட்டவிதத்தில் அதற்கு என்னை தயாரித்துக் கொண்டிருந்தார்கள் என்பதை நான் உணர்ந்துகொண்டேன்.

எனது முன்னேற்றம் எதிர்பாராதவிதத்தில் வேகமானதாக இருந்தது. ஞானநாயக்கிலிருந்து (கீழ்நிலை மக்கள் தலைவர்) நான் முதன்மை ஆசிரியரானேன். மேலும் விரைவில் மாவட்டத் தலைமையகத்தை அடைந்தேன். அங்கு ஆர்எஸ்எஸ்ஸின் மாவட்ட அலுவலகத் தலைவர் பொறுப்பு அளிக்கப்பட்டேன்.

6

ஒரு ஆர்எஸ்எஸ் ஷாகா

இந்தியில் ‘ஒரு கிளை’ என்று பொருள்படும் ஒரு ஷாகா, கொஞ்சம் தூய்மையான பொதுஇடத்தில் ஒருமணி அல்லது அதற்கும்மேல் நடக்கும் ஆர்எஸ்எஸ் சுயம்சேவக்குகள் தினசரி கூடும் கூட்டமாகும். சுயம்சேவக்குகளின் வசதியைப்பொறுத்து அதிகாலையில், மாலையில், அல்லது இரவில் அது நடைபெறும். எடுத்துக்காட்டாக, வர்த்தகர்கள் அதிகாலை ஷாகாவை தேர்வுசெய்வார்கள்; மாணவர்களோ மாலையில் ஒன்றை... மற்றவர்களுக்கோ அது இரவில் அல்லது தினசரி ஒன்றுக்குப்பதிலாக வாராந்திர ஷாகாக்கள். அந்த விஷயத்தில் இப்போது அங்கே வாட்ஸ்அப் ஷாகாக்கள். முக்கிய விஷயம் என்னவென்றால் மக்கள் சங் வேலைகளில் கட்டாயம் சுறுசுறுப்பாக அதற்கான நேரத்தை எடுத்துக்கொள்ளவேண்டும். நடைமுறையில் காலை அல்லது மாலை ஷாகாக்கள் நிறைவானவையாக கருதப்படுகின்றன. மேலும் இவை பிரபலமாக உள்ளன. அண்மையில் ஐஎம்எம்மிலும்கூட ஷாகாக்களை நாங்கள் கேள்விப்படுகிறோம்.

பின்வரும் வகையில் ஷாகாவின் ஒருமணிநேரம் பிரிக்கப்படுகிறது:

துவக்கமும் ஓட்டமும் - 5 நிமிடங்கள்
உடற்பயிற்சி - 10 நிமிடங்கள்
விளையாட்டு - 20 நிமிடங்கள்
யோகா - 10 நிமிடங்கள்
அறிவார்ந்த உள்ளீடு - 10 நிமிடங்கள்
வழிபாடு - 5 நிமிடங்கள்

ஷாகாவின் பிரமுக் ஆன பயிற்சியாளர், விசில் அடித்தவுடன் ஷாகா துவங்குகிறது. அந்த விசிலில் பங்கேற்பாளர்கள் பேசுவதை நிறுத்திவிட்டு, ஆர்எஸ்எஸ்-ஸின் காவிக் கொடியின் பக்கம் திரும்பி ‘தளர்வு நிலை’யில் நிற்பார்கள்.

இதை அடுத்து அவர் ஒவ்வொரு வரிசையிலும் ஒருவர்பின் ஒருவராக அணுகுவார். ‘உங்களுக்கு முன்னால் உள்ள அடுத்த நபரிடமிருந்து (அக்ரெசர் சம்யுக்) இரண்டு அடி தூரத்தில் நிற்குமாறு சத்தமாக ஆணையிடுவார். பின்னர் ‘ஓய்வு’ ஆணையிடப்படும்போது கவனத்துடன் இருக்கவேண்டும்.

அடுத்ததாக, அக்ரெசர் அர்த்விர்ட்டின் ஆணை வரும். அப்போது தலைவர் மீண்டும் ஒருமுறை தயார் நிலையில் ஒருவர்பின் ஒருவராக பின்பற்ற 180 டிகிரி பின்புறம் திரும்புவார். காவிக்கொடி ஏற்றப்படுகிறது. பின்னர், ‘த்வாஜ் பிரணாம், ஏக். தோ, தீன்’ உத்தரவு கொடுக்கப்படுகிறது. அது நம்மை கைகளை நெஞ்சின்மேல் வைத்தும், தலையை தாழ்த்தியும் வணக்கம் செலுத்தத் தூண்டுகிறது... இதற்குப்பின், கலந்துகொள்பவர்கள் எண்ணப்படுகிறார்கள். இதில் ஒவ்வொரு வரிசையின் கடைசி நபர் வரிசையின் எண்ணிக்கையுடன் தனது வரிசையின் தலைவரிடம் செல்கிறார்.

பங்கேற்பாளர்கள் ஓய்வு நிலையில் நிற்க, எண்ணிக்கை பிரமுக்கிடம் கொடுக்கப்படுகிறது. இந்த வகையில் ஷாகாவின் தினசரி வருகை கண்காணிக்கப்படுகிறது. கவனம் என உத்தரவு தொடர்கிறது. அதன்பின் ஒவ்வொருவரும் ஸ்வஸ்தானின் ஆணைப்படி தங்கள் இடத்துக்குச் செல்கிறார்கள்.

அந்த நாளின் எஞ்சியுள்ள செயல்பாடுகள் ஒன்றன்பின் ஒன்றாக இடம்பெறுகின்றன. கடைசியாக ஷாகாவிலிருந்து கலைந்து செல்வதற்கான பிரமுக்கின் விசில் ஒலிக்கிறது. ‘*நமஸ்தே சதா வத்சல மாத்ரு பூமி,*’ என தாய்நாட்டு வணக்கப்பாடல் பாடப்படுகிறது. கொடிக்கு இன்னொரு வணக்கம் செலுத்தப்படுகிறது. அதன்பின் அது இறக்கப்படுகிறது. இறுதியாக, கலைந்துசெல்ல ஆணை பிறபிக்கப்படுகிறது. இந்த உத்தரவின்படி, சுயம்சேவக்குகளான சங் விகிர் தங்கள் வலதுபக்கம் திரும்பி வணங்கி கலைந்துசெல்கிறார்கள்.

ஒவ்வொரு நாளும், ‘*மித்ராய நமஹ்*’ என்று துவங்கி ‘*ஸ்ரீசவித்ர் சூர்ய நாராயணாய நமஹ்*’ என்று முடியும் பண்ணிசையோடு சூரிய நமஸ்காரம் கட்டாயம் செய்யப்பட வேண்டும். நாங்கள்

செய்துவந்த மற்ற யோகாசனங்கள், தடாசனம் (மலைகாட்சி), வ்ரிக்சாசனம் (மரம்), திரிகோனாசனம் (முக்கோணம்), வீர்பத்ராசனம் (மாவீரர்), வஜ்ராசனம் (இடிமுழக்கம்), உஷ்ட்ராசனம் (ஒட்டகம்) மற்றும் ஷாவாசனம் (பிரேததோற்றம்).

உட்காருவதற்கான கட்டளை 'அப்விஷ், நிற்பதற்கான கட்டளை 'உட்டிஷ்த்' அன்றாடம் விளையாட்டுக்களை ஏற்பாடுசெய்வது சட்ட உரிமை உடையது. அவை- தவளை, வணக்கம் செலுத்துதல், புலி, நமஸ்காரம், கபாடி, தீயசாம்பல் ஆவி, கரடிச்சண்டை, சாவின் நடனம், ராம-ராவணா, ஆற்றைக்கடத்தல், நண்பனைப் பாதுகாத்தல், நெருப்புக்குழி, தாவும்போர்க்கடவுள், டெல்லி எங்களது...

நாங்கள் உண்போம், தலைவரை அடையாளம் காண், அஞ்சலகம், ராம்கிருஷ்ணா போன்ற சில விளையாட்டுகள் அமர்ந்து விளையாடக்கூடியவை.

சங் முக்கியமான ஆறு பண்டிகைகளைக் கொண்டாடியது: அவற்றுள் தீபாவளி, ஹோலி, குடியரசுதினம், சுதந்திரதினம் ஆகியவை உள்ளடங்கியிருக்கவில்லை. நாங்கள் எவற்றைக் கொண்டாடினோம் என்றால், 'வர்ஷ்பிரதிப்பாட்' (இந்து புத்தாண்டு) மற்றும் ஆர்எஸ்எஸ் நிறுவனர் ஹெட்கேவரின் பிறந்த நாள் ஆண்டுவிழா ஏப்ரல் 1, விஜயதசமி, மகர சங்கராந்தி, (இந்தத் துணைக்கண்டத்தில் அறுவடைப் பருவத்தை குறிக்கும் குளிர்காலத்துக்குப் பிந்தைய நாள்) இந்து சாம்ராஜ்ய நாள் (1774இல் பேரரசராக சத்ரபதி சிவாஜி போன்ஸ்லே ஒரு பிராமணனால் முடிசூட்டிக்கொண்ட நாள்) ரக்ஷா பந்தன் (வட இந்தியாவில் இந்துக்களிடையே சகோதரிகள் தங்கள் சகோதரர்களின் மணிக்கட்டுகளில் பாதுகாப்பு தாயத்துகளைக் கட்டுவது) மற்றும் குருபூர்ணிமா (இதில் ஆசிரியருக்கு பரிசுகள் எப்பொழுதும் கொடுக்கப்படும். இந்த நிகழ்வில் ஆர்எஸ்எஸ் காவிக்கொடியின்கீழ் குருவின் பெயரால் நன்கொடைகள் திரட்டப்படும்).

ஷாகாவில் கலந்துகொள்ள வெள்ளைச்சட்டையையும், காக்கி அரைக்கால் சட்டையையும், பழுப்புநிற காலணிகளையும் அணிவது கட்டாயம். இதுதான் எங்களது சீருடை. ஷாகாவின் ஒவ்வொரு உறுப்பினரும் அல்லது சுயம் சேவக்கும் இந்த கன்வேஷ் என்ற சீருடையை தனது சொந்தப்பணத்தில் வாங்கியாக வேண்டும்:

ஷாகாவின் அறிவுத்திறன் பிரிவின்போது, சப்பாஷித் என அழைக்கப்படும் ஒரு சமஸ்கிருத சிற்றுரையை, இறவாப்புகழுடைய அம்ரித்வாச்சன் என அழைக்கப்படும் மாபெரும் மனிதரின் படைப்புகளிலிருந்து சில உரைகளை, சில நேரங்களில் குறும் சொற்பொழிவுகளை நாங்கள் பெற்றோம். பாரத்வர்ஷாக்களின் ஒற்றுமை பற்றிய ‘ஏகாத்மதா ஸ்தோத்ரா மற்றும் ஏகாத்மதா மந்த்ராவை’ இசைக்க நாங்கள் கற்பிக்கப்பட்டோம். நாங்கள் இதுபோல பாடினோம்:

> இந்துராஷ்ட்ரத்தை அறிவிக்கும் சங்கே முழங்குக
> ஒவ்வொரு முடிநுனியிலும் இந்த சவாலே எழுக
> வீரஆட்டத்தின் வெளிச்சத்தில் இருளே விலகுக
> இந்துவும் இந்துஸ்தானமும் என்றென்றும் உயர்க.

சிவாஜி, ராணா பிரதாப், மஹாதேவா, கடவுள்சிவா, மற்றும் ஆர்எஸ்எஸ் தலைவர்களான மாதவ் (சதாசிவ் கோல்வாக்கர்) கேசவ் (பாலிராம் ஹெட்கோவர்) புகழ்பாடும் கோஷங்களை எழுப்பவும் நாங்கள் கற்றுக்கொண்டோம்.

நான் கிராமத்திலிருந்த காலத்திலிருந்து, பில்வாராவை அடைந்த காலம்வரை ஷாகாவில் கலந்துகொள்வது என்னுடைய நாளின் உள்ளார்ந்த பகுதியானது. எனக்குப் பிடித்தமான ஷாகாக்கள் ஆஜாத் நகர், முகர்ஜி உடியன் மற்றும் மஹாத்மா காந்தி மருத்துவமனை தோட்டம் ஆகியவற்றில் இருந்தன. படைவீரர்களைப் போன்ற உணர்வோடு, எங்கள் மூங்கில் கம்புகளுடன், முழுச்சீருடையில் காலை ஷாகாக்களுக்கு சென்றுவருவதை நாங்கள் வழக்கமாக்கிக்கொண்டோம். ஷாகாவின் மிகச் சிறிய அலகு தனியொரு சுயம்சேவக், அவருக்கு மேலே கடா நாயக்-குழுத்தலைவர், பின்பு முதன்மை ஆசிரியர். அவர்தான் தலைமை. எல்லா கட்டளைகளையும் தருபவர். ஷாகாவின் அமைப்புமுறையும், நடத்தும்முறையும் மிகுந்த போர்த்தன்மை வாய்ந்தது. உண்மையைச் சொல்லவேண்டுமானால், நான் அதை விரும்பினேன். வயதானவரோ அல்லது இளைஞரோ ஒருவருக்கொருவர் மரியாதை காட்டியதும் எங்களில் ஒருவர் மற்றவரை ‘ஜி’ என அழைக்கும் முறையும், உணர்ச்சிபூர்வமானதாகவும், மேலே உயர்த்துவதாகவும் இருந்தது.

இன்றும்கூட நாங்கள் பாராயணம் செய்யப் பயன்படுத்திய ஷாகாக்கள் பலவும், பாடுவதற்கு நாங்கள் பயன்படுத்திய பாடல்களும், காவிக்கொடியின் முன்னால் வழிபாட்டை

பாராயணம் செய்யப் பயன்படுத்திய வழிமுறைகளும், எங்கள் நெஞ்சின்மீது கைகளை வைத்து நேராக நின்று, 'நமஸ்தே சாதா வத்சாலே மாத்ருபூமி...' 'ஓ! அன்புமிக்க அன்னையே, நாங்கள் உன்னை வணங்குகிறோம்' என்று இசைத்ததும் எனது நினைவுகளில் இருக்கின்றன.

ஷாகாவில் தேசியப்பற்றின்மீது ஏராளமான அழுத்தங்கள் அங்கே இருந்தன. மேலும், எந்தவிதத்திலும், எனது இதயம் எனது நாட்டின்மீது உள்ள அன்பால் நிறைந்திருந்தது. ஷாகாவில் பாடல்களைப் பாடுவதை நான் மிகவும் நேசித்தேன். அவை எனது இதயத்தில் மனப்பாடமாக உள்ளன.

> அமைப்பைக் கட்டுவதில் முன்னேறிச்செல்க
> அந்தப் புனிதத்தடத்தில் முன்னேறிச்செல்க
> தேசத்தைக்கட்டுவது அந்தப்பணிகள்தான்
> ஒருபோதும் அங்கே பின்னடைய விடாதே.

பாரதமாதாவுக்கு அங்கே பாசுரங்கள் இருந்தன.

> அன்னையே உன் புகழ் என்றென்றும் மிளிரட்டும்!
> எங்கள் சிறுவாழ்வை கடந்தும் நீளட்டும்!

பின்னர் அங்கே ஒரு ஸ்லோகம் இருந்தது: அதை இசைப்பதற்கு நான் ஆசீர்வதிக்கப் பட்டிருந்தேன்.

> தாயும், தாய்நாடும் சொர்க்கத்தைவிடவும் மகத்தானவை

ராமாவ்தார் தியாகியின் ஒருகவிதையும் அங்கே:

> இந்த தேகம் உனது! இந்த சிந்தனையும் உனது!
> ஒவ்வொரு மயிர்க்கண்ணும் உனதே!
> ஓ! என்தாய் நாடே, இன்னும் உனக்கு
> என்னால் அதிகம் தந்திட முடியும்!

பாடல்களும், கவிதைகளும் அங்கே புகழ்மிக்கவகையில் உணர்வூட்டுவனவாக இருந்தன. ஒவ்வொரு நாளும் ஹோலி அல்லது தீபாவளி போல இருந்தது.

அந்த ஷாகாவில் கலந்துகொண்டவர்களாகிய நாங்கள்தான் உண்மையில் தேசப்பற்று உடையவர்கள். மீதமிருந்தவர்கள் எல்லாம் தெளிவாக துரோகிகள் என எனக்குத் தோன்றியது.

7
ஆசிரியருக்கு காணிக்கை, உணவை பகிர்ந்துகொள்ளுதல்

சங் அமைப்பின் பல்வேறு செயல்அலுவலர்களுக்கும், பிரச்சாரக்குகளுக்கும் தங்குமிடம், உணவு, பயணம் முதலான இதுபோன்ற செலவுகள், குரு அல்லது ஆசிரியரை கௌரவிக்க அர்ப்பணிக்கப்பட்ட குருபூர்ணிமா அன்று கொடிக்கு அளிக்கப்பட்ட காணிக்கைகளிலிருந்து செய்யப்பட்டன. பல்வேறு ஷாகாக்களிலிருந்து திரட்டப்பட்டத் தொகைகள் தலைமையகத்தை வந்தடையும். அங்கு திரட்டப்பட்ட மொத்தப்பணமும் வசதிமிக்க தனிநபர் கரசேவக்குகளிடம் பாதுகாப்பாக வைக்கப்படும். அவரிடமிருந்து பல்வேறு தொகைகள் அவ்வப்போது பெறப்படும்.

பிரச்சாரக் சங் அமைப்பின் முழுநேர செயல்பாட்டாளர்: திருமணமாகாதவராகவும், ஒரு பகுதிநேர செயல்பாட்டாளர் சிந்தனையாளராகவும் குடும்பவாழ்வில் நுழைந்தவராகவும் (கிரஹஸ்தாஷ்ரம்) சமுதாயத்தில் சங் அமைப்பின் வலைப்பின்னலை விரிவுபடுத்துபவராகவும் இருப்பார்.

பில்வாராவில், சங் அமைப்பின் பணம் சபுன்சாலையில் வசிக்கும் ஒரு வர்த்தகரிடம் வைக்கப்பட்டிருந்தது. அந்தப்பணம் தனிப்பட்ட செலவுகளுக்கு பயன்படுத்தப்படவில்லை. பிரச்சாரக் எந்த சம்பளமும் பெறுவதில்லை. அவரது தனிப்பட்ட செலவுகள் மிகவும் குறைவு. அந்தப்பணம் சமூக நலப்பணிகளுக்கு மட்டுமே பயன்படுத்தப்பட்டது. பிரச்சாரக் முற்றிலும் ஒரு எளிய வாழ்க்கையையே வாழ எதிர்பார்க்கப்பட்டார். அவரது உடலில் ஒருதொகுதி துணிகளுடன், அவரது பையில் ஆர்எஸ்எஸ் கன்வேஷ்

அல்லது சீருடையுடன் அவர் அவரது அலுவலகக் கடமைகளில் ஈடுபடவேண்டும் என சங் தலைமையால் எதிர்பார்க்கப்பட்டார். பெரும்பாலான பிரச்சாரக்குகள் உண்மையில் இத்தகைய வாழ்க்கையையே நடத்துகிறார்கள். அங்கே யாரெல்லாம் ஊழல்வாதிகளாக ஆகிவிட்டார்களோ, யாரெல்லாம் தனிப்பட்ட செல்வத்தைப் பெற்றுக்கொண்டார்களோ, ஒரு பிரச்சாரக்காக யாரெல்லாம் வணிகம் அல்லது அரசியல் நடவடிக்கைகளில் ஈடுபட்டார்களோ அவர்களும்கூட இருக்கிறார்கள். ஆனால் இவர்கள் மதிக்கப்படுவதில்லை மேலும் அவர்களுக்குப்பின்னால் கிசுகிசுக்கப்படுகிறார்கள்.

எனது காலத்தில் மாவட்ட பிரச்சாரக் சிவ் ஜி பாய்சாஹேப் மிகவும் கொள்கைப்பூர்வமான மனிதராக இருந்தார். அவர் கண்டிப்பான ஒழுக்கத்தைக் கடைப்பிடித்தார்; பராமரித்தார். எளிய மற்றும் சிக்கன வாழ்வை வாழ்ந்தார். அவரிடம் இரண்டு தொகுப்பு குர்தாவும், பைஜாமாவும், ஒரு துணிப்பையும் சொந்தமாக இருந்தன. அவர் தரையில் படுத்துறங்கினார். அடக்கத்துடன் உணவுண்டார். அவர் அசாதாரணமான நேரம் தவறாமையைக் கடைப்பிடித்தார். அவருக்கு தனிப்பட்ட வாழ்வு ஏதும் இல்லை. அவர் தனது பெரும்பாலான நேரத்தை அந்த வட்டாரத்தில் பயணம் செய்வதில் கழித்தார். எப்போதும் வெள்ளைஉடை அணிந்து கண்டிப்பான வாழ்வை வாழ்ந்தார். இன்றைய நாள் பிரச்சாரக்குகளைப்போல, அரசியலிலோ, வணிகத்திலோ, அல்லது இவைபோன்ற நேர்மையற்ற திட்டங்களிலோ அவர் தன்னை ஈடுபடுத்திக்கொள்ளவில்லை. நகரத்திலுள்ள பெரும்பாலான பிரச்சாரக்குகள் சிவ்ஜி பாய்சாஹேப் போன்றவர்களாக இருந்தார்கள். உண்மையில் அந்தநேரத்தில் ஆர்எஸ்எஸ் பிரச்சாரக்குகள் மீது எல்லையற்ற மரியாதை வைத்திருந்தேன். நான் இந்த மூத்தசகோதரராக வழிகாட்டும் தலைவர்களை- பாய்சாஹேப்களை மதித்தேன். அவர்கள் எவற்றைச் செய்தாலும் அவற்றில் எந்த ஒரு தவறையும் கவனிக்க நான் விரும்பவில்லை. உண்மையில் இப்போது நான் நினைத்துப்பார்க்கிறேன், அங்கே பக்வான் ஜி பாய்சாஹேப் என்ற வட்ட பிரச்சாரக் ஒருவர் இருந்தார். சங் வேலைகளுக்கு அப்பாற்பட்ட நடவடிக்கைகளில் சம்பந்தப்பட்டிருந்தார். அவர் ஒரு பெரிய வணிகராகவும், அரசியல் தலைவராகவும் உருவாகிக்கொண்டே இருந்தார்.

மாவட்ட பிரச்சாரக்கிடம் ஒரு மோட்டார் சைக்கிள் இருந்தது. அதன்மூலம் அவர் மாவட்டம் முழுவதும் பயணம் செய்தார், பெட்ரோலுக்கும், தினசரி செலவுகளுக்குமான பணம் வணிகரும், பாஜக தலைவருமான ஷ்யாம் ஜி தாட் என்பவரின் சபூன் ரோடு கடையிலிருந்து பெறப்பட்டது: மாவட்ட பிரச்சாரக் ஒரு துண்டுக்காகிதத்தில் ஒரு தொகையை எழுதுவார்; அதில் கையெழுத்திடுவார். இந்தக் குறிப்பில் உள்ளவாறு பணம் கொடுக்கப்படும். அவ்வப்போது இந்தத் தூதுக்கு நான் அனுப்பப்பட்டேன். ஆனால் நான் இதை ஒருபோதும் விரும்பவில்லை. இந்த வர்த்தகர்களும், வணிகர்களும் அவர்களைப்பற்றி மிக உயர்ந்த கருத்துகளைக் கொண்டிருந்தார்கள். பொறுப்பில் இருந்தவர்களிடம் மிகநல்ல முறையில் நடந்துகொண்டார்கள். அவர்கள் யாருக்குத் தேவைப்பட்டார்களோ அவர்களிடம் மிகவும்கடுமையாக சிறப்பாக தூரத்தில்வைத்தும், ஒழுங்குமுறையாகவும் ஆனால் அடிக்கடி மிகவும் அருவருப்பாகவும் நடந்துகொண்டார்கள்.. பிரச்சாரக்கின் கடிதத்தைப் பெற்றுக்கொண்டதும், அவர்கள் எப்போதும் பணத்தை விடுவித்தார்கள். ஆனால் அவர்கள் ஏதோ பிச்சையிடுவதுபோல, சுயம் சேவக்குகளின் நன்கொடையிலிருந்து பணம் வரும்போது, அவர்கள் அதன் வெறும் காவலர்களாக இருந்துகொண்டு, அவர்கள் ஏதோ மிகப்பெரிய அனுகூலத்தை எங்களுக்கு செய்வதைப்போல நடந்துகொண்ட முறையை நான் வெறுத்தேன்.

ஒருமுறை நான் பிரச்சாரக்கிடம், குருதட்சணையிலிருந்து திரட்டப்படும் தொகை ஏன் ஒரு வங்கியில் இட்டுவைக்கப் படவில்லை. இந்தப் பணத்தில் எந்த ஒன்றையும் பிரிவதில் யார் விருப்பமின்றி இருக்கிறார்களோ அந்த பணியாக்களை ஏன் சார்ந்து இருக்கவேண்டும் என்று கேட்டேன். அதற்கு பதிலாக அவர் கூறினார், 'நண்பரே, இந்தப்பணம் செல்வச்சிறப்புடைய பிரச்சாரக்குகளிடம் பத்திரமாக இருக்கும். மற்றவர்களோ தேவைக்கேற்ப செலவு செய்து அதை முடித்துவிடுவார்கள். இந்த சமுதாயத்தினர் பணத்தைப் பராமரிப்பதிலும், கணக்குவைப்பதிலும் சிறந்தவர்கள் என நிரூபிக்கப்பட்டவர்கள். அதனால்தான் நாடு முழுவதிலும் குருதட்சணை நன்கொடைகள் அவர்களது பாதுகாப்பில் வைக்கப்படுகிறது, இதுவரை எந்த ஒரு புகாரும் அங்கே வரவில்லை.'

அவரது பதிலில் நான் நம்பிக்கை கொண்டேன். மீண்டும் ஒருபோதும் இந்த நடைமுறை மெய்யறிவின் மீது நான் சந்தேகம் கொள்ளவில்லை. இந்த சமுதாயம்தான் சுயம்சேவக்குகளின் நிதிகளை நிர்வகிப்பதில் நன்கு தேர்ந்தது என்பதையும், ஒவ்வொரு சாதிக்கும் ஒருகுறிப்பிட்ட வகையான வேலை ஒதுக்கீடு செய்யப்படுகிறது. அதில் அது நன்றாக செயல்படுகிறது. அதனால்தானோ, என்னவோ நமது முன்னோர்கள் சாதிவாரியாக தொழில்களை ஒதுக்கீடு செய்துள்ளார்கள் என்பதையும் நான் புரிந்து கொண்டேன்.

சங் அமைப்பின் செலவுகள் எவ்வாறு கையாளப்பட்டன என்பது இப்படித்தான். ஆனால், உணவு எந்தச்செலவிலும் சம்பந்தப்படவில்லை. சங் அமைப்பின் எல்லா செயல்பாட்டாளர்களும் வெவ்வேறு மக்களின் வீடுகளில் உணவுண்ண வேண்டும் என எதிர்பார்க்கப்பட்டார்கள். சங் அலுவலகத்தில் வசித்து வந்தவர்களான நாங்கள் எங்கள் சொந்த உணவைத் தயாரித்துக் கொண்டோம். ஆனால் சில நேரங்களில், பிரச்சாரக் உணவு உண்ண அழைக்கப்பட்டபோது அவருடன் நாங்களும் சென்றோம். பெரிய வணிகர்களும், தொழிலதிபர்களும் நாங்கள் அனைவரும் புண்ய பாய்சாஹேப் என அழைக்கும் பிரச்சாரக் வருகையைப் பெரும் கௌரவமாகக் கருதினார்கள். அந்த உணவு எளிமையான, சுவையான மற்றும் சைவ உணவாக இருந்தது.

சத்திரியர்களாக இருந்த பிரச்சாரக்குகள் மாமிசம் உண்ண அனுமதிக்கப்பட்டார்கள் என நாங்கள் கேள்விப்பட்டோம். ஆனால் ஒருபோதும் சங் அலுவலகத்திலோ அல்லது சங் ஆதரவாளர்களின் வீடுகள் போன்ற பொது இடங்களிலோ அல்ல. தனிப்பட்ட முறையில், தனியொரு சுயம் சேவக்கிலிருந்து மிகவும் கௌரவவிக்கப்பட்ட தலைமை பிரச்சாரக் அல்லது சர்சங் சாலக் வரை மாமிசம் உண்ண அனுமதிக்கப்பட்டனர். உண்மையில், குறிப்பிட்ட சில உணர்ச்சியார்வம் கொண்டவர்கள் இந்துக்கள், அவர்களது சைவ உணவுமுறையின் காரணமாக பலவீனர்களாகவும், கோழைகளாகவும் ஆகிவிட்டார்கள் எனவும், உடல்வலிமையைக் கட்டமைக்கவும், குரூரமான எதிரிகளைத் தோற்கடிக்கவும் மாமிசம் கட்டாயம் எனவும் நம்பினார்கள். ஆனால் சங் போதனைகளிலும், அதன் நடவடிக்கைகளிலும் இதன்மீது எந்த ஊசலாட்டமும் இல்லை. ஏனென்றால் மிகவும் உறுதியான

ஆதரவாளர்கள் பிராமணர்களாகவும், பணியாக்களாகவும் இருந்தார்கள். அவர்கள் சைவர்கள். இருந்த போதிலும், இவர்களிலும்கூட சிலர், எதிராளிகளை அமைதிப்படுத்திவிட்டு இரகசியமாக அசைவ உணவுகளை உண்டுமகிழ்ந்தார்கள். நான் சைவனாகவும், மாமிசம் உண்பதை வாய்மொழியாக விமர்சனம் செய்பவனாகவும் பிறந்து வளர்க்கப்பட்டேன். எனது தந்தை ஒருபோதும் சாராயத்தையோ அல்லது மாமிசத்தையோ தொட்டதில்லை. எங்கள் வீட்டுக்குள் இவற்றை ஒருபோதும் அனுமதித்ததில்லை. எனவே எனது பிறப்பு என்னை சைவ உணவுமுறையின் தொண்டனாக ஆக்கியது. மேலும், நான் ஒரு கோவிலின் பூசாரி ஆக்கப்பட்டபோது இந்தக்கண்ணோட்டம் வலுப்பட்டது. இந்தவிஷயத்தில் எனது கருத்து மிகவும் பிந்தைய காலத்தில் தான் மாறியது.

நான் சங் அலுவலகத்தில் வசித்துவந்ததால், உணவை பிரச்சாரக்குகளுடன் பகிர்ந்துகொள்ள நான் அடிக்கடி ஆதரவாளர்களின் வீடுகளுக்கு சென்றுவந்தேன். ஆனால், நான் மிகவும் தயங்கினேன், ஏனென்றால் யாராவது ஒருவர் எனது சாதியைக் கேட்கக்கூடும் என்று எப்போதும் பயந்தேன், அதன்பின் என்னைப்பற்றிய அவரது நடத்தை மாறிவிடக்கூடும். இந்த பயத்துக்கு அடித்தளம் இல்லாமலில்லை. ஏனென்றால் இது உண்மையாகவே இரண்டொரு வீடுகளில் நடந்தது. ஆனால் நான் பிரச்சாரக்குடன் சேர்ந்துவரவேண்டும் என எதிர்பார்க்கப்பட்டேன். எனவே அதை நான் செய்தேன். அத்துடன்கூடவே, நகரங்களின் விருந்தோம்பலில் கிராமங்களின் உணர்வும், அரவணைப்பும் இல்லாமலிருந்ததும், ஒருவரோடொருவர் பேசிக்கொள்வது ஒரு சடங்காகவும், மேலெழுந்தவாரியாகவும் இருந்ததும், உணவில் நறுமணச் சரக்குகளும், பருவகாலத்துக்கு ஏற்பனவும் இல்லாததும் என்னைக் களைப்படைய வைப்பதை நான் உணர்ந்தேன். என்னுடைய மனநிலையை அறிந்துகொண்ட பிரச்சாரக் ஜி, ஒருநாள் எனக்கு வெவ்வேறு மக்களுடன் உணவைப் பகிர்ந்துகொள்ள நாங்கள் ஏன் வீடுவீடாகச் சென்றோம் என்பதை விளக்கினார்.

வீடுகளில் உணவுண்ணும் நடைமுறை மிகவும் தனித்தன்மையானது. அது, சமுதாயத்துக்குள் சங் அமைப்பைக் கொண்டுசெல்வதை மிகவும் ஆழமாக்குகிறது. சங் அமைப்பின் வேலைகளில் சுயம்சேவக்குகளின் குடும்பங்கள்

ஈடுபடுவதை ஊக்கப்படுத்துகிறது. இந்தச் சந்திப்புக்கள் மூலம் சங் அமைப்புக்கு சாதகமான உணர்வுகள் உருவாகின்றன. வீடுகளுக்குச் செல்வது குடும்பங்களை ஈர்க்கும்போது தனித்தனி சுயம்சேவக்குகளை ஷாகா இணைக்கிறது. இந்த விளக்கம் இந்த நடைமுறையைப் பற்றிய எனது சந்தேகங்களை எந்தவிதத்திலும் நீக்கவில்லை.

பிரச்சாரக் ஜி ஒருமுறை என்னிடம், 'சங் அமைப்பு மதமாற்றம் செய்கிற அல்லது போராட்டம் நடத்துகிற முறையில் செயல்படுவதில்லை, ஆனால் அதற்குமாறாக, இதன் முயற்சிகள் தனிநபர்களை நட்புணர்வு மற்றும் அரவணைப்பின் மூலமாக அடைவதாகும். தனிநபர் தனிநபராக மக்களைத் தொடுவதன்மூலம் அவர்களை உள்வாங்குகிறது. அவர்களை நமது கருத்தியலுக்கு தயார் செய்கிறது- இதுதான் சங் அமைப்பின் பாணி' என்று கூறினார். அதனால்தான் சங் அமைப்பு தன்னை தனிநபர்களைக் கட்டமைக்கும் ஒரு தொழிற்கூடம் என்று அழைத்துக் கொள்கிறது. வீடுகளில் உணவுண்ணுவதன் மூலம் குடும்பத்தின் ஒவ்வொரு உறுப்பினரையும் நாங்கள் சந்திக்கிறோம்; பேசுகிறோம். வாழ்நாள் முழுவதும் நீடிக்கின்ற ஒரு உணர்வுபூர்வமான பந்தத்தைக் கட்டுகிறோம்.

இந்தவகையில் சங் அமைப்பு ஒவ்வொரு குடும்பத்திலும் நுழைகிறது; ஒவ்வொரு நபரின் இதயத்துக்குள்ளும், மனதிற்குள்ளும் எங்களது போதனைகளை கொண்டுவருகிறது. வெளிப்படையான நாடகம் ஏதும் இல்லை. இந்த உலகத்தின் கண்களுக்கு எதுவும் தென்படாது. வீடுகளுக்குள்ளும், மனங்களுக்குள்ளும் ஒவ்வொரு நாளும் அமைதியாக ஊடுருவுவதும், குருதட்சணை மூலம் நிதி திரட்டுவதும் என (எல்லாவித பின்னடைவுகளுக்கும், அனுகூலமற்ற சூழ்நிலைகளுக்குப் பிறகும்) எங்கள் பணிகள் தொடர்ந்து அமைதியாக சென்றுகொண்டிருக்கின்றன. இது பின்பற்றுவதற்கு கடினமான பாதை. அதிகமான பொறுமையையும், சில உடனடி முடிவுகளையும் இது கோருகிறது. இதுதான் எங்கள் வழி. ஒவ்வொரு நாளும் ஷாகாவில் இதைத்தான் நாங்கள் போதிக்கிறோம்.

8

சங் அமைப்பு

சங் அமைப்பு இந்த நாட்டை பதினொரு மண்டலங்களாக (க்ஷேத்ரா)வும், நாற்பத் தொரு மாவட்டங்களாகவும் (ஜில்லா) அதன்பணிகளுக்காக அமைத்திருக்கிறது. அந்த மண்டலங்களாக, தெற்கு, தென்-மத்தி, மேற்கு, மத்தியம், வட-மத்தி, வடக்கு, மேற்கு-வடக்கு-மத்தி, கிழக்கு- வடக்கு- மத்தி, வடக்கு-கிழக்கு, கிழக்கு மற்றும் அஸ்ஸாம் உள்ளன.

நாற்பத்தொரு மாவட்டங்களாக- கேரளா, தெற்கு மற்றும் வடக்கு தமிழ்நாடு, தெற்கு மற்றும் வடக்கு கர்நாடகா, மேற்கு மற்றும் கிழக்கு ஆந்திரா, கொங்கணம் மேற்கு மஹாராஷ்ட்ரா, ஹேவகிரி, விதர்ப்பா, குஜராத், மால்வா, மத்திய இந்தியா, மஹா கௌஷல், சத்தீஸ்கர், சித்தூர், ஜெய்பூர், ஜோத்பூர், டெல்லி, ஹரியாணா, பஞ்சாப், ஜம்மு-காஷ்மீர், ஹிமாச்சல், உத்தரகாண்ட், மீரட், ப்ராஜ், கான்பூர், அவாத், காசி, கோரக்பூர், வடக்கு மற்றும் தெற்குபீகார், ஜார்க்கண்ட், உத்கல், தெற்கு மற்றும் வடக்கு வங்காளம், தெற்கு மற்றும் வடக்கு அஸ்ஸாம், அருணாச்சல் மற்றும் மணிப்பூர் உள்ளன.

ஒவ்வொரு நிர்வாக மாவட்டமும் மேலும் இரண்டு அல்லது மூன்று சங் மாவட்டங்களாக பிரிக்கப்பட்டுள்ளன. இந்த ஒவ்வொரு அலகுக்கும் பல்வேறு படி நிலைகளில் சங் செயல்பாட்டாளர்கள் நியமிக்கப்பட்டுள்ளார்கள். இப்போது 'சங் சிந்தனைக் குடும்பம்' என்று அழைக்கப்படும் இந்த வெவ்வேறு மண்டலங்களும் ஒவ்வொரு படிநிலையிலும் அதிகாரப்பூர்வ பதவிகளைப் பெற்றுள்ளன. அந்தப்பதவிகள் பிரச்சாரக்குகளால் ஒருங்கிணைக்கப்படுகின்றன. மேலும் ஒரு

பிணைப்பு அலுவலரால் தலைமை தாங்கப்படுகின்றன. அவர்கள் அனைவரும் சங் அலுவலகத்தில் நடைபெறும் வழக்கமான மாதாந்திரக் கூட்டங்களுக்கு ஒன்றாக வருகிறார்கள். ஒவ்வொரு மாவட்டத்திலுமுள்ள சங் அலுவலகம் ஒரு பிரச்சாரக், மற்றும் ஒரு விஸ்டாரக், கன்வேஷ், கம்புகள், புத்தகங்கள், மற்றும் பிற பொருள்களுடன் கூடிய பொருள் வைப்பறையைக் கொண்டுள்ளன. அவை வாங்கப்படலாம்.

இந்த வகையில், மூன்று அடுக்கு அமைப்புரீதியான நிர்வாக இயந்திரத்துடன் மென்மையான செயல்பாட்டைக் கொண்டிருக்கிறது. கீழ்நிலை அளவில் தனிப்பட்ட சுயம்சேவக், சங் அமைப்பின் அடிப்படை அலகாக இருக்கிறார். அவர்மீது தான் அமைப்பு தங்கியிருக்கிறது. அவர்களில் பலரும் ஒன்றாக வருகை தந்து தினசரி ஷாகாவாக அமைகிறார்கள்.

சுயம்சேவக்குக்கு மேல் கடநாயக், ஞானநாயக், முதன்மை ஆசிரியர், ஷாகா மேலாளர், (கார்யவாஹ்) மற்றும் மண்டல அலுவலர் உள்ளார்கள்.

உயர்மட்டத்தில் மூன்று புனித நதிகளின் சங்கமம் போல பிரச்சாரக்குகள், கார்யவாஹ்கள், மற்றும் சங்சாலக்குகள் ஆகியோர் அமைப்பில் இறங்குவரிசையில் இருக்கிறார்கள். இவ்வாறு நகர பிரச்சாரக், நகர கார்யவாஹ், நகர சங்சாலக். மாவட்ட பிரச்சாரக், மாவட்ட கார்யவாஹ், மாவட்ட சன்சாலக் மற்றும் இவ்வாறே மண்டல அளவுவரை இருக்கிறார்கள். பின்னர் இறங்குவரிசையில் சர்கார்யவாக் (முதன்மை மேலாளர்) மற்றும் சர்சங்சாலக் மிக மேல்நிலையில், உச்சத்தில் இருக்கிறார்கள். நகரம் மற்றும் மாவட்ட அளவில் உருவாக்கபெறும் கட்டமைப்புக்கள் துறைரீதியாக பிராந்தியம் மற்றும் மண்டலரீதியாக மேல்நோக்கி விரிவடைகிறது. சங் அமைப்பின் சர்சங் சாலக் அல்லது தலைமை இயக்குநர் தலைவராக இருக்கிறார். அவர் பிரச்சாரக்குகளிலிருந்து மட்டுமே தேர்வுசெய்யப்படுகிறார். மற்ற இரண்டு மூலக்கூறுகளான கார்யவாஹ மற்றும் சங்சாலக் இந்தப்பதவிக்கு கணக்கில் எடுத்துக்கொள்ளப் படுவதில்லை. இதுவரை ஆறு பிரச்சாரக்குகள் சர்சங் சாலக் ஆகியிருக்கிறார்கள். அவர்களில் ஐந்துபேர் பிராமணர்கள். (கேசவ் பாலிராம் ஹெட்கேவர், 'குருஜி' எம்.எஸ்.கோல்வாக்கர், மதுக்கர் தத்தாத்ரேயா, 'பாலாசாஹெப்' தேவ்ரஸ், கே.எஸ்.சுதர்சன், மோகன் பகவத்) மற்றும் ஒரு சத்திரியர் (ராஜு பைய்யா என்று அறியப்படும்

ராஜேந்திரசிங்) ஆகியோர் சங் அமைப்பில் பதவிகளில் நியமனம் செய்யப்பட்டிருக்கிறார்கள். தேர்தலில் அல்ல... சங் அமைப்பு ஒரு குடும்பம்போல பணியாற்றுவதாக நினைப்பதால், அங்கே, தேர்வு மூத்தவர்களின் கலந்து பேசுதலோடு செய்யப்படுவதால் அது தேர்தலைவிட மிகவும் ஏற்புடையதாக உள்ளது. சர்சங்சாலக் பதவி வாழ்நாள் முழுமைக்குமானதாக பயன்படுத்தப்படுகிறது. ஆனால், இது இப்போது மாற்றப்பட்டுவிட்டது.

சர்சங்சாலக்குகள் பெரும்பாலும் பிராமணர்களாக இருக்கிறார்களே என்பது பற்றி கேள்விகள் எழுப்பப்பட்டன. ஆனால் சங் அமைப்புக்கு உள்ளிருந்து அல்ல- வெளியில் இருந்து. ஆர்எஸ்எஸ் அமைப்பைப்பற்றியும், அதன் செயல்படும் முறைகள் பற்றியும் எந்தவொரு குறிப்பையும் பெற்றிருக்காதவர்கள் மட்டுமேதான் இந்தக்கேள்வியை எழுப்புவார்கள். புரோகிதர்களின் படிநிலை அமைப்பில், உச்சிக்குவந்த ஒரு பிரச்சாரக் மட்டுமே சர்சங்சாலக் பதவிக்கு கருதப்படுகிறார். மேலும், உச்ச நிலையில் தலித்துகள், ஆதிவாசிகள் மற்றும் பிற்பட்ட சாதியைச் சார்ந்தவர்கள் எண்ணிக்கையில் புறக்கணிக்கப்படக் கூடியவர்களாக உள்ளார்கள். இந்தச் சூழ்நிலைகளின் கீழ் அடுத்த ஐம்பது ஆண்டுகளுக்கு அவர்களில் எவரும் சர்சங்சாலக் ஆகும் வாய்ப்பு அங்கே இல்லை.

சர்சங்சாலக் ஆக வருவதை மறந்துவிடுங்கள், தேசீய அளவில் உயர்நிலை அமைப்புகளான அகில இந்திய பிரதிநிதிகள் சபை, அல்லது அகில இந்திய செயற்குழு ஆகியவற்றில் தலித்துகளும், ஆதிவாசிகளும் மிகக்குறைந்த அளவிலேயே கலந்துகொள்கிறார்கள். கடந்த இரண்டு பத்தாண்டுகளாக, இந்தக்கேள்வி எப்போதிலிருந்து எழுந்ததோ அப்போது முதல் ஆர்எஸ்எஸ் அமைப்பு ஒடுக்கப்பட்ட சமுதாயங்களுக்கு சங் பரிவாரம் அல்லது குடும்பத்தின் வெவ்வேறு பிரிவுகளில் அமைப்பு சார்ந்த பதவிகள் கட்டாயம் கொடுக்கப்படவேண்டும் என்று மிகவும் விழிப்புணர்வோடு இருக்கிறது. எவ்வாறாயினும், இத்தகைய குழுக்களின் நிதர்சனமான இருப்பு தேசிய அளவிலான அமைப்புகளில் இன்னும் கண்ணுக்குத்தெரியாத அளவிலேயே உள்ளது.

1990 மற்றும் 1992 கரசேவை பிரச்சாரப் பயணங்களில் தலித்துகளும், பிற்படுத்தப்பட்ட குழுக்களும் ஆர்வத்தோடு பங்கெடுத்துக்கொண்டார்கள்; மேலும் சங் அமைப்பின்

தலைமையும்கூட இந்தக் குழுக்களின் இளைஞர்களிடம் சிறப்பு கவனம் செலுத்தியது. அவர்களை ஷாகாக்களுக்குள் கொண்டுவர, சங் அமைப்பின் பல்வேறு முன்னணிகளில் பொறுப்புகளை அவர்களுக்கு அளிக்க சிறப்பு முயற்சிகள் மேற்கொள்ளப்பட்டன. இத்தகைய உணர்வுப் பூர்வமான முயற்சிகளுக்குப் பிறகும் மிகச்சில தலித்துகள் மட்டுமே பிரச்சாரக்குகள் ஆனார்கள். மேலும் அவர்கள் மாவட்டம் மற்றும் துறைகளில் கீழ்நிலை மற்றும் நடுநிலைகளிலேயே எஞ்சியிருந்தார்கள். சங் அமைப்பின் துணை அமைப்புகளில் ஒன்றில்கூட தலித் அல்லது ஆதிவாசி தலைகள் இல்லாதது தலைமைக்கு மிகுந்த கவலை அளிப்பதாக இருந்தது.

அகில இந்திய செயற்குழுவை ஒருவர் ஆராய்ச்சி செய்வாரானால், 2,000க்குப் பிறகும்கூட, பெரும்பாலான பதவிகளை வகித்தவர்கள் பிராமணர்களே. கொஞ்சம் பணியா அல்லது க்ஷத்ரியா மற்றும் பிற்படுத்தப்பட்ட வகுப்பிலிருந்து ஒரு ஜோடி மக்கள் இருந்தார்கள். ஒரே ஒரு தலித்தோ அல்லது ஆதிவாசியோ அங்கே இல்லை. இதற்கான காரணம் மிகவும் தெளிவானது. அந்த அமைப்பின் தேசிய நிலை அளவுக்கு உயர தலித்தோ அல்லது ஆதிவாசியோ முயலவில்லை. அப்படியானால், தலித்தோ அல்லது ஆதிவாசியோ எவ்வாறு இந்துராஷ்ட்ராவின் பகுதியாக இருக்கமுடியும்? இது ஒரு சவால் விடுக்கும் கேள்வி.

இந்தியாவின் குடியரசுத்தலைவர் ராம்நாத் கோவிந்தின் எடுத்துக்காட்டு ஒன்றை வெளிப்படுத்துகிறது. அவர் ஒரு 'தீண்டப்படக்கூடாத சாதி'யைச் சார்ந்தவர். பாஜகவில் உயரத்துக்கு எழுந்தார். மேலும் இப்போது இந்த நாட்டின் மிக உயர்ந்த அரசியல் சாசன பதவியை அடைந்துள்ளார். ஆனால் சட்டபூர்வமற்ற ஆர்எஸ்எஸ்-ஸின் மிக உயர்ந்த பதவிக்கு அவர் பெயர் ஒருபோதும் கருதப்படவில்லை.

9
எங்கெங்கும் சங்

தினசரி ஷாகா என்பது தனிநபரைக் கட்டமைப்பதாக பொருள்படுகிறது, ஆனால் சங் அமைப்பின் மிகப்பெரிய செயல்திட்டம் சமுதாய அமைப்பின் ஒவ்வொரு உறுப்பையும் அடைந்து அதைக் கட்டுப்படுத்துவது ஆகும். இந்த முடிவுக்குவர அது பல்வேறு அமைப்புக்களை ஏற்படுத்தியுள்ளது. முதலில், 1936இல் ஒரு பெண்கள் அமைப்பு தோற்றுவிக்கப்பட்டது. அதன் தலைவராக லட்சுமிபாய் கேல்கர் நியமிக்கப்பட்டார். அவர் உலகெங்கும் 'மௌசி ஜி'-அத்தை என அறியப்பட்டவர். அவர் பின்னர் பெண்களுக்காக,-அவர்கள் முதன்மை அணியான ஆர்எஸ்எஸ்-ஸில் ஒருபகுதியாக இருக்க முடியாததால் - 'ராஷ்ட்ரிய சேவிகா சமிதி'யை ஏற்படுத்தினார். நான் இந்த அமைப்பைப்பற்றி முதலில் கேள்விப்பட்டபோது, 'சுயம்' என்ற வார்த்தை அதன்பெயரில் ஏன் காணாமல் போனது? இவ்வாறு அதன் உறுப்பினர்களை மற்றவர்களின் 'வேலைக்காரர்களாக' ஆக்குவதற்கு மாறாக, சுயமானவர்களாக ஆக்கவில்லை என்று ஆச்சரியப்பட்டேன். சுயம்சேவக் என்பது தானாக விருப்பார்ந்து, ஒரு சுயமான முடிவு எனப் பொருள் தருகிறது, அதேநேரத்தில் 'சேவிகா' என்பது பிறரின் கட்டளைப்படி செய்யும் ஒரு குற்றேவல் நிலையைக் குறிக்கிறது. 'ஆண்கள் அவர்களுடைய சுயத்தைக்கொண்டு என்ன செய்யவேண்டும் என்று முடிவெடுக்க முடியும். ஆனால், பெண்கள் மற்றவர்களுக்கு சேவை செய்யவேண்டும்' என்பதை நானாகவே உணர்ந்துகொள்ளும்வரை, நான் மூத்தவர்கள் பலரையும் கேட்டேன். ஆனால் திருப்திகரமான பதில் கிடைக்கவில்லை. சங் அமைப்பின் மூத்தவர்கள் எல்லோரும்

இந்துவாக நான் இருக்கமுடியாது | 47

அதிலும் டாக்டர் சாஹேப் (ஹெட்ஹேவர்- நிறுவனர்) சங் அமைப்புக்குள் பெண்களை அனுமதிக்காததிலிருந்து, ஒரு நல்ல தந்திரமான நகர்வை சரியாக செய்துள்ளார் என்று நம்பினார்கள். ஏனென்றால் சங் அமைப்பிலிருந்த பெண்கள் இப்போது அதன் அழிவை உறுதிப்படுத்தியுள்ளார்கள்.

பெண்களுக்கான ஒரு தனி அமைப்பு மட்டும் அங்கே இருக்கவில்லை. ஆனால், தொழிலாளர்களுக்கும், தலித்துகளுக்கும், ஆதிவாசிகளுக்கும், விவசாயிகளுக்கும், எழுத்தாளர்களுக்கும், அறிவுஜீவிகளுக்கும், பத்திரிகையாளர்களுக்கும், திரைப்படத் தயாரிப்பாளர்களுக்கும் தனித்தனி அமைப்புகள் இருந்தன. சங் அமைப்பின் அடிப்படை தத்துவமும், வடிவமும் இந்த சக்திகளால் கட்டாயம் நீர்த்துப்போகக்கூடாது என்பது இதன் எண்ணமாக இருந்தது. அவர்கள் தனியாக வைக்கப்படவேண்டும். அதனால் தனி நபர்களை வடிவமைக்கும் சங் அமைப்பின் தொழிற்கூடம் தனது உற்பத்தியை தடையின்றி கொண்டுசெல்லமுடியும்.

1948இல் அகில பாரதிய வித்யார்த்தி பரிஷத் என்ற மாணவர் அமைப்பு பள்ளிகள் முதல் கல்லூரிகள், பல்கலைக்கழகங்கள் வரை எல்லா நிலைகளிலும் மாணவர்களை ஒன்றுபடுத்துவதற்காகவும், மாணவர் அரசியலில் தலையிடுவதற்காகவும் அமைக்கப்பட்டது. உரிய நேரத்தில் இந்த அமைப்பு ஒரு அரசியல் கட்சியின் புயல் துருப்புகளாக ஆனது. ஆனால், இதன் முதன்மை விசுவாசம் சங் அமைப்புக்கானது.

1952இல் வன்வாசி கல்யான் ஆஷ்ரம் (வனங்களில் வாழ்வோர் நல்வாழ்வு அமைப்பு) பாலாசாஹேப் தேஷ்பாண்டேயால், ஒதுக்கப்பட்ட வனங்களில் வாழ்வோர் மேம்பாட்டுக்காக நிறுவப்பட்டது. ஆனால், அப்பாவி ஆதிவாசிகளை மதமாற்றம் செய்ய வேலைசெய்து கொண்டிருந்த கிறிஸ்தவ மிஷினரிகளுக்கு சவாலாக விளங்குவது அதற்கு முதன்மையானதாக இருந்தது. வனங்களில் வாழ்வோர் ‘கிரிஜன்’ அல்லது வனமக்கள் என பெயர் சூட்டப்பட்டனர். ஆனால் உரிய நேரத்தில் ‘ஹரிஜன்’, ‘கிரிஜன்’ என்ற வார்த்தைகளைப் பயன்படுத்துவது எதிர்க்கப்பட்டது. எனவே சங் அமைப்பு அந்த வார்த்தைகளைப் பயன்படுத்துவதை நிறுத்திக்கொண்டது.

காந்தியின் படுகொலைக்குப்பிறகும், அதில் சங் அமைப்பு வகித்த பாத்திரம் கணக்கிடப்பட்டதாலும், அதன் செயல்பாடுகளில்

பலவகையான சட்டபூர்வ தடைகள் போடப்பட்டன. சமூகரீதியிலும்கூட அது எல்லா அரசியல் கட்சிகளாலும் ‘தீண்டத்தகாததாக’ ஆனபோது, அரசியல் ஆதரவின் தேவையை சங் உணர்ந்தது. இந்த சூழ்நிலைகளின் கீழ்தான், இரண்டாம் சர்சங்சாலக் குருஜி கோல்வாக்கர் சங் அமைப்போடு நேரடியாக இணைக்கப்பட்ட ஓர் அரசியல் கட்சியை எதிர்பார்ப்பதை துவங்கினார். இந்த நேரத்தில் நேருவின் அமைச்சரவையிலிருந்து ஷ்யாம் பிரசாத் முகர்ஜி விலகினார். ஓர் அரசியல் கட்சியை அமைப்பதற்கு சங் அமைப்பின் உதவியை நேரடியாக கேட்டார். இந்த முன்மொழிவு உற்சாகத்துடன் குருஜியால் வரவேற்கப்பட்டது. சங் அமைப்பிலிருந்த மற்றவர்கள் அரசியல் தலையீட்டுக்கான நேரம் வந்துவிட்டது என நம்பினார்கள். பண்டிட் தீன்தயாள் உபாத்யாயாவும், ஷ்யாம்பிரசாத் முகர்ஜியும் இந்தக் கடமைக்காக அனுப்பப்பட்டார்கள். 1951இல் பாரதிய ஜனசங் என அழைக்கப்பட்ட ஒரு அரசியல் கட்சி முறையான வெளிப்பாட்டுக்குள் வந்தது. நிறுவனத் தலைவராக முகர்ஜியும், பொதுச்செயலாளராக தீன்தயாள் உபாத்யாயாவும் ஆனார்கள். 1953இல் முகர்ஜி காலமானபிறகு, கட்சி சங் அமைப்பின் நேரடி கட்டுப்பாட்டுக்குள் வந்தது. 1967இல் ஜனசங்கம் பல மாநிலங்களில் மற்ற கட்சிகளுடன் கூட்டணி அரசுகளில் பங்கேற்றது. 1975இல் அவசரநிலைக்கு எதிர்ப்பாக அது ஜேபி இயக்கத்தில் சேர்ந்தது (சோசலிஸ்ட் தலைவர் ஜெயப்பிரகாஷ் நாராயண் துவக்கிய ‘முழுப்புரட்சி’ இயக்கம்). மேலும் உடனடியாக ஜனதா கட்சியுடன் இணைந்தது. குறுகிய காலமே நீடித்த அரசின் அங்கமாக ஆனது. 1980இல் பாரதிய ஜனதா கட்சி அடல் பிஹாரி வாஜ்பேயி மற்றும் லால் கிருஷ்ண அத்வானி தலைமையின்கீழ் அமைக்கப்பட்டது. அந்த நேரத்தில் பாராளுமன்றத்தில் இரண்டு இடங்களிலிருந்த பாஜக, இன்று முழுப்பெரும்பான்மையுடன் சுயம்சேவக் நரேந்திரபாய் தாமோதரதாஸ் மோடியை பிரதமராகக் கொண்டிருக்கிறது. ஆர்எஸ்எஸ் மீண்டும் மீண்டும் தன்னை ஒரு சமூக மற்றும் கலாச்சார அமைப்புதான் என்றும், ஒரு அரசியல் அமைப்பு அல்ல என்றும் கூறிக்கொண்டாலும், இது சங் அமைப்பின் நீண்டகால உத்தியின் விளைவு ஆகும். ஜனசங்கத்திலிருந்து பாஜகவுக்கு ஆர்எஸ்எஸ் தனது சக்தி முழுவதையும் குவித்து தனது நம்பிக்கையிலிருந்து பிறந்த கட்சியை வளர்ப்பதில் ஈடுபட்டது. இப்போது மத்தியில் அரசியல் கட்டுப்பாட்டை சங் கொண்டிருப்பது இந்த முயற்சிகளின் நேரடி விளைவு ஆகும்.

தேர்தல் அரசியலில் அதன் தலையீட்டுக்குப்பிறகு, பாரதிய மஜ்தூர் சங் என்ற தொழிற்சங்கம் 1955இல் மூத்த பிரச்சாரக்கும், பொருளாதார நிபுணருமான தத்தோபந்த் தெங்காடி தலைமையின்கீழ், தொழிலாளர்கள் மீது இடதுகளின் செல்வாக்கை எதிர்கொள்வதற்காக அமைக்கப்பட்டது. சங் அமைப்பின் பெரும்பகுதி ஆதரவாளர்கள் வர்த்தகர்களும், வணிகர்களும்தான். தங்களது சொந்த நலன்களுக்காக அவர்களது தொழில்களில் உள்ள தொழிலாளர்களை கட்டுப்படுத்த அது தேவையானது என்று அவர்கள் உணர்ந்தார்கள். பிஎம்எஸ்-ஸின் முழக்கம்: "தொழிலாளகள் நாங்கள் தேசத்துக்காக; நாங்கள் வேண்டுகிறோம் முழு ஊதியத்தை." இதேபோன்ற ஒரு அமைப்பாக, விவசாயிகளுக்காக, 'பாரதிய கிஸான் சபா' துவக்கப்பட்டது.

இதற்கிடையில், சங் கருத்தியலை குழந்தைகளுக்கு கற்றுக்கொடுக்க சரஸ்வதி சிசு மந்திர் நிறுவப்பட்டது. 1977இல் கோரக்பூர் சரஸ்வதி சிசுமந்திர் வித்யாபாரதியாக மாற்றப்பட்டது. வித்யாபாரதி வலைப்பின்னல் பள்ளிகள் நாடுமுழுவதும் மிகவேகமாக பரவின. இன்று சங் அமைப்பால் நடத்தப்படும் பள்ளி இல்லாத ஒரு வட்டத்தை கண்டுபிடிப்பது மிகவும் சிரமம் ஆகும். வித்யாபாரதியின் வலைத்தளத்தின்படி அங்கே 13,067 பள்ளிகள், 1,50,190 ஆசிரியர்கள் மற்றும் 34,75,757 மாணவர்கள் இந்த வலைப்பின்னலில் இருக்கிறார்கள். தினசரி ஷாகாக்களுக்கு மத்தியில், இரண்டாவதாக மட்டும் சங் குடும்பத்தின் மகத்தான வலிமையாக ஆதர்ஷ் வித்யா மந்திர்களும், சரஸ்வதி வித்யா மந்திர்களும் இருக்கின்றன.

ஷாகாக்களுக்கு வரமுடியாத, ஆனால், பொருளாதாரரீதியாக சங் அமைப்புக்கு நன்கொடை அளிக்கக்கூடிய செல்வசெழிப்புள்ள ஆதரவாளர்களுக்காக 1963இல் பாரத் விகாஸ் பரிஷத் நிறுவப்பட்டது. மேலும் மதரீதியாக அதிக ஈடுபாடு கொண்டவர்களுக்காக, 1964இல் விஸ்வ ஹிந்து பரிஷத் தோற்றுவிக்கப்பட்டது.

புதிய அமைப்புகளை அமைக்கும் திட்டம் இன்றுவரை நிறைவேற்றப்பட்டு வருகிறது. நூற்றுக்கணக்கான இத்தகைய அமைப்புகள் அங்கே கலாச்சார மற்றும் பொது ஆராய்ச்சிகளுக்காக அர்ப்பணிக்கப்பட்டவைகளாக இருக்கின்றன. வரலாற்றையும், அறிவியலையும் திருத்தி எழுதுவதற்காக, சமஸ்கிருதத்துக்காக, சமூக நல்லிணக்கத்தை பேணுவதற்காக என ஒவ்வொன்றாக அமைக்கப்பட்டு

வருகின்றன. (சம்ரஸாதா மஞ்ச்சி) அங்கே தலித்துகள் ஓர் இடத்தைக் கண்டுள்ளார்கள். சீக்கியர்களின் நல்வாழ்வுக்காக, மத விழிப்புணர்வுக்காக, புராதன பொருளாதார நிபுணர்களுக்காக, வழக்கறிஞர்களுக்காக, வர்த்தகர்களுக்காக, டாக்டர்களுக்காக, முன்னாள் இராணுவத்தினருக்காக, சிறுதொழில்களுக்காக என ஏராளமான மேடைகள் உள்ளன. பல்வேறு மருத்துவ மற்றும் உடல்நலக்குழுக்கள் நிறைய உள்ளன. பசு பாதுகாப்புக்காக அர்ப்பணிக்கப்பட்ட கருவிகள், அதேபோல் மந்தைகளை ஆட்டுவிக்க இளைஞர்களுக்கான நன்கறியப்பட்ட பஜ்ரங் தள் மற்றும் பெண்களுக்கான துர்க்கா வாஹினி ஆகியவை உள்ளன.

பெரும் எண்ணிக்கையிலான மக்களை அடைவதற்காக பல்வேறு பதிப்பகங்களையும்கூட சங் அமைத்துள்ளது. பாரத் பிரகாஷன், சுருச்சி பிரகாஷன், லோக்ஹிட் பிரகாஷன், ஞான் கங்கா பிரகாஷன், அர்ச்சனா பிரகாஷன், பாரதிய விசார் சாதனா, கல்பதரு, ஸ்ரீபாரதி பிரகாஷன், அப்னாசாஹித்யா, சாத்னா புஸ்தக் பிரகாஷன், சாஹித்ய நிகேதன், ஜகரன் பிரகாஷன், ராஷ்ட்ரோதன் சாஹித்யா ஆகிய பதிப்பகங்களும், ஹிந்துஸ்தான் சமாச்சார், ஸ்வதேஷ், மதர்லேண்ட், ஆர்கனைசர், பாஞ்ச் ஜன்யா மற்றும் ராஷ்ட்ரதர்மா ஆகிய பத்திரிகைகளும் சங் அமைப்பில் உள்ளன.

இத்துடன் சேர்த்து, உள்ளூர் அளவில், சங் எண்ணற்ற சமூக நிறுவனங்களை பல்வேறு பெயர்களின்கீழ் நடத்திவருகிறது. முறையாக பதிவுசெய்து கொள்ளாமல் சங் கருத்தியலில் இயங்கிவரும் உலகத்தின் மிகப்பெரிய அரசுசாரா நிறுவனமாக உள்ள சங் அமைப்பு உலகெங்கிலுமிருந்து அவர்களின் நிதியைப் பெற்றுக்கொண்டிருப்பது எதிர்வாதமில்லாத உண்மையாகும். ஓர் அரசுசாரா நிறுவனம் என்ற அடையாளத்தை சங் அமைப்பு ஏற்றுக் கொள்ளாவிட்டாலும், அல்லது நிதியை நேரடியாக எடுத்துக்கொள்ளாவிட்டாலும், சங் அமைப்போடு இணைக்கப்பட்ட அமைப்புகள் பெருமளவில் நிதி திரட்டுதலை செய்துவருகின்றன. ஆனால், அவை ஒருபோதும் கேள்விக்குள்ளாக்கப்படுவதில்லை. தேசியம் என்பது ஆற்றல்மிக்க மயக்கம் தரும் கவர்ச்சிகரமான அடையாளம் ஆகும்.

10

நான் ஒரு கறுப்புப்பூனையாக விரும்பினேன்

ஆர்எஸ்எஸ் தன்னுடைய ஷாகாக்களில் மக்களின் குணநலன்களை வடிவமைப்பதாக நம்புகிறது. அவர்களால் பயிற்சியளிக்கப்பட்ட ஒருநபர் கறுப்புப்பூனை போன்றவர். அது வாழ்க்கை எங்கே எவ்வளவு தொலைதூரத்தில் வீசுகிறதோ அங்கே எப்போதும் அதன் கால்களில் தரையிறங்குகிறது. நான் ஆர்எஸ்எஸ்-ஸின் ஒரு கறுப்புப்பூனையாக விரும்பினேன். நான் எனது இதயம் முழுவதிலும் ஷாகாவின் செயல்பாடுகளை இட்டு நிரப்பினேன்.

அந்த ஷாகாவில்தான் நான் முதலில் கையில் காவிக்கொடியோடு இருந்த பாரத்மாதா, அன்னை இந்தியாவின் உருவப்படத்தை உயர்த்திப்பிடித்தேன். பாரத்மாதா தேசிய மூவண்ணத்தைப் பிடித்திருக்கவில்லையே என நான் வியப்படைந்தேன். “மூவண்ணம் 1947இல் சுதந்திரம் பெற்ற பிறகே தேசியக்கொடியாக ஏற்றுக்கொள்ளப்பட்டது. ஆனால் காவிக்கொடி பழங்காலத்திலிருந்து இருந்துவருகிறது” என்ற பதிலை நான் பெற்றேன். “அதனால்தான் அன்னை பாரதியின் தாமரைக்கரங்கள் நமது பெருமைக்குரிய காவியோடு பிரகாசிக்கின்றன.”

ஷாகாவில் கட்டுப்பாடு மிகவும் தீவிரமாக கடைப்பிடிக்கப்பட்டது. இராணுவ வீரர்களைப்போல தீவிரமான கட்டுப்பாடு உள்ள எங்களால் மட்டுமே தேசத்தைக் கட்டமைக்க முடியும் என்று கண்டிப்புடன் கூறப்பட்டது. எங்கள் குறிக்கோள் ஹிந்துயிஸத்தை இராணுவ மயமாக்குவதும், இராணுவத்தை ஹிந்துமயமாக்குவதும் ஆகும். இவ்வாறு

ஷாகாவில் தரப்படும் ஒவ்வொரு அறிவுறுத்தலும் 'கட்டளை' என்று இராணுவ பாணியில் பெயரிடப்பட்டது. ஆனால், நாடு முழுவதும் அடையாளம் காணக்கூடிய வகையில் பயன்படுத்தப்படும் கட்டளைகளுக்கு மாறாக, உத்தரவுகள் சமஸ்கிருதத்தில் இருந்தன. எடுத்துக்காடாக, சாவ்தான்-க்காக (தயார்) த்க்ஷ-ம், விஷ்ரம்-க்காக(ஓய்வு) ஆராம்-மும் இருக்கின்றன. எனது பள்ளியில் சமஸ்கிருத ஆசிரியர், 'சமஸ்கிருதம் ஒரு சாதாரண மொழி அல்ல; அது கடவுள்களின் மொழி' என்று எங்களை ஈர்த்தார். வேதங்கள், உபநிஷத்துகள், ராமாயணம், மஹாபாரதம், என எல்லா மூலபாடங்களும் சமஸ்கிருதத்திலேயே இயற்றப்பட்டன. இந்தப்புரிதல், சமஸ்கிருதத்தில் உத்தரவுகள் கொடுக்கப்படுவதை நான் கேட்கும்போது, அவை கடவுளிடமிருந்து நேரடியாக வரும் உத்தரவுகளைப்போல எனக்குத் தோன்றும் வகையில் என்மீது செல்வாக்கு செலுத்தியது.

ஷாகாவில் உடற்பயிற்சி மற்றும் விளையாட்டுகளுடன் கூடவே, அறிவுத்திறன் சார்ந்த கூறுகளும் உள்ளடங்கியிருந்தன. உடல்ரீதியான செயல்பாடுகளில் நாங்கள் களைத்துப் போகும்போது, நாங்கள் அரைவட்டமாக அமர்ந்துகொள்வோம்: அங்கே ஒரு விவாதம் நடைபெறும். இது பௌத்திக், பகுத்தறிதல் எனப் பெயரிடப்பட்டது. அந்த விவாதம் உயர் அறிவாளித்தனத்தில் சமஸ்கிருதமயமாக்கப்பட்ட இந்தியில் நடத்தப்பட்டது. அது எனது தலையோடும், இதயத்தோடும் பேசியது. அது கேள்விகள் மற்றும் பதில்கள் என்ற வடிவத்தை எடுத்துக்கொண்டது. அதில், 'நாம் யார்'? இந்த நாடு யாருடையது, யார் இதை தாய்நாடாக கருதுகிறார்கள்? என்பன போன்ற கேள்விகள் கேட்கப்பட்டன. பின்னர் பதில்கள் அளிக்கப்படும். 'தூய்மையான ஆரிய இரத்தம்கொண்ட நாம் ஹிந்துக்கள். சனாதன தர்மத்தை சார்ந்தவர்கள், நிலைபேறுடையவர்கள் (சாசுவதமானவர்கள்) நமது மதம் மிகவும் பழமையான மதம், இந்தநாடு நம்முடையது, ஹிந்துக்களாகிய நாம் மட்டும்தான் இதைத் தாய்நாடாகக் கருதுகிறோம், இந்த நிலத்தில்தான் நமது வேலைகளை நிறைவேற்றியுள்ளோம்.

இந்த நாடு நமது புனித யாத்திரை ஸ்தலமாக மிகப் பழங்காலத்திலிருந்து விளங்குகிறது. நமது பூமி தங்கப் பறவையாக இருந்தது. பாலாறுகள் இங்கே ஓடின. மேலும்

தயிர், நெய் ஆறுகளும் ஓடின. நாம் இந்த புவனத்தின் குருக்களாக இருந்தோம். நாம் சாகர்களால், ஹூனர்களால், குஷானர்களால், யவனர்களால், முகலாயர்களால் மற்றும் பிரிட்டிஷாரால் படையெடுக்கப்பட்டோம். அவர்கள் நமது செல்வங்களைக் கொள்ளையடித்தார்கள். நம்மை அடிமைகளாக்கினார்கள். ஹிந்துக்களைத் தவிர வேறு எந்த சமுதாயமும் பாரத்-ஐ அவர்கள் தாயாகவோ அல்லது அவர்களது புனித யாத்திரைத் தளமாகவோ கருதுவதில்லை. சிலருக்கு அவர்களது புனித யாத்திரைத்தளம் ஜெரூசலம். மற்றவர்களுக்கு அது மெக்கா-மதீனா. இந்துக்களாகிய நமக்கு மட்டும் ஒவ்வொன்றும் எல்லாமும் இங்கே, பாரதத்தில் இருக்கிறது. நாம் மட்டுமேதான் இந்தியத் தாயின் உண்மையான மகன்கள்.

இதைக்கேட்டு, மற்ற சமுதாயங்களின் மீது கோபம் கொண்டேன். நமது நிலத்தின் கனிகளாக இந்த மக்கள் இருக்கிறார்கள். ஆனால், ஜெரூசலத்தையும், மெக்கா-மதீனாவையும் பாடுகிறார்கள். நமது தேசத்துக்கான அவர்களது அர்ப்பணிப்பை நான் தீவிரமாக சந்தேகிக்கத் துவங்கினேன்.

எங்கள் ஷாகா ஒவ்வொரு நாளும் மாலையில் மணி ஆறுக்கும், ஏழுக்கும் இடையில் சந்தித்தது. முதலில் புவியியல் அசிரியர் மட்டுமே இங்கே இருப்பதை வழக்கமாகக்கொண்டார். ஆனால் மெல்லமெல்ல மற்ற ஆசிரியர்களும்கூட வரத் துவங்கினார்கள். சில சமயங்களில் மாவட்ட மற்றும் மண்டல தலைமையகங்களிலிருந்து பெரிய தலைவர்களும்கூட எங்களோடு இணைந்துகொண்டார்கள். அவர்களை நாங்கள் பாய்சாஹேப் என அழைத்தோம். ஷாகாவில் கிடைத்த இலக்கியங்கள்கூட எனது புரிதலை மேம்படுத்தின. நான் படிப்படியாக மேலும்மேலும் தேசீயவாதியானேன். நான் இந்துவாகவும், சுத்தமான ஆரிய இரத்தமாகவும் இருப்பதைப் பற்றி தற்பெருமை கொண்டேன். மற்ற நம்பிக்கைகளை பின்பற்றும் மக்களை நான் கீழானவர்களாகப் பார்த்தேன்.

11

காக்கி அரைக்கால் சட்டை, இராணுவக் காலணிகள், சில ஸ்லோகங்கள்

ஷாகாவின் முதன்மை ஆசிரியர் சங் அமைப்பின் முழுச்சீருடையான கன்வேஷில் உள்ளே வருவது கட்டாயமாக இருந்தது. நானும்கூட எனது குடும்பத்திலிருந்து பணம் கொடுக்குமாறு கேட்கப்பட்டேன். நானாகவே முழுமையான கருவித்தொகுப்பை - தொளதொளப்பானகாக்கி அரைக்கால் சட்டை, கறுப்புத்தொப்பி, இடுப்புத்தோல்வார், பழுப்புநிற குறுங்காலுறை, கறுப்புக் காலணிகள், மற்றும் தண்ட் என அழைக்கப்படும் ஒரு மூங்கில் கம்பு, அது எனது காது அளவு இருந்தது, வாங்கினேன். என்னிடம் ஏற்கனவே வெள்ளைச்சட்டை இருந்ததால் அதை வாங்கவேண்டிய தேவை இல்லாமல் போனது. இப்போது நான் முதன்மை ஆசிரியராக இருந்தேன். நான் ஒவ்வொரு நாளும் கன்வேஷை அணிந்து ஷாகாவுக்கு சென்றேன். எனது குடும்பம் ஒருபோதும் ஆர்எஸ்எஸ் கருத்தாக்கத்தில் அல்லது அதன் தேர்தல் துணைக்கிளையான ஜனசங்கத்தில் இருந்ததில்லை. எனது தாத்தாவும், எனது தந்தையும் இந்தக் கருத்தாக்கத்துக்கு எதிரானவர்களாக இருந்தார்கள். நான் இதற்கு நேர்மாறாக இருந்தேன். நான் ஷாகாவுக்கு விளையாடச்செல்லத் துவங்கியபோது அவர்கள் அதைக்கேள்வி கேட்கவில்லை. ஆனால் இப்போது நான் தினசரி சங்-கின் முழுச்சீருடையில் போய்க்கொண்டிருந்தபோது எனது தந்தை எனக்கு சவால்விடத் துவங்கினார். இந்த மனிதர்கள் நமக்கு ஒருபோதும் உண்மையானவர்களாக இருந்ததில்லை, அல்லது அவர்கள் அவ்வாறு எப்போதும் இருக்கமாட்டார்கள்,

நான் அங்கு செல்வதை நிறுத்திக்கொள்ளவேண்டும், என்று என்னிடம் கூறினார். ஆனால் நான் தேசீயவாதத்தால் மிகவும் மயங்கியிருந்ததால், சங்-ஐ பற்றி மென்மையாக கேள்வி கேட்பதுகூட, என்னை தேசத்தின் மீதான ஒருநபரின் விசுவாசத்தை சந்தேகப்பட வைத்தது. எனது மூத்த சகோதரரும், ஒன்றுவிட்ட சகோதரர்களும் இரக்கமில்லாமல் எனது தொளதொளப்பான காக்கி அரைக்கால் சட்டையைப்பற்றி என்னிடம் கேலிசெய்தார்கள். ஆனால், நான் அதையே போட்டுக்கொண்டிருந்தேன்.

எனது பெரிய சகோதரர் பத்ரிஜி இந்துத்வா அரசியலோடு மிகவும் வித்தியாசமான உறவு கொண்டிருந்தார். நாங்கள் இரண்டு சகோதரர்கள், சகோதரிகள் இல்லை. பத்ரி மூன்று ஆண்டுகள் மூத்தவர். அவர் ஆறுமாத குழந்தையாக இருந்தபோது என் தந்தையின் மூத்த சகோதரர் கோகுல்ஜியால் தத்து எடுத்துக்கொள்ளப்பட்டார். அவர் அந்தக் குடும்பத்திலேயே வளர்ந்தார். அவருக்கு ஆர்எஸ்எஸ்-ஸோடு எவ்வித தொடர்பும் எப்போதும் இருந்ததில்லை. எனது வற்புறுத்தலால் கரசேவையில் சேர்ந்து கொண்டார். எங்களது விவசாய மேற்பார்வையாளர் ராமேஸ்வர் லால் தோடாவால் தூண்டிவிடப்பட்டார். பின்னர் அவர் பாஜகவில் சேர்ந்துகொண்டார். ஆனால் ஆர்எஸ்எஸ் உடன் ஒருபோதும் உடன்படவே இல்லை. எனவே அவர் கட்சியில் மேலே உயரவே இல்லை. வட்ட செயற்குழு அளவில் இருந்துவந்தார். உடனடியாக அவர் ஒரு ஒப்பந்ததாரராக ஆனார். போக்குவரத்து தொழிலுக்கு சென்றார். மேலும் இப்போது அவர் இப்போது தலித் இந்தியன் சேம்பர்ஸ் ஆஃப் காமர்ஸ் மற்றும் தொழில்துறையின் பில்வாரா மாவட்ட தலைவராக உள்ளார்.

இந்த நாட்களில் நான் சமஸ்கிருதத்தைக் கற்றுக்கொள்ள எல்லா முயற்சிகளையும் செய்தேன். எனக்கு பல ஸ்லோகங்கள் மனப்பாடமாகத் தெரியும். என்னால் அதைத் தொடர்ச்சியாக ஒரே மூச்சில் தடுமாற்றமின்றி இசைக்கமுடியும். எனது தினசரி வேலைத்திட்டத்தின் ஒருபகுதியாக பகவத் கீதை, துளசிதாசரின் இராமச்சந்திர மனஸின் சுந்தர காண்டம், மற்றும் ஹனுமான் சாலிசா ஆகியவை ஆனபோது, இந்துக்களின் சிறப்பு நாட்கள் மற்றும் திருவிழாக்களின் தேதிகளைக் காட்டும் பஞ்சாங்கத்தை கலந்தாலோசிக்கத் துவங்கினேன். ஷாகாவில் நாங்கள் வழிபாட்டை, ‘நாங்கள் உன்னைப் பணிகிறோம், ஓ, எப்போதும்

எங்களிடம் அன்புசெலுத்தும் அன்னையே!' என இசைக்கத் துவங்கினோம். எங்களுக்கு அதுவரை எங்கள் ஷாகாவில் காவிக்கொடி ஒதுக்கப்படவில்லை. எனவே நாங்கள் தரையில் ஒரு புள்ளியைச்சுற்றி வட்டமாக அமர்ந்துகொண்டு. அந்த வட்டத்தின் நடுவில் உள்ள புள்ளியில் காவிக்கொடி பறப்பதாக கற்பனை செய்துகொண்டு நாங்கள் பாரதமாதா வழிபாட்டை இசைப்போம். உணர்ச்சிவசப்படும்போது மனித மனங்களைக் கணிக்கமுடியாது. ஆனால், காவிக்கொடி உறுதி, தூய்மை மற்றும் துறவு ஆகியவற்றின் குறியீடாக விளங்குகிறது. மேலும், அது ஒருபோதும் எந்தவிதத்திலும் அவமதிக்கப்படக்கூடாது, என எங்களுக்கு கூறப்பட்டது. அதனால் தான் சங் கொடியை எங்கள் குருவாகக் கருதுகிறது. புனிதமான ஒளிப்பிழம்பின் வண்ணத்தைத் தாங்கியிருக்கும் இந்தக்கொடி தியாகத்தின் பிம்பம் என எங்களுக்கு கற்பிக்கப்பட்டது.

தனி நபர்களுக்கு அல்ல, ஆனால், நோக்கங்களுக்கே முன்னுரிமை என்பதில் சங் நம்பிக்கை கொண்டுள்ளது. எனவே குருவின் இடம் தனிநபர்களால் வகிக்கப்படுவதில்லை. கட்சியின் சின்னமான தூய்மை, நோக்கங்கள் மற்றும் காவிக்கொடி ஆகியவைற்றாலேயே வகிக்கப்படுகின்றன.

இந்த கிராமத்தில் ஷாகா ஆரம்பிக்கப்பட்டு ஆறுமாதங்கள் ஆகின்றன. விஜயதசமி விழா வந்தபோது மாவட்ட பிரச்சாரக் காவிக்கொடி எங்கள் ஷாகாவுக்கு அளிக்கப்படும் என்று அறிவித்தார். நாங்கள் பரவசத்தில் மெய்மறந்தோம். நாங்கள் இனிமேலும் குரு இல்லாத கூட்டமாக, நிகுராவாக இருக்கமாட்டோம்.

மிகவிரைவில் எங்களுக்கு உயரமான இரும்புக்கம்பம், மேடை மற்றும் காவி பருத்திக்கொடி ஆகியவை அளிக்கப்பட்டன. நாங்கள் குருதட்சணை அல்லது நன்கொடையின் முதல்தவணையை குருவுக்கு அந்த நாளில் அளித்தோம். சங் ஒரு சுதந்திரமான, தேசிய உணர்வுகொண்ட அமைப்பு. மேலும் அதன் செலவுகள் குருபூர்ணிமா அன்று தன்னார்வலர்களிடமிருந்து பெறப்படும் ஆண்டு நிதிதிரட்டலிலிருந்து செய்யப்படும். ஒவ்வொருவரும் ஒரு உரையில் ஒரு தொகையை வைத்து அதைக்கொடிக்கு கொடுப்பார்கள். இது குருதட்சணை என்று அழைக்கப்படுகிறது. சங் வேறு எந்தவழியிலிருந்தும் பணத்தைப் பெற்றுக்கொள்ளாது என எங்கள் பிரச்சாரக் கூறினார்.

இந்த சந்தர்ப்பத்திலும்கூட கேள்விகேட்கும் எனது மனம் மௌனமாக இருக்கவில்லை. மேலும் உயிரில்லாத சடப்பொருளான இந்தக்கொடி எவ்வாறு ஒரு குருவைப்போல வழிகாட்டமுடியும் என்று என்னால் கேட்காமல் இருக்க முடியவில்லை. அந்த வட்டத்தின் சேவையின் தலைவரும் எனது புவியியல் ஆசிரியருமான பன்ஷிலால் சிரித்துக்கொண்டே, தனது குருவைப்போல வேதகால சாமியார் இருபத்து நான்கு பொருள்களையும், விலங்குகள், தாவரங்கள், மரங்கள் ஆறுகள், நாய்கள், பூனைகள், ஆகியவற்றை ஏற்றுக்கொண்ட கதையைக் கூறினார். எனவே விளைவுபற்றிய அஞ்சாமை நமது இந்து கலாச்சாரமாக, மிகவும் பெருந்தமையுடையதாக, செலவு மிக்கதாக இருக்கிறது. பிறகு நாம் ஏன் காவிக்கொடியை நமது குருவாக ஏற்றுக்கொள்ளக்கூடாது? எனது சந்தேகங்கள் களையப்பட்டன. சங் நடவடிக்கைகள் எப்போதும் பழங்காலங்களிலிருந்து எடுத்துக்காட்டுகளையும், எல்லாக் கேள்விகளுக்கும் தயாராக பதில்களையும் கொண்டிருக்கின்றன. அந்த நாள் தொடர்ந்து நான் காவிக்கொடியை எனது குருவாகவும் மேலும் மூங்கில் குச்சியை எனது துணைவனாகவும் ஏற்றுக்கொண்டேன். ஒரு சுயம்சேவக்காக எனது எஞ்சிய பயணம் முழுவதும் எல்லாக்கேள்விகளுக்கும் பதில்களைப் பெறுவதாகவும், எனது வாதங்கள் எதிர்வாதங்களை சந்திப்பதாகவும் இந்தவகையில் நடைபெற்றது. ஆர்எஸ்எஸ் சந்தேகங்களைவிட நம்பிக்கைகளுக்கு பரிசளித்தது. இதை நான் புரிந்துகொள்ளவேண்டியிருந்தது.

முறைசாராத உரையாடல்களிலும், அரட்டைகளிலும், தலைவர்களிடையே உள்ள கருத்து வேறுபாடுகள் அந்தந்த நேரத்துக்குரிய குறிப்புரைகளாக மேலே எழும். ஆனால் அமைப்பின் ஒழுங்கு மிகவும் வலுவானது. நாங்கள் ஒருபோதும் என்ன வேறுபாடுகள் என்பதைப்பற்றி அறிந்துகொள்ளவில்லை, மேலும் அவை உறுதியாக பொதுவெளியில் ஒருபோதும் வெளிவரவில்லை.

ஒருமுறை நான் பிரச்சாரக்கிடம் கேட்கத்திரும்பினேன்: 'எல்லாவற்றுக்கும் மேலாக இந்துக்கள்தான் இந்தியாவில் பெரும்பான்மையினராக உள்ளார்கள். நாம் எவ்வாறு பாதுகாப்பற்றவர்களாக இருப்போம்?' எனக்குள் குழப்பம் எழுந்தது, ஏனென்றால், எனது கிராமத்தில் ஒற்றை முஸ்லீமோ அல்லது இந்துயிசத்தைவிட வேறு எந்த ஒரு மதமோ அங்கு

இல்லை. நாங்கள் மசூதியின் பாங்கு ஒலியை அல்லது நமாஸ் செய்யப்பட்டதை ஒருபோதும் கேட்டதில்லை. இந்த சமுதாயத்தின் மக்களை எனது எதிரிகளாக கற்பனை செய்துகொள்வது எனக்கு சிரமமானதாக இருந்தது. நான் எனது கேள்வியைக் கேட்டேன். தட்டிக்கொடுப்பது பதிலாக வந்தது. 'தேசத்தின் தந்தை மகாத்மா காந்திகூட இந்துக்கள் சமாதானத்தை நேசிக்கும் கோழைகள், முஸ்லீம்களோ வலுச்சண்டைக்குவரும் குண்டர்கள் என்று கூறியிருக்கிறார். அவர்கள் நமக்கு துரோகம் செய்யமாட்டார்கள் என்று ஒருவர் ஒருபோதும் நம்பக்கூடாது. அதனால்தான் பெரும்பான்மையினராக இருந்தபோதும் நமது சொந்தநாட்டில்கூட இந்துக்களாகிய நாம் பாதுகாப்பாக இல்லை.' நான் இந்த பதிலால் சமாதானம் அடைந்தேன். மேலும் மற்ற நம்பிக்கைகளைக்கொண்ட மக்கள் இந்துக்களின் எதிரிகள் என்றும் புரிந்துகொண்டேன்.

மற்ற சுயம்சேவக்குகளும் இத்தகைய சந்தேகங்களைக் கொண்டிருக்கலாம். ஆனால் அப்படியிருந்தாலும் வெளிப்படையாக பொதுவில் அவற்றை எழுப்ப மாட்டார்கள். எங்கே இஸ்லாமிய வெறுப்பு பொதுஇடத்தில் இருக்கிறதோ அங்குள்ள குடும்பங்களிலிருந்தும்கூட பலர் வந்தார்கள். ஆனால் எனது குடும்பத்தில் அவ்வாறு இல்லை. இத்தகைய பார்வைகள் ஏற்றுக்கொள்வது கடினம் என்று துவக்கத்தில் கண்டேன்.

12

பாஞ்சஜன்யா என்னை வெறியனாக்கியது

சில இலக்கியங்கள் ஷாகாவுக்கு இலவசமாக வந்தன. சங் பதிப்பான 'பாதே கான்' ஆண்டு சந்தா முப்பது ரூபாயில் ஜெய்பூரிலிருந்து மாதம் இருமுறையாக பதிப்பிக்கப் பட்டது. ஆர்எஸ்எஸ்-ஸால் பதிப்பிக்கப்பட்ட மற்ற சிறுபிரசுரங்களும் வருவதும், நிற்பதுமாக இருந்தன. அல்லது இரண்டு முதல் ஐந்து ரூபாய் வரை விற்கப்பட்டன. நான் சீதாராம் கோயலின் சிறுபிரசுரமான 'ஹிந்து சமாஜ் காட்ரே மேய்ன்' – இந்து சமுதாயம் ஆபத்தில் இருக்கிறது' என்பதைப் படித்தேன். அது என்னை மிகவும் தொந்தரவு செய்தது. முஸ்லீம்களும், கிறிஸ்தவர்களும், கம்யூனிஸ்ட்களும் இந்துக்களுக்கு எதிராக சதி செய்கிறார்கள் என அந்த சதிகளை விரிவாகத் தெரிவித்தது. பரிதாபத்துக்குரிய இந்து சமுதாயம் இந்த சக்திகளால் சூழப்பட்டிருக்கிறது.

அறிவுக்கான எனது பசி வளர்ந்துகொண்டிருந்தது. 'பாஞ்சஜன்யா' வார இதழின் முறையான சந்தாதாரர் ஆனேன். அதை ஆர்வத்துடன் படித்தேன். ஒரு மத நூல்போல அதன் ஒவ்வொரு இதழையும் தொகுத்துவைத்தேன். ஒரு இதழ் வராவிட்டால் அந்தவாரம் ஒன்றுமில்லாததாகவும், அர்த்தமற்றதாகவும் தோன்றியது. உண்மையில் சங் அமைப்பின் இந்து தேசம் பற்றிய எனது அங்கீகரிப்பும், புரிதலும் பாஞ்சஜன்யாவின் பக்கங்களிலிருந்தே வளர்ச்சிபெற்றது. உண்மையில் என்னை இந்துராஷ்ட்ரா என்ற இலட்சியத்துக்காக தத்துவார்த்த மற்றும் அறிவுஜீவி வெறியனாக ஆக்கியது பாஞ்சஜன்யா தான் என்று இன்று என்னால் ஒப்புக்கொள்ள முடியும். என்னுடைய வெறித்தனம் சங் அமைப்பின் தொடர் நடவடிக்கைகளாலும்,

அதேபோல, ஐந்து நாள் பயிற்சிமுகாம்களில் (முதல்கட்ட பயிற்சி முகாம் - *Initial Training Camp-ITC*)களில் மேலும் இருபது நாட்கள் அலுவலர் பயிற்சி முகாம்களில் (*Officer's Training Camps- OTC*) கலந்துகொள்வதன் மூலமாகவும் பேணிப்பாதுகாக்கப்பட்டது. இந்த முகாம்களில் ஒழுங்குக் கட்டுப்பாடு தீவிரமாக இருந்தது. உடற்பயிற்சியை முடித்தபிறகு, தற்காப்புக்காக என்று கருதி கத்திகள், கம்புகள், வாள்கள், ஏந்திப்பயிற்சி செய்வதும் இடம்பெற்றது. இந்த முகாம்கள் நடைபெறும் காலத்தில் பங்கேற்பாளர்கள் அந்த இடத்தைவிட்டு எவரொருவரும் வெளிப்பக்கம் செல்லவும், எவரொருவரையும் சந்திக்கவும், அனுமதிக்கப்பட மாட்டார்கள். எங்களது நடவடிக்கைகளை ஊடகங்களின் கண்களுக்கு அப்பால் பாதுகாக்க அங்கே இரகசியக்காற்று வீசியது. உண்மையான சுயம்சேசுக்கின் தரம் தேசத்துக்கு சுயநலமற்ற சேவை, புகழ்வெளிச்சத்துக்கு அப்பால் இருத்தல், மற்றும் எதையும் எதிர்பாராத தன்மை எனக் கூறப்பட்டது. தத்துவம், நடைமுறை ஆகியவற்றின் இணைப்பு சங் அமைப்பின் கண்ணோட்டத்தை என்னை முழுவதுமாக ஒப்புக்கொள்ளவைத்தது. நான் நிரந்தரமாகவே அதற்காக மக்களிடம் குறிப்பாக என்னைச் சுற்றியிருந்த மதச்சார்பற்ற வகையினரான காங்கிரஸ்காரர்களிடம் விவாதிக்கவும், சண்டையிடவும் தயாராக இருந்தேன். எல்லாவற்றுக்கும்பிறகு அங்கே எந்த முஸ்லீம்களையும் காணவில்லை. அவர்களைப் பார்க்கவேண்டுமென்றால் ஒருவர் வெளியே செல்ல வேண்டியிருந்தது.

ஒருநாள் திடீரென்று, எனது தரப்பில் எந்த முயற்சியுமின்றி, எனது எதிரி வீட்டில் வந்து இறங்கினார். அது இவ்வாறு நடந்தது. ஒரு நான்காம் பிரிவு ஊழியர் சிர்தியாஸில் உள்ள அரசால் நடத்தப்படும் ஆயுர்வேத ஆரம்ப சுகாதார நிலையத்துக்கு மாறுதலாகி வந்தார். அவர் வலைப்பின்னல் தொப்பி அணிந்து தாடிவைத்துக்கொண்டு சல்வார் குர்தா அணிந்திருந்தார். அவரது பெயர் அமீர்கான். அவரைப்பார்த்த ஒரே பார்வையில் இந்த நபர் தேசவிரோத சமுதாயத்திலிருந்து வந்தவர் என்பதை நான் அறிந்தேன். அதைப்பற்றி நான் கேட்டுக்கொண்டும், படித்துக்கொண்டும் இருந்தேன். எனது மடியில் வந்து வீழ்வதற்கான ஒரு நல்ல வாய்ப்பை அவர் பெற்றிருந்தார். நான் அவருடன் எந்த ஒரு இடையீடும் எப்போதும் செய்யாமல் ஷாகாவிலும், மூத்த

பாய்ஷாஹேப்களிடமும் நான் கற்றுக்கொண்ட விஷயங்களை அமீர்கானிடம் பிரயோகிக்கத் துவங்கினேன். மேலும் எனக்கும் ஒரு எதிரி இருக்கிறார் என்ற ஒவ்வொரு நினைப்பையும் போதுமான அளவுக்கு உறுதிப்படுத்தினார் அந்தக் கடவுள் நம்பிக்கையற்ற நாத்திகர்.

இந்த நாத்திகர்களால்தான் நமது தாய் நாடு இந்தியா இரண்டாகப் பிளவுபட்டது என்று எண்ணற்றமுறை நான் கேள்விப்பட்டிருக்கிறேன். இந்த மக்கள் பாரதமாதாவை தங்கள் தாயாகப் பார்ப்பதில்லை. ஆனால், ஒரு சூனியக்காரியாகப் பார்க்கிறார்கள். அவர்கள் கிரிக்கெட்டில் பாகிஸ்தனின் வெற்றியைக் கொண்டாடுகிறார்கள். அவர்கள் ஒவ்வொருவரும் நான்கு மனைவிகளைப் பெற்றிருக்கிறார்கள்; ஒவ்வொருவரும் தங்கள் மக்கள் தொகையை அதிகப்படுத்த நாற்பது குழந்தைகளை உற்பத்தி செய்கிறார்கள்; அவர்கள் குடும்பக்கட்டுப்பாட்டை நடைமுறைப்படுத்துவதில்லை. வாசக்டமி அறுவைச்சிகிச்சைகளை மறுக்கிறார்கள். அவர்கள் சட்டத்திலிருந்தும்கூட பாதுகாப்பைப் பெற்றிருக்கிறார்கள். அவர்கள் உச்ச நீதிமன்றத்துக்குக் கீழ்படிவதில்லை. ஷாபானு என்ற வயதான பெண்ணின் வழக்கில், அவர்களைத் திருப்திப்படுத்த அரசு சட்டத்தை மாற்றிவிட்டது. நாம் நமது கைலாஷ் மானசரோவர் புனித யாத்திரைக்குச்செல்ல வரி செலுத்த வேண்டியிருக்கும்போது, அவர்கள் ஹஜ்ஜுக்கு செல்ல உதவித்தொகை பெறுகிறார்கள். அவர்களது இளைஞர்கள் நாள்முழுவதும் பவுண்டரிகளில் இரும்பை வார்ப்படம் செய்கிறார்கள், மாலை நேரங்களில் ஆடைகளை அணிந்துகொண்டு வெளியே வந்து நமது பெண்களை, நமது மகள்களை, மருமகள்களை கற்பிழக்கவைக்கிறார்கள். பள்ளிகளிலும், கல்லூரிகளிலும் அவர்களுடன் காதலில் விழவைக்க பொறிவைக்கிறார்கள். ஓடிப்போய்விட தந்திரம் செய்கிறார்கள். பாலியல் ரீதியாக அவர்களைப் பயன்படுத்திய பிறகு விலைமகளிராக விற்றுவிடுகிறார்கள். அவர்களது மதராசாக்களில் அவர்கள் A FOR ALIF என கற்றுக்கொள்வதில்லை மாறாக A FOR ALGAAV-VAD –பிரிவினை என்று கற்கிறார்கள். எல்லா தீவிரவாதங்களின் வேர்களின்கீழ் இந்த மக்களை நீங்கள் காணலாம். அவர்களுடைய மசூதிகளுக்கு அடியில் ஆயுதங்களைப் புதைத்துவைத்திருக்கிறார்கள். எப்பொழுதெல்லாம் பாகிஸ்தான் நம்மைத் தாக்குகிறதோ,

அப்போது இந்த மக்கள் நமக்கு எதிராகத் திரும்புகிறார்கள். அவர்கள் மாட்டிறைச்சியை உண்கிறார்கள். அவர்கள் வழக்கமாகவே கொடூரமானவர்கள்; இதயம் இல்லாதவர்கள். அவர்கள் பாகிஸ்தானுக்கு உளவு பார்க்கிறார்கள். அவர்கள் நம்மவர்கள் அல்ல; நமது மதத்தவர்கள் அல்ல; நமது நாட்டினர் அல்ல.

ஷாகாக்களில் கற்றுக்கொண்ட நூற்றுக்கணக்கான இத்தகைய நம்பிக்கைகள் வீட்டிலும், எனது மனதிலும் அவர்களை இத்தகையவர்களாகக் கருதவைத்தது. எனவே அமீர்கானைப் போன்ற நபர்களைக் காணும்போது அவர்களை தீவிரவாதிகளாக, தேசவிரோதிகளாக என்னால் நினைக்காமல் இருக்கமுடியவில்லை. இத்தகைய அச்சம் தருகிற மக்கள் இந்த நாட்டில் இருக்க ஏன் அனுமதிக்கப்படுகிறார்கள் என்று நான் ஆச்சரியப்படுவது வழக்கம். அவர்களை பாகிஸ்தானுக்கு விரட்ட அரசு ஏன் ஆயுதப்படைகளைப் பயன்படுத்தக்கூடாது? ஆனால், ஆளும் காங்கிரஸ் முஸ்லீம்களோடு சமாதானம் செய்துகொள்பவர்கள் என நான் அறிந்திருந்தேன். முஸ்லீம்களை விரும்பும் இந்தக்கட்சிகளிடமிருந்து எந்த நல்லதை எதிர்பார்ப்பது? எனது சொந்த வீடு காங்கிரஸ்காரர்கள் நிறைந்தது. அப்படியானால், நான் தேசவிரோத, தீவிரவாத குடும்பத்திலிருந்து வந்தவனா? இத்தகைய கேள்விகள் அடிக்கடி எனது மனதில் எழுந்தன. மேலும் அவை அதிகமாக வற்புறுத்தலாக ஆனபோது, சங் அமைப்பில் எனது வேலையின் மூலம் இந்து சமுதாயத்தை ஒன்றுதிரட்டும் எனது முயற்சிகளை இரட்டிப்பாக்கினேன். வலுவான இந்து சமுதாயத்தால்தான் வலுவான இந்தியாவைக் கட்டமைக்க முடியும் என்று நான் ஏற்றுக்கொண்டேன். என்னிடம் இப்போது ஒரே நோக்கம்தான். – என்ன நடந்தாலும் சரி, நான் இந்தியாவில் இந்துராஷ்ட்ரத்தை நிர்மாணிப்பேன்.

13
இந்து ராஷ்ட்ரத்தை நோக்கி

படிநிலைவரிசையில் மிகசீக்கிரமாக நான் பதவி உயர்வு அளிக்கப்பட்டேன். டிசம்பர் 1988இல் நான் முதன்மை ஆசிரியர் பொறுப்பிலிருந்து ஷாகாவின் மிக உயர்ந்த பதவியான கார்யவாஹ் ஆக பதவி உயர்வு அளிக்கப்பட்டேன். இந்த உத்தரவுகள் வாய்மொழியாக இருந்தன. அங்கே எதுவும் எழுத்துபூர்வமாக இல்லை. சுயம்சேவக்குகள் தங்களுக்கே ரசீதுகளோ அடையாள அட்டைகளோ பெறாதபோது அலுவலக பொறுப்பாளர்களுக்கு எதற்காக? நான் இதைப்பற்றி கேட்டிருந்தாலும்கூட, சங் இத்தகைய அதிகார வர்க்க நுட்பங்களில் நேரத்தை வீணாக்குவதில்லை என்று சொல்லப்பட்டேன்.

சங் அமைப்பின் கருத்தியலைப்பற்றி அதிகமாக கற்றுக் கொள்ளவும், புரிந்து கொள்ளவும் நான் ஏராளமான ஆர்வம் காட்டினேன். மேலும், குறிப்பாக ஷாகாவில் வழக்கமாக கலந்து கொள்வதில். ஒருவேளை இதுதான் நான் மாபெரும் பொறுப்புக்கு தேர்ந்தெடுக்கப்பட்டதற்கான காரணமாக இருக்குமோ? உண்மையில் என்னுடைய கிராமத்தில் அங்கே பிராமண சுயம்சேவக்குகள் யாரும் இல்லை. மேலும் மற்ற பிராமணரல்லாத சுயம்சேவக்குகள் நான் வந்ததைப்போல ஒழுங்காக வருவதில்லை. எனது பதவி உயர்வுக்குப் பின்னால் இதுவும்கூட காரணமாக இருக்கலாம்.

கொடியையும் மூங்கில் கம்பையும் என்னுடன் எடுத்துக்கொண்டு கொடியை ஏற்றவும், ஷாகாவின் முடிவில் அதைக்கீழே இறக்கவும், இவற்றைப் பாதுகாப்பாக வைத்திருக்கவும் ஒவ்வொரு நாளும் குறித்த நேரத்தில் ஷாகாவை கூட்டவேண்டும்

என நான் எதிர்பார்க்கப்பட்டேன். ஆகும் செலவுகளுக்கு அங்கு எந்த ஏற்பாடும் இல்லை. மேலும், ஒவ்வொரு நாளும் ஒருமணி நேரத்துக்குள் இந்தப் பொறுப்புகள் நிறைவேற்றப்படவேண்டும். ஒவ்வொரு நாளும் வீட்டிலிருந்து ஷாகாவுக்கு போவதற்கும், அங்கேயே ஒருமணி நேரத்துக்கு தண்ணீரோ அல்லது வேறுஏதாவது தெம்பூட்டும் வசதியோ இல்லாமல் எல்லா நடவடிக்கைகளையும் நடத்தவும் – இவற்றையெல்லாம் தனது கிராம அளவில் அல்லது அருகில் உள்ளதில் தானாக முன்வந்து செய்யவேண்டும் என மேலாளர் எதிர்பார்க்கப்பட்டார்.

மேலாளராக நான் வட்டார அளவிலான கூட்டங்களில் கலந்துகொள்ள வேண்டும் என எதிர்பார்க்கப்பட்டேன். வட்டத் தலைமையிடத்தில் இரண்டு நாள் கூட்டத்தில் கலந்துகொள்ள நான் முதன்முதலாக சென்றபோது என்னுடன் படுக்கை, கன்வேஷ், கம்பு மற்றும் உண்பதற்கான தட்டு, குவளை ஆகியவற்றை எடுத்துச்செல்ல வேண்டியிருந்தது. எனது சொந்தப்பயணச் செலவையும், கூட்டத்தில் கலந்துகொள்வதற்கான கட்டணத்தையும் நான் செலுத்தவேண்டியிருந்தது. நான் வீட்டிலிருந்து முதல்நாள் இரவுக்கான உணவை எடுத்துச்சென்றிருந்தேன். முதல்நாள் அதிகாலை ஐந்துமணி அளவில் விசில் ஒலித்தது. சடங்கோடு நீராடிய பிறகு, நாங்கள் காலை வழிபாட்டை இன்னிசை நிகழ்ச்சியாக சமஸ்கிருதத்தில் இசைப்போம். பின்னர் ஷாகா விரைவில் துவங்கும். சங் நடவடிக்கைகளின் எல்லா நாட்களின் வளர்ச்சி அறிக்கைகள் அளிக்கப்பட்டன. அறிவுத்திறன் அமர்வைத்தொடர்ந்து உணவு. நாங்கள் வெவ்வேறு சிறுகுழுக்களில் அமர்ந்து நாட்டின் நிலையைப்பற்றி தீவிரமாக விவாதிப்போம்.

வட்டார அளவிலான கூட்டங்களில், ஷாகாவின் உறுப்பினர் எண்ணிக்கையை எவ்வாறு விரிவுபடுத்துவது, ஷாகாக்களின் எண்ணிக்கையை எவ்வாறு அதிகப்படுத்துவது, இந்து சமுதாயத்தை எவ்வாறு எழுச்சிபெற வைப்பது, ஷாகாக்களை, உள்ளடக்கத்தை எவ்வாறு மேலும் மதிப்புமிக்கதாக்குவது என நாங்கள் விவாதித்தோம். மேலும், ஏகாத்மதா மந்திரத்தை (சைவர்கள், வைஷ்ணவர்கள், பௌத்தர்கள் மற்றும் சீக்கியர்கள் ஆகியவற்றின் பிரிவுகளை புத்திசாலித்தனமாக ஒரு குடையின்கீழ், ஒரு பிரம்மவின் கீழ் கொண்டுவரும் மந்திரம்) ஆசிரியர்கள், பெற்றோர்களுக்கு அர்ப்பணிப்பு நெறிமுறை, உணவைப்போற்றும் போஜனமந்திரம்

ஆகியவற்றையும்கூட மனப்பாடமாக இசைக்கவும் கற்றுக்கொண்டோம். தேசத்தின் எதிரிகளோடு போராடுவதற்கு சுயம்சேவக்குகள் உடல்ரீதியாக வலுவாக இருக்கவேண்டும் என்பதால், உடற்பயிற்சி நடவடிக்கைகளுக்கு அதிக அழுத்தம் தரப்பட்டது. பேருரையாற்றும் கலையில் நாங்கள் பயிற்றுவிக்கப்பட்டோம். மேலும் இந்துக்களுக்கு நேர்ந்த அநீதிகள் பற்றிய தகவல்களையும் அளித்தோம். இலட்சியபூர்வ ஷாகாக்களை நடத்துவது, இலட்சியபூர்வ சுயம்சேவக்காக எவ்வாறு இருப்பது பற்றிய குறிப்புகளும் தரப்பட்டன. இந்த இரண்டு நாட்களின் கூட்டு நடவடிக்கைகள் சங் அமைப்பின் தேசத்தைக் கட்டமைக்கும் பணி மனிதம் அல்ல; தெய்வீகம் என நான் ஒப்புக்கொண்டேன். சங் அமைப்போடு பணியாற்றும் வாய்ப்பு அரியதாக நற்பேறு உடையவர்களுக்கு வந்தது. அது ஒரு வெறும் அமைப்பு அல்ல; என்னைப்போன்ற தனி நபர்களை பண்படுத்தவும், தேசப்பற்றுமிக்க இளைஞர்களாக ஆக்குவதற்கும் அது ஒரு தொழிற்கூடம்.

மாவட்டத் தலைமையகங்களிலிருந்து வந்த பிரச்சாரக்குகளும், சங்சாலக்குகளும் அவர்களது பேச்சுகளில் மிகவும் எழுச்சியூட்டுபவர்களாக இருந்தார்கள். அவர்கள் உச்சரித்த ஒவ்வொரு வாக்கியமும் வேதங்களிலிருந்து நேரடியாக வந்தவை போலத் தோன்றியது. அத்தகைய உன்னதமான துறவிகள் போன்ற மக்கள் அவர்களுடைய வாழ்வை தேசத்துக்கு அர்ப்பணித்தவர்கள். சங் அமைப்பின் தூய்மையான இலக்குகளை அடைய முயற்சிப்பதில் என்னுடைய வாழ்நாளை செலவழிப்பேன் என்றும், ஏற்றுக்கொண்டேன்.

14

எங்களுக்கு தேவை பிரச்சாரக்குகள்; விசாரக்குகள் அல்ல

1990 மே-ஜூன் வாக்கில் கரசேவையிலிருந்து திரும்பியபிறகு, சிறிது நேரம், ஜெய்பூரிலிருந்து வந்த மாவட்ட பிரச்சாரக் ஷிவ் ஜி பாய்சாஹேப்பிடம், குடும்பம் மற்றும் வீட்டைவிட்டுவிட்டு, தேசத்துக்கு அர்ப்பணித்துக்கொண்ட ஒரு துறவுவாழ்வை வாழும் முழுநேர பிரச்சாரக்காக ஆகவேண்டும் என்ற எனது விருப்பத்தைத் தெரிவித்தேன். அவர் ஒரு மிகநீண்ட பதிலை எனக்கு அளித்தார். அவற்றில் அவர் சொன்ன இரண்டு விஷயங்கள் எனது நினைவில் பதிந்துவிட்டன.

நான்: பாய்சாஹேப், நான் ஒரு பிரச்சாரக் ஆக வரவரும்புகிறேன்.

மாவட்ட பிரச்சாரக்: சகோதரா, உனது குறிக்கோள்கள் உண்மையில் மிகவும் உயர்ந்த சிந்தனையாகும். ஆனால் நீ மிகவும் பரந்த சித்திரத்தைப் பார்க்க வேண்டியுள்ளது. ஒரு பிரச்சாரக் ஆக வருவதில் நீ உணர்ச்சிவசப்பட்டிருக்கிறாய். ஆனால், நமது சமுதாயம் மிகவும் சிக்கலானது. நாளை, யாராவது ஒருவர் உனது பெயரை, கிராமத்தை, உனது சமுதாயத்தை (சாதி என்ற பொருளில்) கேட்கலாம். மேலும், பிரச்சாரக் ஜி ஒதுக்கப்பட்ட சமுதாயத்திலிருந்து வந்தவர் என்பதை அவர் உணரும் தருணத்தில், உனக்கான அவரது குணாம்சம் மாறலாம். அந்த அவமானத்தை நீ விழுங்க வேண்டியிருக்கும். என்னால் இதை பார்க்கமுடியும். மேலும் இதை உனக்கு நான் ஏன் கூறுகிறேன்? நீ அதிர்ச்சியடைவாய். பதிலடி கொடுக்க விரும்புவாய். விவாதங்கள் தொடரும். இவை அனைத்தும் சங் அமைப்பின் வேலைகளை

பலவீனப்படுத்தும். அதை வலுப்படுத்தாது. இப்போதைக்கு ஒரு விஸ்டாரக் ஆக இரு. அந்தப்பணி நிலையில் தேசத்துக்கு சேவை செய் என்பதே எனது அறிவுரை.

நான் அவரது பதிலால் நிலைகுலைந்து போனேன். தாழ்ந்தசாதி சமுதாயத்தில் பிறந்துவிட்டதற்காக ஆழமான வலியை நான் உணர்ந்தேன். ஆனால் இது எவ்வாறு என்னுடைய தவறாகும்? என்ன ஒரு இக்கட்டான நிலை எனக்கு? – இங்கே சங் அமைப்பின் புனிதமான பணிக்கு எனது வாழ்வை தியாகம் செய்ய நான் தயாராக இருந்தேன். ஆனால் எனது சாதியின்மீது என்னிடம் கட்டுப்பாடு எதுவும் இல்லை. அது, ஒரு தடையாக நிரூபணம் ஆகிறது. நான் படிப்படியாக அதை ஏற்றுக்கொள்ளும் அளவுக்கு வந்தேன். இந்து சமுதாயம் என்னை ஏற்றுக்கொள்ள இன்னும் தயாராகாத நிலையில், சங் அமைப்பு அடியிலிருந்து உச்சிவரையுள்ள எல்லா படிநிலைகளையும் முடிவுக்குக் கொண்டுவரும் முற்றிலுமான மாற்றத்தைக் கொண்டுவர முயற்சிப்பதை இடைவிடாது தொடர்கிறது. காலம் விரைவில் வரும். அப்போது கீழ்நிலை சாதியிலிருந்து வந்த என்னைப்போன்ற ஒருவரால் தேசத்துக்கு ஒரு முழுநேர பிரச்சாரக் ஆக பணியாற்ற முடியும்.

இதற்கிடையே, இந்த உரையாடலுக்கு முன்பேகூட, நான் எழுதத் துவங்கிவிட்டேன். முதலில் மிகவும் தீவிரமான தேசீய உணர்வுமிக்க கவிதைகள். நான் ஒரு கையெழுத்துப் பத்திரிகையாக, ‘இந்து கேசரி’யைக் கொண்டுவந்தேன், அதில், ‘பாகிஸ்தானை நிர்மூலமாக்கு’ என்ற தலைப்பில் எழுதினேன். பின்னர் ஷாகாக்களுக்கு கன்வேஷில் சென்று அறிவார்ந்த அமர்வுகளை நடத்தினேன். என்னை ஒரு இந்துத்துவவாதியாக இந்துத்துவா இலட்சியங்களுக்கான மாவீரன் என கட்டமைக்கும் எந்த ஒரு வாய்ப்பையும் நான் இழந்துவிடவில்லை. ஆனால் நான் எவ்வாறு இருக்கவேண்டுமென விரும்பினேனோ அதற்கான வழி எனது உரிமையாக ஏற்றுக் கொள்ளப்படவில்லை என உணர்ந்து எனது எல்லா வேலைகளையும் விட்டுவிட்டேன்.

ஒரு பிரச்சாரக் ஆக வருவது பற்றிய உரையாடலில், இன்னொரு விஷயமும் சொல்லப்பட்டது உண்மையில் எனது இடத்தை எனக்குக் காட்டியது. எனது அறிவுபூர்வ வேலைகளை பரிகாசம் செய்து, பிரச்சாரக் ஜி எனது தலையைக் குறிப்பிட்டு, ‘உங்களைப் போன்ற மக்கள், நீங்கள் கழுத்துக்கு மேலே மிகவும்

வலிமையானவர்கள் என்று உங்களைப்பற்றி மிகவும் அதிகமாக சிந்திக்கிறீர்கள். ஆனால் உடலால் அல்ல. எந்த வகையிலும் சங் என்ன விரும்புகிறது என்றால், மிகக்கச்சிதமாக நாக்பூரிலிருந்து இந்து சமுதாயத்துக்கு என்ன செய்தி வருகிறதோ அதை யார் சரியாகக் கொண்டு செல்கிறார்களோ அந்த பிரச்சாரக்கைதான். எங்களுக்கு உங்களைப் போன்ற மக்கள், ஓயாமல் கேள்விகளைக் கேட்டுக்கொண்டும், சிந்தித்துக்கொண்டும் இருக்கும் விச்சாரக்குகள் தேவையில்லை என்றார். இவ்வாறு எனது சிந்தனை (விச்சார்) என்னை சங் சிந்தனைகளைப் பரப்பும் – பிரச்சாரம் செய்யும் வேலைக்கு பொருத்தமானவன் அல்ல என்று ஆக்கிவிட்டது.

பிரச்சாரக் அமைப்புமுறை சங் அமைப்பின் முதுகெலும்பு என்பதை நீங்கள் புரிந்துகொண்டாக வேண்டும். இந்த மனிதர்கள்தான் இலட்சியத்துக்காக, குடும்பவாழ்வு உள்ளிட்ட எல்லாவற்றையும் தியாகம் செய்தவர்கள். நான் கலந்தாலோசித்த ஒரு ஆர்எஸ்எஸ் தலைவர் தெரிவித்தார்: “அங்கே 2,559 பிரச்சாரக்குகள், அவர்களில் 1,646 பேர் ஷாகா வேலைகளுக்கு, 147 பேர் அமைப்பு வேலைகளுக்கு, 437 பேர் சங் தொடர்பான வேலைகளுக்கு மற்றும் 335 விஸ்டாரக்குகள் புதிய பகுதிகளில் வேலைகளைத் துவக்குவதற்கு. இத்தகைய எண்ணிக்கைகள் நேரத்துக்கு நேரம் ஆர்எஸ்எஸ்-ஸால் வெளியிடப்படுகின்றன”. ஆனால் அவர்கள் மாற்றுவதைத் தொடர்கிறார்கள். ஏனென்றால், புதிய பிரச்சாரக்குகள் இணைகிறார்கள்; மற்றவர்கள் வெளியே செல்கிறார்கள். விஸ்டாரக்குகள் ஒரு வரையறுக்கப்பட்ட காலத்துக்கு என நியமிக்கப்படுகிறார்கள். அவர்களில் சிலர் வீடுகளுக்கு திரும்புகிறார்கள். மேலும் இதேபோல தொடர்கிறது. ஆர்எஸ்எஸ் தனது பிரச்சாரக்குகள் மற்றும் விஸ்டாரக்குகள் பற்றி எந்த ஒரு தொகுக்கப்பட்ட எண்ணிக்கையையும் வெளிப்படுத்தாது. இருந்தபோதிலும் சிதறிய தகவல்கள் ஊடகங்களை அடைகின்றன அவ்வப்போது.

15

அம்பேத்கர் விடுதிகளில் தத்துவம் கெடுக்கப்படுகிறது

சங் அமைப்புடனான எனது பயணம் கிராமத்தில் துவங்கி வட்டத்தலைமையகம் வரை சென்றது. பின்னர் பில்வாராவிலுள்ள மாவட்ட அளவுக்கு சென்றது. பில்வாரா நகரில் மாணவர்களுக்காக சமூக நலத்துறையால் நடத்தப்பட்ட அம்பேத்கர் விடுதியில் நான் தங்கியிருந்தேன். அது 1991 அம்பேத்கர் பிறந்த நூற்றாண்டு. அப்போது நான் பதினாறு வயதினனாக பதினொன்றாம் வகுப்பில் படித்துக் கொண்டிருந்தேன். அங்கேயும்கூட நான் ஆர்எஸ்எஸ்-ஸின் புகழ்பாடுவதை வழக்கமாகக் கொண்டிருந்தேன். ஒவ்வொரு மாலையிலும் ஷாகா கூட்டத்துக்காக நான் எனது அரைக்கால் சட்டையில் வெளியே அடியெடுத்துவைப்பதைக் காணும் சில மூத்த மாணவர்கள் என்னைக் கிண்டல் செய்வதற்காக ‘சத்தா சாஹேப்’ – என்று சிலேடையில் அழைத்தார்கள்: சத்தி என்பதன் பொருள் உள்ளாடை, அதேவேளையில் சத்தா என்பது உண்மையில் ஒரு பஞ்சாபி துணைப்பெயர். ஆனால் நான் மற்றவர்களைவிட மேம்பட்ட எனது உயர்நிலையில் உறுதியாக இருந்தேன். இப்போது ஒவ்வொருவரும் என்னைவிட மிகவும் கீழானவர்களாகத் தோன்றினார்கள். இந்த முட்டாள்கள் எத்தகைய ஒரு புனிதமான வேலையை நான் செய்துகொண்டிருக்கிறேன் என்பதை அறிந்துகொள்ளாதவர்கள் என்று நினைப்பதை வழக்கமாக்கிக் கொண்டேன். என்னை அவர்கள் புரிந்துகொள்ளும் அந்த நாளில் அவர்கள் என் பாதங்களில் வீழ்வார்கள். நான் ஒருவகையான மனம்கடந்த நிலையில் நானாகவே இருந்தேன். விடுதியில் இருந்த பிற தலித் மற்றும் ஆதிவாசி மாணவர்களிடையே இந்துத்துவா

கருத்தியல்பற்றி பேசுவேன். விடுதியில் இருந்த எனது நண்பர்களில் சிலர் சுரேஷ் நக்வால், கோபால் நாயக், பியாரெலால் கோய்வால், பஜ்ஜாராம் சால்வி, அசோக்மீனா, தயாராம்பாலய், ஷ்யாம்லால் நாயக், கோபால் ரேகர் மற்றும் ரமேஷ் மீனா. அவர்களில் சிலரை ஷாகாவுக்கும்கூட என்னால் அழைத்துச்செல்ல முடிந்தது. ஆனால் விரைவில் அவர்கள் அனைவரும் நின்றுவிட்டார்கள். அவர்கள் சங் ஆடைகளையோ, அல்லது அதன் செயல்படும் வழிமுறைகளையோ விரும்பவில்லை. ரமேஷ் மீனா ஒரு பாஜக தலைவராக ஆனார் என நான் நினைக்கிறேன். ஆனால் இந்தநாட்களில் அவர் மிகவும் சுறுசுறுப்பாக இருந்ததாக நான் கேள்விப்படவில்லை.

இந்த அம்பேத்கர் விடுதிகள் கொடூரமான வடிவத்தில் இருந்தன. நான் ஆஸாத் நகரிலிருந்த விடுதியில் தங்கியிருந்தேன். ஆனால் அன்றாட நடைமுறை ஒழுங்கில் நிறைய சுற்றி ஓடவேண்டியிருந்தது. கழிப்பறைகள் தொலைவில் இருந்தன. மேலும் நாங்கள் லோட்டாக்களை எங்களுடன் எடுத்துச்செல்ல வேண்டியிருந்தது. எங்களுடைய வகுப்புகள் அருகிலுள்ள இன்னொரு அரசு மூத்தோர் இடைநிலைப் பள்ளியில் (கவர்ன்மென்ட் சீனியர் செகண்டரி ஸ்கூலில்) இருந்தன. உணவுக்காக நாங்கள் இரண்டு கிலோமீட்டர் வெளியே காந்தி நகரிலுள்ள விடுதிக்கு நாளொன்றுக்கு இரண்டுமுறை செல்லவேண்டியிருந்தது. அது களைப்படைய வைத்தது. காந்தி நகர் விடுதி அட்டவணை சாதி மற்றும் பழங்குடியின மாணவர்களுக்காகக் கட்டப்பட்ட கோழிக்கூண்டைப் போன்ற இன்னொரு பாழடைந்த இழிவான கட்டடம். நாங்கள் உணவுகளில் சந்தித்தோம்; அதில் எங்களுக்கு வரையறுக்கப்பட்ட எண்ணிக்கையில் சுடப்பட்ட ரொட்டிகள் வழங்கப்பட்டன. அதற்காக நாங்கள் நாய்களைப்போல சண்டையிட வேண்டியிருந்தது. பருப்பு அடிப்படையில் வெறும் தண்ணீராக கொஞ்சம் நறுமணப்பொருள்களுடன் இருந்தது. நாங்கள் அதற்குள் பாய்ந்து முக்குளித்தால் எங்களால் ஒரு பருப்பைக்கூட கண்டுபிடிக்க முடியாது. இன்றுவரை நான் பருப்பை அருவருப்புடன்தான் பார்த்தேன். அங்கே விதிகளையோ அல்லது ஒழுக்கத்தையோ பராமரிக்க எந்த முயற்சியும் இல்லை. பல மாணவர்கள் புகையிலையை மென்றார்கள். அவர்கள் தினந்தோறும் திட்டிக்கொள்கிற சச்சரவுகளில் ஈடுபட்டார்கள். விடுதி பாதுகாவலர்கள் எப்போதாவது

ஒருமுறை வருவார்கள். ஒழுங்கைப் பராமரிக்க அங்கே ஒருவரும் இல்லை. மாணவர்களுக்கான சூழல் எதுவுமே இல்லை. இப்போது விடுதிகள் ஏதோ கொஞ்சம் முன்னேறியிருக்கின்றன. ஆனால் அந்த நாட்களில் அவை குப்பைக்கூளங்களாக இருந்தன.

எங்கள் விடுதியைப்பற்றிய ஒரு நல்ல விஷயம் என்னவென்றால், ஒவ்வொருவரும் அட்டவணை சாதியிலிருந்தும், பழங்குடியிலிருந்தும் வந்தவர்கள், எனவே எல்லா இடங்களிலும் இருப்பதுபோல் இல்லாமல் எந்த ஒருவருக்கும் தாங்கள் கீழானவர்கள் என்ற உணர்வு இருந்ததில்லை. நாங்கள் ஒருவரோடொருவர் இயல்பாக உணர்ந்தோம். இதை வேறு எங்கும் நாங்கள் உணர்ந்ததில்லை.

இந்த நேரத்தைச் சூழ்ந்து பில்வாரா நகரத்தின் பிரச்சாரக் எங்கள் விடுதிக்கு வருகை தந்தார். அதை என்னால் நம்பமுடியவில்லை. ஆனால் அவர் வருகை தந்தார். அங்குள்ள மாணவர்களை சொந்தமாக மதிப்பீடு செய்து, என்னை அவர் அருகில் அழைத்துக் கூறினார், 'நீ இங்கு தங்கியிருக்கக்கூடாது. இந்த அம்பேத்கர் விடுதி உன்னுடைய கருத்தியலைக் கெடுத்துவிடும்.'

என்னுடைய கருத்தியலைப் பாதுகாக்க நான் அம்பேத்கர் விடுதியைவிட்டு நீங்கினேன். சங் அமைப்பின் மாவட்ட அலுவலகத்தை அடைந்தேன். அங்கே நான் சில தொழிலாளர்களுடன் 1990 மே-ஜூன் வரை இருந்தேன். எனக்கு மாவட்ட அலுவலகத்தின் பிரமுக் அல்லது தலைமை என்ற பொறுப்பு கொடுக்கப்பட்டது. எனது திறமை மற்றும் தனித்தகுதிகளில் நான் இன்னும் அதிகமாக திருப்தி அடைந்தேன். நான் இந்துவாக இருப்பதில் மிகவும் பெருமை கொண்டேன். என்னை நானே ஆசீர்வதிக்கப்பட்டவனாகக் கருதினேன். இந்துக்களாகிய நாம் எது நாகரிகம் என்பதை இந்த உலகத்துக்கே கற்பித்தோம். நாம் எண்களை, பின்னங்களை வளர்த்தெடுத்தோம்; நமது வேதங்களின் தெய்வீகத்தன்மை இந்த உலகத்தின் மற்ற மதங்களின் மூலநூல்களை விஞ்சி நின்றது. நமது நிலத்தில் எல்லா ஜீவராசிகளும் புனிதமாகக் கருதப்பட்டன. மேலும் பெண்கள் வழிபடப்பட்டார்கள். இந்த நாகரிகத்தின் ஒருபாகமாக இருப்பது விழுமிய அனுபவமாக விளங்குகிறது. 'இந்தி-இந்து-இந்துஸ்தான்', 'மாங் ரஹா ஹை சாகல் ஜஹான்' போன்ற முழக்கங்கள் ஒட்டுமொத்த உலகத்தையும் உரிமையுடன் கோருகின்றன. இந்த அதே சிந்தனை என்னை மகிழ்ச்சியில் நிறையவைத்தது.

மற்ற சிந்தனைகளுக்கு இங்கே இடமில்லை என்ற சங் அமைப்பின் நம்பிக்கைகளுடன் நான் ததும்பினேன். நான் மனுஸ்மிருதியில் பெருமை கொண்டேன். ஆனால், இங்கே அரசியல் சாசனம் போன்ற இத்தகைய விஷயங்களும் உள்ளன. என்னிடம் வேறு எந்த சிந்தனையும் இல்லை. நான் மஹாராணா பிரதாப்பின் புகழ்பாடினேன்; ஆனால் பிலு ராணா பஞ்சா பற்றி ஒருபோதும் கேள்விப்பட்டதில்லை. மீராவில் பாடல்கள் எனக்கு தெரியும்; ஆனால் சாண்ட் ரவிதாஸை அறிந்துகொள்ளவில்லை. ஜான்ஸி ராணி இலட்சுமிபாயின் தைரியம் மற்றும் நெஞ்சுரத்தில் நான் மனக்கிளர்ச்சியுற்றேன். ஆனால், 1857 ஆட்சிமாற்ற கிளர்ச்சியில் ஜான்ஸி ராணியின் பெண்கள் இராணுவத்தில் முக்கியப்பாத்திரம் வகித்த தலித் வீராங்கனை ஜல்காரிபாய் எனக்கு தெரியாதவர். பின்னர் உள்ள அனைவரும் தாழ்ந்தசாதியினர் அல்லது ஆதிவாசிகள். என்னுடையதைப் போன்ற சமுதாயத்தினர்பற்றி எனக்கு ஏதாவது தெரியும் என்றால், அது மேல்சாதி தெய்வீக உருவங்களுக்கு விசுவாசத்துடன் சேவை செய்த – வெகுளித்தனமாக பேரிக்காயை தானே முதலில் சுவைத்து ஸ்ரீராமனுக்கு கொடுத்த சபரி, குரு துரோணாச்சாரியாருக்கு தனது கட்டைவிரலை குருதட்சணையாக கொடுத்த ஏகலைவன், தனது இதயத்தில் ஸ்ரீராமன் பதிந்துள்ளார் என்பதைக்காட்ட தனது நெஞ்சைத் திறந்துகாட்டிய ஹனுமான், துணிகளை துவைப்பதன் மூலம் பயனுள்ளவர்கள் என்று தங்களை ஆக்கிக்கொண்ட வண்ணார்கள், காலணிகளை தயார்செய்த தோல் தொழிலாளர்கள், உயர் அந்தஸ்தில் உள்ளவர்கள் பயன்படுத்தியபிறகு, அதைச் சுத்தம் செய்யும் மற்றவர்கள், அதாவது அதே பழைய சாதி அமைப்புமுறையும், மரபுகளும் அற்பத்தனமான வேலைகளை மரபுரிமை ஆக்கியிருக்கின்றன.

அந்த நாட்களில் எனது வழிபாட்டு உருவங்களாக அம்பேத்கர், பூலே, கபீர், புத்தர் ஆகியோர் இல்லை. நான் அவர்களைக் கேள்விப்பட்டதுகூட இல்லை. எனக்குத் தெரிந்தவர்கள் சாவர்க்கர், மூஞ்சே, திலகர், கோகலே, ஹெட்கேவர், மற்றும் குருஜி கோல்வாக்கர் மட்டுமே. அவர்கள் எனக்கு எழுச்சியூட்டியவர்கள். பிரச்சாரக்ஜி கூறியது சரிதான். நான் அந்த அம்பேத்கர் விடுதியில் தங்கியிருப்பேனானால், எனது சிந்தனைகள் உண்மையில் கெட்டவை ஆகியிருக்கும்.

16
சங், ரஜ்னீஷ் மற்றும் நான்

எனது தத்துவார்த்த நம்பிக்கைகளின் அடித்தளம் அசைக்கப்படும் செயல்முறை சங் அலுவலகத்துக்குள் நான் நகர்வதோடு துவங்கியது. ஒருநாள் நகர பிரச்சாரக், கமலேஷ் சௌராசியா தீரத் தாஸ் என்று அழைக்கப்படும் சுயம்சேவக் வீட்டுக்கு அழைத்துச்சென்றார். அவர் அண்மைக்காலத்தில்தான் ஓஷோ ரஜ்னீஷ் செல்வாக்கின்கீழ் வந்தவர். சங் வேலைகளில் ஆர்வம் குறைந்துவருவதை காட்டத்துவங்கியிருந்தார். நாங்கள் தீரத் தாஸை சரியான பாதைக்கு திரும்புமாறு இணங்கவைக்கச் சென்றிருந்தோம். அவர் தன்னை நங்கூரமாக நிலைநிறுத்தும் வடக்கயிற்றை இழந்துவிட்டார் என நாங்கள் உணர்ந்தோம். பிரச்சாரக்ஜி அவரிடம் நீண்ட நேரம் பேசினார். ஆனால் பிடிவாதமாக இருந்தார். நாங்கள் புறப்படும்போது அவர் எங்களுக்கு ரஜ்னீஷ் ஆசிரமத்தால் கொண்டுவரப்படும் 'ஓஷோ டைம்ஸ்' என்ற ஒரு செய்தித்தாளைக் கொடுத்தார். பிரச்சாரக்ஜி அதை தொடக்கூட மறுத்து விட்டார். ஆனால் நான் அதை என்னுடன் திரும்பக் கொண்டுவந்தேன். அதைப் படிக்கத் துவங்கினேன். பிரச்சாரக்ஜியால் அதைப் பொறுத்துக்கொள்ள முடியவில்லை. இந்த மனிதர் உன்னைத் தவறான பாதைக்கு வழிகாட்டிவிடுவார்; அவர் உன்னைக் குழப்புவார்; அதை ஒருபோதும் படிக்காதே' என்று கூறியவாறு எனது கைகளிலிருந்து அதைப் பறித்துக்கொண்டார். நான் அதிர்ச்சியடைந்தேன். மௌனமாக இருந்தேன். ஆனால் ஆச்சரியப்பட்டேன். ஏதாவது ஒன்றைப் படிப்பது என்னை எவ்வாறு குழப்பும்? இது ஓஷோவின் மீதான எனது ஆர்வத்தைக் கிளறிவிட்டது. மேலும் நான் ஓஷோ டைம்ஸ் இதழை

ரகசியமாகப் படித்தேன். அது எனது மனதின் மற்ற கதவுகளைத் திறந்துவிடத் துவங்கியது.

இதற்குப்பிறகு, நான் பில்வாரா பேருந்து நிலைய புத்தக அரங்கிலிருந்து தொடர்ச்சியாக ஓஷோ டைம்ஸ் -ஐ வாங்கத் துவங்கினேன். பின்னர் ஓஷோ புத்தகங்களின் பிரதிகளை எனக்கு கொடுத்த திவாகர் ஜாவாவுடன் நண்பர்களாக ஆனேன். காயத்ரி பரிவாரின் ஓர் அங்கமாக திவாகர் ஒரு சங்கியாக இருந்தவர். ஆனால் அவர் அதிருப்தி அடைந்த சங்கியின் வகையாக இருந்தார். அவர் ஏராளமாகப் படித்தார். மேலும் ஓஷோவுடன் அவர் என்னை ஹரித்துவாரை தலைமையிடமாகக்கொண்ட அனைத்துலக காயத்ரி பரிவார் என்ற அமைப்பின் நிறுவனரான ஸ்ரீராம் சர்மா ஆச்சார்யாவுக்கும் உணர்வுமையமான சாந்திகஞ்ச்-ல் இருந்து கொண்டுவரப்படும் அவர்களது மாத வெளியீடான ‘அகண்டஜோதி’ பத்திரிகைக்கும் அறிமுகம் செய்தார். இருந்தபோதிலும் அகண்டஜோதியின் மொழிநடை மந்தமானதாகவும், பாதியில்வைக்கத் தூண்டுவதாகவும் நான் உணர்ந்தேன். பெரும்பாலும் அதைப் படிக்காமலேயே திருப்பித்தந்தேன்.

ஆர்எஸ்எஸ்-இல் வேறு எதையும்தவிர தேசியம், நற்குண உயர்பண்பு, மனத்துறவு, ஆன்மீக இயல்பு ஆகியவற்றை மதிப்பீடு செய்ய பயிற்றுவிக்கப் பட்டிருந்தேன். சுயம்சேவக்குகளுக்கு இடையிலான உறவு புனிதமாக, வேறு உலகியலானதாக இல்லாமல், பார்க்கப்பட்டது. நேர்மையாகச் சொல்வதானால், அங்கே ஆண்களுக்கு இடையே பாலின ஈர்ப்பு ஏதாவது இருந்ததா என்பதுபற்றி எனக்கு எதுவும் தெரியாது. எந்தவிதத்திலும் ஷாகாவில் அங்கே பெண்கள் யாரும் கிடையாது. பாலுணர்வு என்பது உண்மையில் மனிதனின் ஆன்மிக ஆற்றலை அழிக்கக்கூடியது என உணர்ந்தேன். கற்பைப்பற்றி, குறிப்பாக பெண்களுடையதைப் பற்றி, நிறைவான கருத்துகளைக் கொண்டிருந்தேன். குறிப்பாக பெண்களுடைய தேவை நல்ல, சுயமாக, தியாகம் செய்துகொள்ளும் நல்ல மனைவியாக, தாயாக இருப்பதுதான். ஆனால் ஓஷோவை படிப்பது பாலியல் விருப்பம் என்பது இயல்பானது, நல்லது என்ற சிந்தனைக்கு எனது மனதை திறந்துவிட்டது.

எனக்குள் நிறைந்திருந்த சங் அமைப்பின் புனிதமான, தூயகருத்தியல், எல்லாவற்றுக்கும் பிறகு கெட்டுப்போகத் துவங்கியது.

17
குல்மாண்டி பாகிஸ்தானிலா உள்ளது?

பிரச்சாரக்காக ஆகும் எனது நம்பிக்கைகள் கோடிடப்பட்டிருந்தாலும்கூட, நான் சிறிதளவு ஓஷோவைப் படிக்கத் துவங்கியிருந்தாலும்கூட, சங் மீதான, தேசத்தை கட்டமைப்பதின் மீதான, மற்றும் இந்துத்துவா மீதான எனது அன்பு தீர்மானகரமானதாக இருந்தது. அம்பேத்கர் விடுதியைவிட்டு நீங்கிய பிறகும், சங் தலைமையகத்துக்கு சென்றபோதும் நான் எனது வேலைகளை கடமை உணர்வுமிக்க சுயம்சேவக்காக தொடர்ந்து செய்துவந்தேன். எந்த ஒரு மாற்றையும் கருதும் அளவுக்கு எனது மனம் போதுமான அளவு திறக்கவில்லை. எனவே இரவும் பகலுமாக இந்து ராஷ்ட்ராவைக் கட்டமைக்க நான் வேலைசெய்து வந்தேன்.

அயோத்திக்கான முதல் கரசேவைப் பயணம் தோற்றிருந்தாலும்கூட, ராமர் கோவிலைக் கட்டுவதற்கான கோரிக்கை இந்து சமுதாயத்தில் நாடு முழுவதும் கொதிநிலையில் வைக்கப்பட்டிருந்தது. சங்-இல் இணைக்கப்பட்டிருந்த அமைப்புகள் அரசைக் குறிவைத்து 'ராமர் கோவிலைக் கட்டு அல்லது பதவி விலகு' என்ற சவால்களோடு பிரச்சாரப் பயணத்தை நடத்திக்கொண்டிருந்தன. 1991 மார்ச் 12 அன்று அயோத்தியில் ராமர் கோவில் கட்டுவதற்கான பேரணியை பில்வாராவிலுள்ள சிங்கனேரி கேட்டில் துவக்கி குல்மாண்டியில் உள்ள முஸ்லீம் பெரும்பான்மை பகுதிகள் வழியாக மாவட்ட ஆட்சியர் அலுவலகத்தை அடைவதற்கு திட்டமிட்டிருந்தோம். உணர்ச்சிவசப்பட்ட ஆயிரக்கணக்கான ராமரின் பக்தர்கள் தூதாத்திரி கோவிலுக்கு வெளிப்புறத்தில் அவர்கள் முன் நெற்றியைச்சுற்றி காவிக்கச்சைகளை அணிந்து,

'இராமனின் பெயரால் சபதம் ஏற்கிறோம்:
கோவிலை நாங்கள் அங்கேயே கட்டுவோம்'

என முழக்கங்கள் எழுப்பிக்கொண்டு காத்திருந்தார்கள். ராஜஸ்தான் அரசு பாஜக ஆக இருந்தது. பைரோன் சிங் செகாவத் முதல்வராக இருந்தார். பன்ஷிலால் பட்வா பில்வாராவிலிருந்து வந்த சட்டமன்ற உறுப்பினராக இருந்தார். இதன்பொருள் அரசு எங்களுடையது; ஆனால் அங்கே காவல்துறையினர் எங்களை தடுத்துக்கொண்டிருந்தனர். எங்களது பேரணி தொடர்ந்து மேலே செல்ல அனுமதிக்கப்படவில்லை.

அது ஒரு செவ்வாய்க்கிழமை. பேரணி நிறுத்தி வைக்கப்பட்டிருப்பதால், சட்டம் ஒழுங்கு பிரச்சனை எங்கள் பேரணியிலிருந்து எழும் என நினைத்த காவல்துறையினர், அதே நேரத்தில் பிற்பகல் நமாஸ் துவங்க இருந்ததால், வேறுவழியாக செல்லுமாறு எங்களை ஒத்துக்கொள்ளவைக்க முயற்சித்துக் கொண்டிருந்தார்கள். இரண்டு சமுதாயங்களுக்கு இடையில் வன்முறை எழக்கூடிய வாய்ப்புகள் இருப்பதாக இரகசிய அறிக்கைகளை அவர்கள் பெற்றிருந்தார்கள். ஆனால் நிர்வாகம் சங் கைகளில். எனவே, நாங்கள் பயமில்லாமல் இருந்தோம். காவல்துறையினர் மென்மையாகவும், எங்களது மூத்த தலைவர்களிடம் கெஞ்சுபவர்களாகவும் இருந்தார்கள். எங்களுடைய பேரணி குல்மாண்டி வழியாக ஏன் போகக்கூடாது? குல்மாண்டி பாகிஸ்தானிலா உள்ளது? பேரணி கட்டாயம் குல்மாண்டி வழியாகச் செல்லும் என பின்விளைவுகளைப் பற்றி கவலை இல்லாமல் நாங்கள் பிடிவாதமாக இருந்தோம்.

காவல்துறையினருக்கும் ராமபக்தர்களுக்கு இடையே தள்ளுமுள்ளுகள் நடந்துகொண்டிருந்தபோதே எங்களுக்குப் பின்னாலிருந்து கற்கள் பறக்கத்துவங்கின. காவலர்கள் தடியடியைத் துவக்கினார்கள். குதிரை மீதேறிய அதிகமான காவலர்கள் குதிரைகளை எங்களுக்குள் ஓட்டினார்கள். பலரும் காயமடைந்தார்கள். சூழ்நிலை மிகவும் கட்டுப்படுத்த முடியாத நிலையை அடைந்தது. காவலர்கள் பலசுற்றுகள் காற்றில் சுட்டார்கள். எங்களது இலட்சியத்துக்காக இரண்டுபேர், கமோரிலிருந்து ரதன்லால் சென், பில்பாராவிலிருந்து சுரேஷ் ஜெய்ன் - தியாகிகளானார்கள்.

ஜெய்ன் மற்றும் சென். நல்லது. உண்மை என்னவென்றால் அவர்கள் இறப்புக்கும், ராமஜென்ம பூமிக்கும், அல்லது அங்கே ராமர் கோவிலைக்கட்டும் எங்கள் இயக்கத்துக்கும் எந்த சம்பந்தமும் இல்லை. பில்வாராவில் குடியிருக்கும் சுரேஷ் ஜெய்ன் இரவு வேலையிலிருந்து திரும்பி வீட்டில் ஓய்வெடுத்துக் கொண்டிருந்தவர், கொந்தளிப்பைக்கேட்டு, என்ன நடக்கிறது என்று பார்க்க வீட்டைவிட்டு வெளியே காலடி எடுத்து வைத்தவர் காவலரின் குண்டுகளால் வீழ்ந்துவிட்டார். கமோர் கிராமத்தின் ரதன்லால், பில்வாராவுக்கு வருகைதந்து கடைவீதியில் கொஞ்சம் பொருள்களை வாங்கிக் கொண்டிருந்தவர் கூட்ட நெரிசலில் சிக்கியபோது காவலரின் இன்னொரு குண்டுக்கு பலியானவர். இருவரும் சட்டபூர்வமாக இந்துவாக இருந்ததால்- ஜெய்ன் மற்றும் சென் ராமஜென்ம பூமியின் தியாகிகள் என பிரகடனம் செய்யப்பட்டார்கள். அவர்களது சாம்பலை ஏந்திச்செல்லும் எதிர்ப்புப்பேரணி உடனடியாக அறிவிக்கப்பட்டது.

இருவரில் எவரும் சங் அமைப்புடனோ அல்லது இயக்கத்துடனோ எந்த ஒரு தொடர்பும் இல்லாதவர்கள். அவர்கள் காவலர் துப்பாக்கிச்சூடு நடந்தவழியில் சிக்கிக்கொண்ட துரதிர்ஷ்டசாலிகள். இதில் நல்லது என்னவென்றால் அவர்கள் இருவரும் இந்துக்கள்! அவர்கள் தியாகிகள் என்ற பட்டத்தைப் பெற்றார்கள். அவர்கள் முஸ்லீம்களாக இருந்திருந்தால், அவர்களது குடும்பத்தினரால் சீக்கிரமாக சந்தடியின்றி புதைக்கப்பட்டிருப்பார்கள்.

18
எங்கள்மீது காவலர்கள் தடியடி

இந்தப் பேரணியில் நான் ஒருபக்கத்தில் எங்கோ சில இடங்களில் முன்அணியை நோக்கியும்கூட இருந்தேன். சிறிது நேரம் நானும் கற்களை வீசினேன். ஆனால் என்னைச் சுற்றியிருந்த கூட்டம், குறையத் துவங்கியபோது, நான் ஒருவன் மட்டுமே அவ்வாறு செய்துகொண்டிருப்பதை உணர்ந்தேன். இப்போது நான் கவலையடைந்தேன். நான் கம்புகளால் தாக்கப்படக்கூடும் என்று இப்போது நான் கவலைப்பட்டேன். விரக்தியோடு சுற்றிலும் பார்த்து, பீம்கஞ்ச் பள்ளியைக் கண்டுகொண்டேன். நான் அதற்குள் ஓடிச்சென்று மாணவர்கள் மத்தியில் ஒளிந்துகொண்டேன். வெளிப்பக்கத்தில் குண்டு வெடிப்பதை நீண்ட நேரம் கேட்டுக்கொண்டிருந்தோம். விரைவில் ஊரடங்குச் சட்டம் அறிவிக்கப்பட்டதாக நாங்கள் தெரிந்துகொண்டோம். நான் எப்படி அங்கிருந்து செல்வது? அது சாத்தியமில்லை. பின்னர் ஒரு எதிர்க்கருத்து எனக்குத் தோன்றியது. ஏதாவது ஒரு புள்ளியிலிருந்து மாணவர்கள் வீட்டுக்கு கொண்டு செல்லப்படுவார்கள். அவர்களோடு நான் போகலாம்.

அந்தக்கணத்தில் விஷயங்கள் அமைதியடைந்தன. குழந்தைகளை வீடுகளுக்கு பலத்த காவல்துறை பாதுகாப்பின்கீழ் கொண்டு செல்ல ஏற்பாடுகள் செய்யப்பட்டன. காவலர்களும், ஆசிரியர்களும் மாணவர்களை வெளியே கொண்டு செல்லத் துவங்கினர். நான் அவர்களுடன் நழுவினேன். ஆனால் ஒரு சந்தை நான் அடைந்தபோது ஐந்து அல்லது ஆறு காவலர்கள் கம்புகளோடு என்மீது பாய்ந்தார்கள். மற்ற மாணவர்களிலிருந்து என்னை அவர்கள் எவ்வாறு

இந்துவாக நான் இருக்கமுடியாது

தனிமைப்படுத்திப் பார்த்தார்கள் என்று நான் வியந்தேன். நான் இளைஞனாகவும் ஒல்லியானவனாகவும் இருந்தேன். நான் தீவிர செயல்பாட்டாளர்களில் ஒருவன்; மாணவன் அல்ல என்று எப்படி அவர்கள் அறிந்துகொண்டார்கள்? எனது நெற்றியில் இருந்த திலகத்தையும், எனது தலையைச் சுற்றியிருந்த காவிப்பட்டையையும் அகற்ற நான் மறந்துவிட்டேன்.

அடிகளின் பொழிவு என்மீது கவிந்தன. நான் ஓடத்துவங்கினேன், விழுவதும், நானே எழுந்துகொள்வதுமாக வலியால் கதறி அழுதேன். எனக்குப் பின்னால் எண்ணற்ற காவலர்கள், அவர்களுடைய கம்புகள் என்மீது மீண்டும் மீண்டும் விழுந்துகொண்டிருந்தன. எவ்வாறோ இறுதியாக அவர்களிடமிருந்து மாணிக்ய நகர் வழியாக ஓடி நான் தப்பினேன். மகாத்மா காந்தி மருத்துவமனையை அடைந்தேன். அங்கே ஆயிரக்கணக்கான கோபம் கொண்ட மக்கள் திரண்டிருந்தார்கள். காவலர்களின் துப்பாக்கிச்சூட்டில் கொல்லப்பட்ட இரண்டுபேரின் உடல்கள் அங்கு வந்தடைந்தன. காயமடைந்த பலரும் அங்கு இருந்தார்கள். நானும்கூட மிகமோசமாக இரத்தம் சிந்திக்கொண்டிருந்தேன். எனக்கு முதலுதவி அளிக்கப்பட்டது. பிறகு நான் சங் அலுவலகத்துக்கு கொண்டுசெல்லப்பட்டேன். அடுத்த ஐந்து நாட்கள் ஊரடங்கில் மிகமோசமாக அடிக்கப்பட்ட எனது முதுகுக்கு மசாஜ் செய்யப்பட்டது. RIICO பகுதியின் பஞ்சமுகி பாலாஜி கோவில் மஹந்த் பாபா பிரேம்தாஸ் மஹராஜ் எங்களுடன் இருந்தார். மற்றவர்களும்கூட. எவ்வாறோ அந்த சிரமமான நாட்கள் கழிந்தன. வலி நிவாரணிகள் செயல்படத்துவங்கின. வீட்டிலிருந்து காணாமல் போகத் துவங்கினேன். சிர்தியாஸுக்கு திரும்பினேன். ஆனால் இந்த அனுபவங்கள் என்னை மோசமாக பாதித்தன. இந்த நாட்களில் ஒன்றில் நான் காவலர்களாலோ அல்லது மதநம்பிக்கை அற்றவர்களாலோ கொல்லப்பட்டிருப்பேன் என உணரத்தொடங்கினேன். அந்தக் கவலையைப் பொருட்படுத்தாமல், சங் அமைப்புக்கான எனது பக்தியும், அர்ப்பணிப்பும் ஒருபோதும் அலைபாய்ந்ததில்லை. சங் அமைப்புக்காக வேலை செய்வது, கடவுளுக்கான வேலை; வேதக் கோழைகள் நம்மைப் பயன்படுத்திக் கொள்ளவில்லை என்றும், சங் அமைப்புக்கு எதிராக விமர்சிக்கும் வார்த்தைகளை நான் சகித்துக் கொள்ளமாட்டேன் என்றும் என்னை நானே ஏற்றுக்கொள்ளச் செய்தேன்.

எனது தந்தை கடுமையான காங்கிரஸ் ஆதரவாளர். எனது காக்கி அரைக்கால் சட்டை மற்றும் கறுப்புத் தொப்பியுடன் நான் வெளியே கிளம்பும்போது, அவர் அடிக்கடி என்னை நிறுத்திக் கூறிக்கொண்டிருப்பார், 'பணியா மற்றும் பிராமணர்களின்' கட்சி ஒருபோதும் விவசாயிகள் மற்றும் கீழ்சாதியினரான நம்மோடு இருக்கமாட்டார்கள். நமது மியான் சகோதரர்களோடு- முஸ்லீம்களோடு சண்டையைத் துவக்க நம்மைப் பயன்படுத்திக்கொள்வார்கள். ஆனால், அவர்கள் தாங்களாகவே ஒருபோதும் சண்டையிட மாட்டார்கள், கோழைகள். அவர்கள் நம்மைப் பயன்படுத்துகிறார்கள். அது தந்தையின் வார்த்தைகளில், காங்கிரஸ் சதிகளின் அசிங்கமான நெடி இருந்தது. அவரும்கூட சாதி மற்றும் முஸ்லீம்களை திருப்திப்படுத்துவது என்ற அற்ப அரசியல் பொறியில் சிக்கிக்கொண்டார் என நான் உணர்ந்தேன். வெளிப்படையாகவே தேசியம் என்ற சிந்தனை அவரிடம் இல்லை. அல்லது அத்தகைய விஷயங்கள் பற்றி அவர், ஓர் அமைப்பு தேசத்துக்கு சேவை செய்வதற்காக அர்ப்பணித்துக் கொண்டதா? என்று கேட்பாரா? நான் ஒவ்வொருமுறையும் ஆர்எஸ்எஸ் சீருடையில் வெளியே காலடி எடுத்து வைக்கும்போதும், அயோத்திக்கு ஓடிச்செல்லும் போதும் அல்லது மாவட்ட தலைமை அலுவலகத்திலிருந்து அடிபட்டுத் திரும்பும்போதும் ஒவ்வொரு நிலையிலும் அவர் தனது ஏற்பின்மையை வெளிப்படுத்தியதை நான் புறக்கணித்தேன்.

முதலாவதாக நான் ஷாகாவுக்குப் போவதை அவர் எதிர்த்தார். அவர் உண்மையில் கோபமாக இருந்தபோது, அவர் என்னையும், சங் அமைப்பையும் நோக்கி வசவுகளை வீசுவார். அது உண்மையில் என்னை வெறிகொண்டவனாக்கியது. நீங்கள் விரும்பினால் என்னை நோக்கி வசவுகளை வீசுங்கள். சங் அமைப்பை தனியாக விட்டுவிடுங்கள். இல்லாவிட்டல் எப்போதும் அதைச்சொல்ல எனக்கு தைரியம் உண்டு. அதற்குள் இருந்துகொண்டு நான் எரிச்சல் ஆவேன். நான் படிக்கவேண்டும் அல்லது வயல்களில் உதவவேண்டும் என்று அவர் விரும்பினார். ஆனால் நான் சிந்திக்கப் பழகிக்கொண்டேன். நான் வயல்களில் வேலை செய்வதா? இங்கே நான் ஒரு சுயம்சேவக், இத்தகைய ஒரு சங் போன்ற பெருமைக்குரிய அமைப்பில் தேசத்தைக் கட்டுவதில் ஈடுபட்டுள்ளதைத்தவிர, குறைவாக வேறு எதிலும் ஈடுபடாத அமைப்பில், அவர்

இந்துவாக நான் இருக்கமுடியாது | 81

மானுடத்தைக் கட்டமைக்கும் இந்த தொழிற்கூடத்திலிருந்து நான் வெளியேறவேண்டும் என்றும் அவரைச்சுற்றி ஆடு, மாடுகளை மேய்த்துக்கொண்டு திரியவேண்டும் என்றும் விரும்புகிறார். என்னைப் பொருத்தவரை, ஒரு பிரச்சாரக்காக ஆகும் உள்ளார்ந்த ஆற்றலோடு நான் மாட்டிடையன் ஆவதா? ஒருபோதும் இல்லை. இது ஒருபோதும் நடக்காது. நான் ஒரு முடிவை எடுத்துவிட்டேன்: அதாவது சங் அமைப்புக்கான எனது வேலை எனது எஞ்சியுள்ள வாழ்நாள் முழுதுக்குமானது. மிகவும் மரியாதைக்குரிய டாக்டர் கேசவ் பாலிராம் ஹெட்கேவர்-ஜி கூறியிருக்கிறார்: 'எவரொருவரும் எப்போதும் சங் அமைப்பின் சுயம்சேவக்காக இருந்ததில்லை. அவர் இன்னும் சங் அமைப்புக்காக வேலை செய்துகொண்டிருக்கிறாரோ இல்லையோ, அவர் ஒரு சுயம்சேவக்காக இருந்துகொண்டிருக்கிறார்.'

நான் வெறும் ஒரு சுயம்சேவக்காக மட்டும் இருக்கமாட்டேன். ஆனால் செயல்திறம் மிக்கவனாக இருப்பேன், என்று நான் தீர்மானித்துவிட்டேன். எனது தந்தையோ அல்லது எனது குடும்பமோ என்ன உணர்ந்தாலும் அல்லது நினைத்தாலும் அதைப்பற்றி நான் கவலைப்படப் போவதில்லை. எந்த வகையிலும் அந்த காங்கிரஸ்காரர்கள் சங் அமைப்பின் தெய்வீகப் பணியை ஒருபோதும் புரிந்து கொள்ளப்போவதில்லை. அதற்கு அவர்கள் சிறிதும் தகுதியடையவர்கள் அல்ல. எனது தந்தைக்கும் எனக்கும் உள்ள உறவு என்பது, சங் அமைப்புக்கும், காங்கிரஸுக்கும் இடையில் உள்ள உறவுபோல ஆகிக்கொண்டிருக்கிறது. அவர் என்னை தொடர்ந்து எச்சரிக்கவும், நிறுத்தவும் முயற்சித்து வருகிறார். ஆனால் நானோ, எனது கருத்தியல்கள் பற்றி மிகவும் அதிகமான பிடிவாதம் கொண்டவனாக இருக்கிறேன்.

19

தியாகிகளின் அஸ்தி எனது கிராமத்துக்கு வந்தபோது

அயோத்தி செல்லும் வழியில் இறந்தவர்கள் மற்றும் பில்வாராவில் இறந்த இருவர் ஆகியோர் தியாகிகள் என்று பிரகடனப்படுத்தப்பட்டார்கள். அவர்களது அஸ்தியைக் கொண்ட கலசங்கள் கிராமம் விட்டு கிராமமாக ஊர்வலமாக எடுத்துச்செல்லப்பட்டது. அந்த அஸ்தி கலச ஊர்வலத்தில் சாதுக்களும் துறவிகளும், சங் மற்றும் விஹெச்பி செயல்பாட்டாளர்களும் அலுவலகப் பொறுப்பாளர்களும் கலந்துகொண்டார்கள். அந்த அஸ்திக் கலச யாத்திரை சிர்தியாஸையும்கூட இரவு 9 மணியளவில் அடைந்தது. நாங்கள் அதை உரிய மரியாதையுடன் வரவேற்றோம். நாங்கள் எங்கள் அண்டை அயலை மலர்களையும் இலைகளையும் கொண்டு அலங்கரித்திருந்தோம். மேலும், ஊர்வலத்தை சங்கு மற்றும் மத்தள ஒலிகளுடன் இதற்கு முன் எப்போதும் பார்த்திராத கொண்டாட்டத்துடன் வரவேற்றோம்.

1991 ஏப்ரல்-மே யில் எங்களது சந்திப்புகள் ஒன்றில், அயோத்தியில் ராமர் பிறந்த இடத்தில், கரசேவகர்களை நோக்கி நடைபெற்ற முலாயம்சிங் அரசின் காவல்துறை அக்கிரமங்கள் பற்றிய ஒரு திரைப்படம் திரையிடப்பட்டது. துறவிகளும் மற்ற இந்து தலைவர்களும் காவலர்களின் கரங்களால் பில்வாராவில் நடந்த கொடூரங்கள் பற்றி விவரித்தார்கள். பேச்சாளர்களில் ஒருவர்கூட அந்தக் காட்சியில் இல்லை அல்லது ஒரு கீரல்கூட ஏற்படவில்லை; ஆனால் அங்கு என்ன நடந்தது என்று விவரித்த பாங்கு ஒவ்வொருவரின் கண்களிலும் கண்ணீரை வரவழைத்தது. நானும்கூட பில்வாராவில் காயம்பட்டிருந்தாலும், அந்த நிகழ்ச்சியை

மிகவும் உணர்வுப்பூர்வமாக என்னால் விவரித்திருக்க முடியாது. அதுதான் சங் அமைப்பிலிருந்து நாங்கள் பெற்ற பயிற்சியாக இருக்கலாம். கற்றறிந்தவர்கள் நமது நாட்டில் எந்த வகையிலும் பிரச்சனைகளை மிகவிரைவாக அறிந்துகொள்கிறார்கள். யாரெல்லாம் பசியைப்பற்றிப் பேசுகிறார்களோ, அவர்கள் பசியுடன் இருப்பதில்லை. அவர்களுடைய வயிறுகள் நிரம்பியிருக்கின்றன. இங்கே என்ன நடக்கிறது என்றால் இதுதான். உணர்வூட்டும் பேச்சுகள், 'எல்லா இந்துக்களும் சகோதரர்கள்' என்ற கோஷங்கள்! இந்து சமுதாயத்தில், சமமற்றவர்கள் மீது கொடூரத்தாக்குதல்கள், மற்றும் ஊழல்கள்! அந்தக் கூட்டம் இந்துக்கள் ஒன்றுபட்டவர்களாக, அமைப்பாக திரட்டப்பட்டவர்களாக, இந்துக்களில் ஒதுக்கப்பட்டப் பிரிவினரை அரவணைத்துக் கொள்பவர்களாக இருக்கவேண்டும் என்ற அறிவுரைகளோடு நிறைவுபெற்றது. எங்களது தலித் பகுதியில் சங் அமைப்பின் முதலாவது வெற்றிகரமான கூட்டம் இதுதான்.

இது முடிந்தபிறகு, எங்கள் வீட்டில் ஒவ்வொருவரும் உணவுண்ண நான் ஏற்பாடுகளைச் செய்திருந்தேன். ஒவ்வொருவருக்கும் நாங்கள் பூரி மற்றும் கிழங்கு தயாரித்திருந்தோம். உணவுக்கான தயாரிப்புகள் நடந்து கொண்டிருந்தபோது, எனது தந்தை மீண்டும் என்னை நிறுத்த முயன்றார். 'நீ ஏன் உணவை வீணாக்குகிறாய்? இந்த மனிதர்கள் நம்முடன் உணவு உண்ணமாட்டார்கள், போலிவேடதாரிகள், பொதுவில் ஒன்றைச் சொல்வார்கள்; ஆனால், தனிமையில் வேறு ஏதாவது ஒன்றைச் செய்வார்கள். அவர்கள் நமக்கு எதிராக விஷம் நிறைந்தவர்கள்' என்றார். நான் கடும்கோபம் கொண்டேன். எனது எல்லா தைரியத்தையும் ஒன்றுதிரட்டி அவருடன் முரண்படத் தயாரானேன். "சங் பற்றி உனக்கு என்ன தெரியும்? நான் அவர்களுடன் ஐந்து ஆண்டுகளாக இருக்கிறேன். நான் மாவட்ட அலுவலகத்தின் தலைவராக இருக்கிறேன். நான் ஏராளமான சுயம்சேவக்குகள் வீடுகளில் சாப்பிட்டிருக்கிறேன். சங், தீண்டாமை மற்றும் சாதிப்பாகுபாடு ஆகியவற்றைக் கொண்ட உங்களது கிராமத்தைப் போன்றது அல்ல; அது காங்கிரஸ் நமக்குக்கொடுத்த ஒருவகையான விஷயம்." எனது தந்தை கூறினார்: 'மகனே, காங்கிரஸ் நமது சாதியில் தாயின் மடி போன்றது. நீ அதை சிறிதுகூட புரிந்துகொள்ளவில்லை. ஆனால் நல்லது. உன்னுடைய அமைப்பில் அங்கே சாதிப்பாகுபாடு

இல்லை என்பது மாபெரும் விஷயம். உணவைத் தயார் செய். ஒவ்வொருவருக்கும் உணவளிப்பதில் நான் மிகுந்த மகிழ்ச்சி அடைகிறேன்.'

எனவே அங்கு ஒருவகையான 'போர் ஓய்வு' எங்களுக்கிடையில் நிலவியது. நான் இணங்கிப்போனேன். மேலும் அவர் கோபமாக இல்லை. உணவு தயார். இதில் யாரெல்லாம் கலந்துகொள்வார்களோ, அவர்கள் இங்கேயும் இருப்பார்கள்.

ஒரு மகிழ்ச்சியான மனநிலையில், எல்லா ஏற்பாடுகளையும் செய்துகொண்டு சுற்றிலும் நான் வேகப்படுத்திக் கொண்டிருந்தேன். இதுதான் என் வாழ்வில் முதல்முறை, ஒருவேளை கடைசி முறையாகவும் இருக்கலாம். உண்மையில் நான் ஊர்வலத்தில் ஆடினேன், நடனமாடினேன். நான் அந்த நிகழ்ச்சிகளையும்கூட நடத்தினேன். இவ்வளவு மகிழ்ச்சியாக என் வாழ்வில் நான் இருந்ததில்லை, நான் உணர்ச்சிவசப் பட்டேன். ராமனுடைய பக்தர்கள் மட்டுமல்ல; ஆனால், கடவுள், சபரியின் எளிமையான குடிசைக்குள் சென்றது போல, தானே என் வீட்டுக்கு வருவதாக நான் உணர்ந்தேன். என்னுடைய காங்கிரஸ் தகப்பனார் காங்கிரஸ் ஆதிக்கம் நிறைந்துள்ள கிராமத்தில் நினைத்தது தவறு என்று நிரூபிக்க முடிந்தது என சிலிர்ப்பு அடைந்தேன். நான் இந்துத்துவாவின் கொடியை நிலைநாட்டிவிட்டேன். இன்றைய நாளின் வெற்றிகரமான நிகழ்ச்சிகள் இந்துராஷ்ட்ராவின் திசையில் ஒரு அடி முன்எடுத்து வைத்துள்ளன. இன்று காலையில்தான் எங்கள் கதவுகள் முன் இரண்டு ஒட்டுச் சீட்டுகளை ஒட்டினேன்:

'கர்வ்சே கஹோ ஹம் ஹிந்து ஹெய்ன்,
படே பாக்யசே ஹம் ஹிந்து ஹெய்ன்'

பெருமையுடன் கூறு, நாங்கள் இந்துக்கள்.
நாங்கள் பாக்யவான்கள் இந்துக்களாக இருப்பதற்கு.

20
உணவைப் பொட்டலம் கட்டும் நண்பர்

நிகழ்ச்சிகளில் பங்கேற்றவர்களை உணவுக்காக வீட்டுக்கு வருமாறு நான் அழைத்த அந்தத் தருணத்தில் அங்கே திடீரென ஒரு தயக்கம் தென்பட்டது. சேவா பாரதியின் மாவட்ட செயல்தலைவரும், சங் அமைப்பின் மாவட்டப் பொறுப்பாளருமானவர் என்னை ஒருபக்கமாக அழைத்துச் சென்றார். அவர் பெயர் நந்த்லால் காஸ்ட், 50 வயதுடைய ஒரு பணியா. சங் அமைப்பில் இருபது ஆண்டுகள் அலுவலகப் பொறுப்பாளராக இருந்தவர், ஒரு சங்கி பள்ளியையும் நடத்திவருபவர். எனது தோளில் உள்ளன்புடன் அவரது கையைப்போட்டவர், அந்த நாளின் நிகழ்ச்சிகளை நான் ஒருங்கமைத்தது பற்றி பாராட்டுகளைப் பொழிந்தார். அது சிறிது நேரம் நடந்தது. படிப்படியாக சங் அமைப்புக்கும், தேசத்துக்குமான எனது வேலைகளுக்காக பெரிய அளவில் பாராட்டுகளை பதிவு செய்வதிலிருந்து மாற்றி, இறுதியில் தணிந்த குரலில் அவர் கூறினார், "நண்பரே, நமது சமுதாயத்திலுள்ள சமத்துவமின்மை பற்றி முன்னுணர்வுடன் அறிந்து வைத்திருக்கிறீர்கள். சங் அமைப்பின் எல்லா முயற்சிகளுக்குப் பிறகும், இந்து சமுதாயம் ஒன்றாக ஆகவில்லை. எவ்வளவுக்கெவ்வளவும் நம்மைப் பொருத்தவரை, எந்த நாளிலும் உங்களுடன் ஒன்றாக அமர்வோம், ஒரே தட்டில் உணவு உண்போம். ஆனால், இன்று சாதுக்களும், துறவிகளும் மற்றவர்களும்கூட இங்கே இருக்கிறார்கள். அவர்களுக்கு முன்கூட்டியே தெரிவிக்காமல் தாழ்ந்தசாதி வீட்டிலிருந்து உணவு கொடுப்பது அவர்களை அதிர்ச்சியில்

ஆழ்த்திவிடும். அவர்கள் மிகவும் கோபம்கொள்வார்கள். அவர்கள் விலகிச்சென்றுவிடுவார்கள்.”

அவரது வார்த்தைகள் என்னைக் கல்லாக மாற்றின. நீங்கள் என்னை வெட்டினால், நான் இரத்தம் சிந்த மாட்டேன். எனது மனம் சிந்தனைப்புயலால் அமிலச்செறிவு கொண்டதாக ஆனது. எனது நாவிலிருந்து ஒரு வார்த்தையும் வரவில்லை. அவர் என்ன சொல்கிறார் என்பதை ஒருமுறை புரிந்து கொண்டதும் அவர் மேலும்மேலும் கூறிக்கொண்டே இருந்ததை என்னால் கவனிக்கமுடியவில்லை. ஆனால் அவர் கடைசியாக கூறிய ஒரு விஷயத்தை இன்று, இந்த நாளில் நினைத்துப்பார்க்கிறேன். “நீங்கள் ஏன் உணவைப் பொட்டலமாக்கி காரில் வைக்கக்கூடாது? நாங்கள் அடுத்த கிராமத்தில் அவர்கள் அனைவருக்கும் உணவிடுவோம்.”

உண்மையில் அவரது வார்த்தைகளின் பொருள் தெள்ளத்தெளிவாக இருந்தது. அந்த உணவு ஒரு தலித் சுயம்சேவக் வீட்டிலிருந்து வந்தது என்பதை இரகசியமாக வைத்து, ஒவ்வொருவருக்கும் உணவை அமைதியாக உண்ணக்கொடுப்பது.

எனது சொந்த வீட்டில் நான் தோற்கடிக்கப்பட்டதாக உணர்ந்தேன். ஆனால் யாரால் என்பது எனக்குத் தெரியவில்லை. எனது தந்தை வென்றுள்ளார். ஆனால், இந்த அடியைக்கொடுத்தது சங். எனது தந்தைக்கு என்ன பதில் சொல்வேன், அவர், ‘ஏன் அவர்கள் நமது வீட்டில் சாப்பிடவில்லை?’ என்று கேட்டார்? இன்னும்கூட எனது மனதைக் கடினமாக்கிக்கொண்டு, உணவை பொட்டலமாக்குவதைச் செய்தேன். எனது குடும்பம் ஏன் என்று கேட்டபோது, அவர்கள் ஏற்கனவே பகவன்பூரா கிராமத்தில் அடுத்த நிகழ்ச்சிக்கு காலதாமதமாக ஓடிக்கொண்டிருக்கிறார்கள்; எனவே அவர்கள் அங்கே சாப்பிடுவார்கள். அவர்களை எனக்குப் பின்னாலிருந்து வெளியேற்றுவதை செய்து முடித்தேன். ஆனால் எனது மகிழ்ச்சி பறந்துபோய்விட்டது. தாழ்ந்த சாதியினராக இருப்பதின் பொருள் என்ன என்பதை நான் முழுமையாக உணர்ந்துகொண்டேன். மீண்டும் மீண்டும் என்னை அந்த சிந்தனை தொந்தரவு செய்தது. இது எப்படி நடக்கமுடியும்? சங் அமைப்பால் இதை எனக்கு எப்படிச் செய்ய முடிந்தது? அவர்கள் தீண்டாமையை நம்பவில்லை, அவர்கள் சாதிப்பாகுபாட்டை நம்பவில்லை. அவர்கள் எல்லா

இந்துக்களும் ஒன்று என்பதை நம்புகிறார்கள். அவர்கள் ஒன்றுபட்ட இந்து சமுதாயம் என்று பேசுகிறார்கள். பின் ஏன் இந்தவகையான பாசாங்கு; போலி நடிப்பு?

நான் நினைத்துப் பார்த்தேன். இங்கே நான் ஒரு கட்டுப்பாடுமிக்க சுயம்சேவக். ஒரு உணர்வுப்பூர்வமான சுயம்சேவக், ஒரு மாவட்ட அலுவலக தலைவர். இது எனக்கு நடக்கும் என்றால், இன்னும் என்ன வகையான சகித்துக்கொள்ள முடியாத நடத்தைக் கோலத்தை எஞ்சியுள்ள எனது சமுதாயம் எதிர்கொள்ள வேண்டியுள்ளது? அந்த நாளில் எனது வாழ்க்கையில் முதல்முறையாக எனது இந்து அடையாளத்திலிருந்து நான் விலகி நின்றேன். இந்த உலகத்தை தாழ்ந்த சாதியிலிருந்து வந்த ஒருநபராக பார்க்கத் துவங்கினேன். தொந்தரவு தரும் எனது சிந்தனைகள் இரவெல்லாம் என்னை விழித்திருக்கச் செய்தன. அந்த இரவை முடிவில்லாததாக உணர்ந்தேன். நான் உறுதியாக அறிந்திருந்த ஒரு சிறிய ஒன்று, காலைச்சூரியன் இன்னும் தெளிவான நாளில் மேலே எழும்.

அடுத்த நாள் கடவுள் அருள் வெளிப்பாட்டு நாள் போல இருந்தது. கத்திகளைப் போன்ற இரவு, கண்கள் கூசும் ஒளிமுகத்தோடு சூரியன் தோன்றியபோது, வெறுமனே கடந்துசென்றது போல இருந்தது. அஸ்தி கலச யாத்திரையோடு சென்ற எனது பிராமண நண்பர் புருஷோத்தம் ஷ்ட்ரோட்ரியா சிர்தியாஸ்க்கு திரும்பினார். அவரை எனக்கு அம்பேத்கர் விடுதி நாட்களிலிருந்து தெரியும். கவிதைகளில் உள்ள ஆர்வத்தால் நாங்கள் இருவரும் நல்ல நண்பர்கள். நாங்கள் ஆஸாத் நகர் ஷாகாவுக்கு ஒன்றாகச் செல்வதை வழக்கமாகக் கொண்டிருந்தோம். நாங்கள் ஒவ்வொன்றையும் பகிர்ந்துகொண்டோம். எங்கள் நட்பு ஆழமானது.

காலையில் அவர் திரும்பி வந்தபோது, அவர் கைப்பிடி வைத்த பாத்திரத்தை சுமந்துவந்தார். அதில்தான் பூரிக்கிழங்கு அனுப்பப்பட்டிருந்தது. அவர் சொன்ன கதை ஏற்றுக்கொள்ளவோ, நம்பவோ முடியாததாக இருந்தது. அது எனது மண்டையோட்டில் சுத்தியல் கொண்டு அடிப்பதுபோல இருந்தது. நான் அனுப்பிய உணவு பகவன்பூராவுக்கு சற்று முன்னால் சாலையில் வீசப்பட்டது என்றும், இரவு உணவு மிகவும் பின்னிரவில் ராம்ஸ்வரூப் என்ற பிராமணரின் வீட்டிலிருந்து தரப்பட்டது என்றும் புருஷோத்தம் கூறினார். இதை என்னிடம் சொல்லக்கூடாது என்று புருஷோத்தமிடம்

கூறப்பட்டது. ஆனால் அவர் பொய்யை அவருடன் கொண்டுவர விரும்பவில்லை. ‘நீ கொடுத்த உணவு சாப்பிடப்படவில்லை: அது வெளியே வீசப்பட்டது’ என்றார் அவர். அதை உடனே என்னால் நம்பமுடியவில்லை. நான் அவரிடம் கூறினேன்; ‘நீங்கள் விளையாட்டுக்குக் கூறுகிறீர்கள். சங் அமைப்பில் உள்ள நமது மக்கள் மிகவும் சாதிவெறியர்களாகவும், கொடூரமானவர்களாகவும் இருப்பதற்கு வாய்ப்பு இல்லை’. அவர் கூறினார், ‘நீ என்னை நம்பவில்லை என்றால், நீயே வந்து உன் சொந்தக் கண்களால் பார். அதில் கொஞ்சம் விழுந்துகிடக்கும்’. பகவன்பூராவை நோக்கி நடை துவங்கியது, போர் இனிமேல் அறிவிக்கப்பட உள்ளது.

21
எங்கும், எவரும் கவனிக்கத் தயாரில்லை

நான் மாலையில் பிராமண கிராமமான சரேரியை சீறிப் பொங்கும் சினத்துடன் அடைந்தேன். யாத்திரையில் பங்கேற்றவர்களின் அவமானம் நிறைந்த நடத்தைகளைப் பற்றிய ஒரு விளக்கத்தை நான் கோரினேன். ஆனால், அவர்கள் உணவை வெளியே தூக்கியெறிந்ததை திட்டவட்டமாக மறுத்தார்கள். நான் அவர்களிடம் இந்தத் தகவலை நேரடியாக புருஷோத்தம்ஜியிடமிருந்து பெற்றதாகக் கூறியபோது அவர்கள் தொனியை மாற்றிக்கொண்டு, "ஓ! ஆம். பகவன்புரா நோக்கி மிகவேகமாக வந்து கொண்டிருந்த கார் ஒரு வளைவில் திரும்பியபோது, உணவுப்பொட்டலங்கள் அவற்றைப் பிடித்துக்கொண்டிருந்தவர்களின் கைகளிலிருந்து வெளியே பறந்து விட்டன." அவர்களது வார்த்தைகளுக்கும் அவர்களது பார்வைகளுக்குமிடையே உண்மை எனக்குத் தெளிவாகியது. இருந்திருந்தும் எவ்வளவு எளிதாக இந்த மிகவும் மதிக்கப்படும் பாய்சாஹேப்கள் பொய் கூறுகிறார்கள் என்று நான் சிந்தித்தேன். அவர்கள் தங்கள் பற்களின் வழியாக பொய் பேசுகிறார்கள் என நான் ஏற்றுக்கொண்டேன். யாராவது ஒருவரின் கைகளிலிருந்து உணவு பறந்திருக்குமானால், அது சாலையின் நடுவில் விழுந்திருக்கும்; அது எப்படி சாலையின் ஓரத்தை அடைந்தது? மேலும், இரண்டாவதாக, பூரிகள் சேற்றில் விழுந்திருக்கக்கூடும், ஆனால் குறைந்தபட்சமாக, கைப்பிடி கொண்ட பாத்திரத்தில் வைக்கப்பட்டிருந்த பூரிக்கிழங்கு பத்திரமாக இருந்திருக்குமே. எந்தவகையிலும், அந்தப் பாத்திரம்கூட விழுந்திருக்குமானால், அது சிராய்ப்புகளுக்கு உள்ளாகி, வளைந்திருக்கும். அது நடக்கவில்லை.

அங்கே எந்த சந்தேகமும் இல்லை. ஒரு தலித் சுயம்சேவக் வீட்டில் தயாரிக்கப்பட்ட உணவை அவர்கள் வேண்டுமென்றே வெளியே வீசியிருக்கிறார்கள். ஆனால் அதை எதிர்கொண்டபோது, அவர்களது தவறை ஒப்புக்கொள்வதற்குப் பதிலாக, அவர்கள் வினோதமான மற்றும் நம்பமுடியாத விளக்கங்களுடன் வருகிறார்கள். அவர்களது பொய்களும், அவர்களுடைய பொய்களை உண்மையைப்போல முன்வைத்த முயற்சிகளும் எனது இதயத்தை முறித்தன. நான் மிகவும் ஆழத்துக்கு தாழ்த்தப்பட்டதையும் அவமானபடுத்தப் பட்டதையும் உணர்ந்தேன். எனது வீட்டிலிருந்து வந்த உணவை சங் நிராகரித்தது மட்டுமல்ல, அவர்கள் என்னை மேலே கொண்டுவந்து வெகுதூரத்தில் வீசியெறிந்ததைப் போல இருந்தது. நான் அவர்களிடமிருந்து முற்றிலும் தொலைவில் இருப்பதாக உணர்ந்தேன். அவர்கள் பொய்யர்கள்; கபட வேடதாரிகள்.

எவ்வாறு நான் எனது வலிமை முழுவதையும் அதன் இலக்குகளை நிறைவேற்றுவதை நோக்கிச் செலுத்தினேன்? எவ்வாறு நான் ஸ்ரீராமனுக்கு ஒரு தியாகியாக வீட்டைவிட்டு வெளியே ஓடிவந்தேன்? என சங் அமைப்பில் எனது பல ஆண்டுகளின் வேலைகள் ஒரு திரைப்படம்போல என்முன் ஓடியது. நான் அயோத்தியை அடைந்ததும், சரயூ நதியின்மேல் அமைந்துள்ள பாலத்தின் மேலே காவலர்களின் குண்டுகளால் இறந்திருப்பேனானால், இந்த மனிதர்கள் உயிரற்ற எனது பிணத்தை தொட்டாவது பார்த்திருப்பார்களா? அது எனது வீட்டுக்கு தெரிவிக்கப்பட்டிருக்குமா? அல்லது விருப்பமில்லாத தேவையற்ற உணவைப்போல எனது பிணம் சரயூவில் வீசியெறியப்பட்டிருக்குமா? எனக்கு நானே கேட்டுக்கொண்டேன்: இந்த இந்துராஷ்ட்ராவுக்காகத்தான் நான் கடுமையாக வேலை செய்தேனா? கொல்லவும், கொல்லப்படவும் தயாராக இருந்தேனா? இங்கே எனக்கு எந்த ஒரு இடமும் இல்லை. நான் யாராக இருக்கிறேன்? எனது சொந்த அடையாளம்தான் என்ன? எல்லாவற்றுக்கும் பிறகு நான் என்னவாக இருக்கின்றேன்? ராமனின் ஒரு பக்தன். ஒரு இந்து கரசேவகன் அல்லது ஒரு சூத்திரன். ஒரு தீண்டத்தகாதவன்? மிகவும் தூய்மையற்ற ஒருவன். அதனால் எனது வீட்டிலிருந்து வந்த உணவு இந்துராஷ்ட்ராவின் இந்தக் கொடி தாங்கிகளால்

தொடப்பட மாட்டாது! எனது அடையாளம்தான் என்னவாக இருந்தது?

பின்னர் நான் உணர்ந்துகொண்டேன்: இந்துசாதி அமைப்பில் நான் சூத்திரர்களைவிட கீழானவன். நான் ஒரு தீண்டத்தகாதவன். நான்கு வர்ணங்களில் ஒன்றில் உள்ளவன் அல்ல. ஆனால் சாதி நீக்கம்செய்யப்பட்ட இழிசனன். ஐந்தாவது சாதியான அவர்ணன். நான் ஒரு சுயம்சேவக்காக நன்றாக இருக்கலாம்; ஆனால் அந்த வழியெங்கும் நான் ஒரு இந்து அல்ல! நான் ஏன் ஏற்றுக்கொள்ளப்படவில்லை? கட்டாயம் இதனால்தான். நான் ஏன் விஸ்டாரக் வரை மட்டும் உயர அனுமதிக்கப்பட்டேன்? பிரச்சாரக்காக வருவதிலிருந்து நான் ஏன் தன்னம்பிக்கை இழக்கவைக்கப்பட்டேன்? எனக்கு நானே கூறினேன், “போதும். இப்போது என்னை நானே அறிந்துகொள்ள வேண்டியுள்ளது. எனக்கு நேர்ந்த இந்த விஷயங்களுக்கான காரணங்கள் பற்றி நான் தேடவேண்டியுள்ளது. அவற்றின் வேர்களைக் களைய வேண்டியுள்ளது.” இந்தப் பாகுபாட்டுக்கும், அநீதிக்கும் எதிரான எனது கொள்கைப்பூர்வமான ஆட்சேபணைகளை சங் தலைமையகமான நாக்பூர்வரை வழியெங்கும் கொண்டுசெல்ல நான் முடிவு செய்துவிட்டேன். அஸ்தி கலச யாத்திரையில் பல்வேறு நிலைகளில் இருந்த பிரச்சாரக்குகள் முதல் செல்வாக்கு மிக்க மக்கள் எவ்வளவு பேரிடம் பேசமுடியுமோ அவ்வளவு பேரிடமும் நான் பேசினேன். எனது வலிகளைப் பகிர்ந்துகொள்ள அங்கு யாருமே இல்லை. நான் அணுகாத எந்த நிலையும் இல்லை. கேட்பதற்குக்கூட எந்த இடத்திலும், எவரும் இல்லை என்பதை நான் பார்த்தபோது, நான் எனது அழுகையை உதவிக்காக சர்சங்சாலக், பாலாசாஹேப் தேவ்ரஸ் வரை கொண்டு சென்றேன். உள்ளூர் தலைவர்கள் நான் ஒரு இந்துவாக இருப்பதையும், மேலும் ஒரு நாள் கூட சங் அமைப்புடன் எனது வேலைகளைக் கொண்டு செல்வதையும் விரும்பவில்லை என்ற முழுக்கதையையும் அவருக்கு நான் எழுதினேன்; அவரிடம் கூறினேன்.

ஆனால், நான் யார்? எந்த முக்கியத்துவமும் இல்லாத அற்பமான ஒருவன். அதிகாரத்தின் தாழ்வாரங்களில் கேட்கப்பட வேண்டுமா? எவரிடமிருந்தும் எந்த மறுமொழியும் இல்லை. உண்மையில் இது ஆச்சரியப்படக்கூடிய ஒன்று அல்ல. நான் பேசிய ஒவ்வொரு நபரும் எனது புகார்களை ஒரு சிறிய விஷயம் என்று தள்ளுபடி செய்தார்கள். ஆனால் நடந்தது

என்னவென்றால், 'இந்த எதிர்மறை எல்லாவற்றையும் விட்டுவிடு; உடன்பாடான வேலைகளை தொடர்ந்து செய்' என அறிவுரை தரப்பட்டது எனக்குத்தான். ஆனால் இது ஒரு சிறிய விஷயம் என்று என்னால் ஏற்றுக்கொள்ள முடியாது. அப்போது அல்ல; இன்று மட்டும் அல்ல; தீண்டாமையும், சாதியப் பாகுபாடும் எவர் ஒருவர் வாழ்விலும் சிறிய விஷயம் அல்ல. யாராவது ஒருவரை பிறப்பால் தீண்டத்தகாதவர் என்று அறிவிப்பதும், அதன்பிறகு அவர்களது விருந்தோம்பலை ஏற்க மறுப்பதும் – இதுவேண்டுமானால் இந்துராஷ்ட்ராவின் கட்டட சிற்பிகளுக்கு சிறிய விஷயமாக இருக்கலாம். என் வாழ்வில் இது மிகவும் பெரியது.

22
எனது வாழ்வை முடித்துக்கொள்ளும் சிந்தனை

நான் சர்சங் சாலக்குக்கு எழுதிய கடிதத்துக்கு எந்த பதிலையும் பெறவில்லை. எனது கேள்வி கேட்டலை நான் மேலே தொடர்ந்தேன். ஒவ்வொரு நிலையிலும் விவாதிப்பதை நான் மேலே தொடர்ந்தேன். ஆனால் ஒவ்வொரு நிலையிலும் அங்கே ஒரு வினோதமான மௌனம் நிலவியது. ஒவ்வொரு இடத்திலும் நான் ஏமாற்றங்களை சந்திக்கவேண்டியிருந்தது. ஓர் ஒற்றை நபர்கூட இந்த நிகழ்ச்சியின் தீவிரத் தன்மையைப் பார்க்க விரும்பவில்லை. அவர்களுக்கு இது மிகச்சிறிதான நிகழ்வாகத் தோன்றியது. எல்லாவற்றுக்கும் பிறகு இந்த விஷயங்கள் நமது சமுதாயத்தில் நடக்கின்றன. பெரிய பங்கு என்ன? அதைப்பற்றி நான் ஏன் மிகவும் அதிகமாக வேலை செய்கிறேன்? இதற்கிடையே, நான் முழுமையான வலிகளை அனுபவித்தவாறே போய்க்கொண்டிருந்தேன். அது போன்றவைகளை முன்பு ஒருபோதும் அனுபவித்ததில்லை. என்ன செய்யவேண்டும் என்பதில் நான் முற்றிலும் குழப்பமடைந்தேன். சிந்திக்க முடியவில்லை. செயல்பட முடியவில்லை. நம்பிக்கை இழந்து மூழ்கிக்கொண்டிருந்தேன். என்னைத் தின்றுகொண்டிருந்த மரணவலிக்கு எவரும் ஆலோசனை தரவில்லை. இந்த உலகம் எதையும் கவனிக்காமல் அதன்வழியில் சென்றுகொண்டிருக்கிறது. நான் ஏன் தொடர்ந்து வாழவேண்டும் என்று சிந்திக்க ஆரம்பித்தேன். தற்கொலையைப்பற்றி நான் சிந்திக்க ஆரம்பித்தேன். அதை பலவழிகளில் நிறைவேற்றிக் கொள்ளமுடியும். நானாகவே தூக்கில் தொங்குவது, கிணற்றில் குதிப்பது, விஷத்தை எடுத்துக்கொள்வது என என்னை நானே எப்போதைக்கும்

விடுவித்துக்கொள்ள முடியும். நான் ஒரு முடிவுக்கு வந்தேன்: விஷம்தான் மிக நல்லவழி. வீட்டில் அங்கே எலி விஷம் இருந்தது.

ஒரு இரவில் என்னுடைய உணவோடு விஷத்தையும் சேர்த்து சாப்பிட்டுவிட்டேன். படுக்கைக்கு, எனது வாழ்வில் இன்னொரு காலை இனி இல்லை என்று நினைத்துக்கொண்டே சென்றேன். நான் விரைவில் தூங்கிவிட்டதாக நினைத்தேன். ஆனால் அரைவிழிப்புடன் கூடிய தூக்கம். நான் உயிருடன் இருந்தேன், ஆனால், இறந்துகொண்டும் இருந்தேன். என் வயிற்றில் சக்திமிக்க ஒரு வலியின் அலை எழுந்தது. ஓய்மை உணர்வு எனக்குள் மேலோங்கியிருந்தது. வலி தாங்கமுடியாததாக இருந்தது. வாந்தி எடுக்க நான் வெளிப்புறமாக ஓடினேன். நான் வலிய வாந்தி எடுத்தபோது எனது ஈரல் வாய்க்குள் வந்தது போலிருந்தது. எனது குடல் வெளியேவந்து விழுந்தது. எனது தலை சுற்றியது. எனது மனதின் விழிப்புநிலை மங்கத்துவங்கியது.

இந்த நேரத்தில் பதட்டத்தில் இருந்த எனது குடும்பம் நான் மிகவும் நோய்வாய்ப்பட்டிருக்கிறேன் என்று உணர்ந்து கொண்டது. எனது மூத்த சகோதரர் பத்ரிஜிக்கு தகவல் தெரிவிக்கப்பட்டது. அவர் என்னிடம் ஓடிவந்தார். எனது கண்கள் சற்று மூடியிருந்தபோது வந்தார். என்ன நடந்தது என்று அவர் கேட்டார். வெளியே கடப்பதற்கு முன்பு என்னால் சொல்ல முடிந்தது. - நான் எலி விஷத்தை சாப்பிட்டு விட்டேன். பின்னர் என்னிடம் சொல்லப்பட்டது, எனது சகோதரர் டாக்டரை அழைத்துவர ஓடினார். டாக்டர் சுரேஷ் சந்திரா மிகவிரைவாக வந்து சேர்ந்தார். அவர் பலமுறை குளுகோஸ் ஊசிகளைப் போட்டார். எனக்கு சிகிச்சை அளிப்பதைத் துவக்கினார். எனவே இது காவலர்களுக்குத் தெரியாது. ஒவ்வொன்றும் இரகசியமாகவே நடந்தது. பாய்சாஹேப் என்னை நன்றாக கவனித்துக் கொண்டார். இதைப்பற்றி அவர் எவர் ஒருவரிடமும் பேசவில்லை. அவரது மற்றும் டாக்டர் சர்மா ஆகியோரது உடனடி நடவடிக்கைகளால்தான் நான் பாதுகாக்கப்பட்டேன். பத்ரி பாய்சாஹேப் எனது தற்கொலை முயற்சிக்கான காரணங்களை அறிந்தபோது ஆர்எஸ்எஸ் மீது மிகவும் கோபம் கொண்டார். ஆனால் சிறிது நேரத்தில் அதைப்பற்றி குறைவான கவனத்தையே செலுத்தினார். உண்மையில் அந்த நிகழ்ச்சியை உடனே மறந்துவிட்டார்.

அந்த நேரத்தில் பத்ரி பாய்சாஹேப் கவனமாக இருந்தபோதிலும், டாக்டர் சர்மா பகுத்துணரவில்லை. மேலும் இந்தச்செய்தி கிராமம் முழுவதும் தீயைப்போல பரவி விட்டது. நான் உடல் நலம் தேறினேன். ஆனால் அவமானமும், கவலையும் நிறைந்திருந்தது. நான் எந்த ஒன்றிலும் வெற்றி பெறவில்லை என்று தோன்றியது. எனது வாழ்க்கையை முடித்துக் கொள்வதிலும்கூட. வாழ்வு வென்றது; மரணம் தோற்றது. சிர்தியாஸிலுள்ள ஒவ்வொருவரும் எனது கருத்தியலை அறிந்திருந்ததாக நான் உணர்ந்தேன். ஆனால் அவமான உணர்வினால் அதிலிருந்து எல்லாவற்றிலும் தப்பிக்க மாதக்கணக்கில் நான் எவரையும் சந்திக்கவில்லை. நான் பில்வாராவுக்குச் சென்றேன்.

நான் நகரத்தை அடைந்தவுடன் என்னை நானே கேள்விகேட்கத் துவங்கினேன். நான் ஏன் சாகத்தயாராக இருந்தேன், யாருக்காக? எதற்காக? நான் இறந்திருந்தால் யாராவது அதை கவனித்திருப்பார்களா? எனது முட்டாள்தனத்தை நான் ஆழ்ந்து சிந்தித்தபோது, விரக்தியில் எனது தலையில் நானே அடித்துக்கொள்ள விரும்பினேன். அவர்கள் மீதுள்ள அன்பினால் நான் அயோத்தியில் இருந்தபோது அவர்களுக்காக சாகத்தயாராக இருந்தேன். மேலும், அவர்களுக்காக மீண்டும் சாகத்தயாராக இருந்தேன், ஏனென்றால் அவர்களது வெறுப்பு நடத்தையால். எந்த ஒரு நிகழ்விலும் சாக வேண்டியவன் நான்தான். சில நேரங்களில் மகிழ்ச்சியால், சில நேரங்களில் வருத்தத்தால். எனது வாழ்க்கைக்கு அவர்கள்தான் எஜமானர்களா? சங் அமைப்பின் அன்பு அல்லது வெறுப்பு ஏதாவது ஒன்று சாவதற்காகவா? அல்லது வாழ்வதற்காகவா? நான் ஏன் சாகவேண்டும்? அவர்களுடைய சான்றிதழ் எதற்காக எனக்குத் தேவை? எனது சிந்தனைப்போக்கை, எனது வாழ்வைத் தீர்மானிக்க இந்தப்பாவிகள் யார்? நான் ஏன் இத்தகைய கீழ்த்தரமான, குறுகிய மனம் படைத்த, கபடவேடதாரிகளோடு வேலை செய்கிறேன்? எனக்கு எதிராக பாகுபாடு காட்டக்கூடிய இந்துராஷ்ட்ராவுக்காக நான் ஏன் வேலை செய்கிறேன்? நூற்றுக்கணக்கான இத்தகைய கூர்மையான கசப்பான கேள்விகள் என்னை மூழ்கடித்துக் கொண்டிருக்கின்றன. அதிகமான உள்கடைதலுக்கும், ஆழ்ந்த சிந்தனைக்கும் பிறகு, அவை கிட்டத்தட்ட எனது சக்தி முழுவதும் வடிந்துபோன புள்ளிக்கு என்னைக் கொண்டுவந்தன. சங் அமைப்பிலிருந்து முற்றிலும்

உடைத்துக்கொள்வது மட்டுமல்ல, என்னை நோக்கிய அவர்களது சாதீய நடத்தைக் கோலங்களையும் பரவலாக அனைவருக்கும் வெளிப்படுத்தவும் நான் முடிவு செய்தேன். நேர்மையற்ற இந்துத்துவா மற்றும் அதனுடைய இந்துராஷ்ட்ரா கனவுகளின் உண்மைத்தன்மையை அம்பலப்படுத்துவதுதான் இப்போது எனது வாழ்க்கையின் பணியாக இருக்கும். சங் மற்றும் அதன் குடும்ப நிறுவனங்களின் முகங்களிலிருந்து அவற்றின் போலி மதநல்லிணக்க முகமூடியை கிழித்தெறியவும், அவர்களது உண்மை முகங்களை பொதுவெளியில் அம்பலப்படுத்தவும் நான் தீர்மானித்துவிட்டேன். என்னுடைய ஆதார வளங்கள் எவ்வளவு வரையறுக்கப்பட்டவை என்பதை முழுமையாக அறிந்து கொண்டு, எனது எல்லா வலிமைகளையும் பிரயோகிக்கவும், ஆற்றல்வாய்ந்த சங் அமைப்புடன் போராடவும் நான் தீர்மானித்துவிட்டேன். இந்தப்போராட்டம் வாழ்நாள் முழுவதற்குமானது, எனது கடைசி மூச்சு உள்ளவரை.

23
மேலும் பாப்ரி இடித்துக் கீழே தள்ளப்பட்டபோது

மே 1991- எனது போராட்ட நாட்களில் துவக்கமாக குறிக்கப்பட்டது. இது என்னாலும், பெருமளவில் இந்த உலகத்தாலும் பலமுனைகளில் போராட வேண்டிய முடிவில்லாத போராட்டக்களம். எவ்வாறாவது எனக்கு நீதி கிடைக்கும் என்று நம்பி ஆர்எஸ்எஸ்-ஸில் எனது நம்பிக்கைகளை வைத்திருப்பதைத் தொடர்ந்தேன். யார் கவனிப்பார்களோ அந்த ஒவ்வொருவரையும் நான் சந்தித்து எனது வேதனைகளைக் கொட்டித் தீர்த்தேன். ஆனால் எதுவும் நடக்கவில்லை. இந்த நேரத்தில், மற்ற சுயம்சேவக்குகளையும், அலுவலகப் பொறுப்பாளர்களையும், பிரச்சாரக்குகளையும் நான் சந்தித்து எனது வழக்கை அவர்களிடம் அளித்தேன். எனக்கு அவர்களின் ஒரே ஆலோசனை, 'உடன்பாடான கண்ணோட்டத்தைக்' கொண்டிருப்பதுதான். சாதியப்பாகுபாடும், தீண்டாமையும் போன்ற விஷயங்கள் பிரச்சனைகள்தான் என்று அவர்களில் ஒருவர்கூட சிந்திக்கவில்லை. அவர்களுக்கு இது ஒரு பொது இடம். விவாதத்துக்கு ஏற்றதல்ல.

மே 1991க்கும் டிசம்பர் 1992க்கும் இடையிலான காலம் முற்றிலும் நம்பிக்கையின்மை நிலவியகாலம். கிராமத்தில் வாழ்வது எனக்கு அமைதியைத் தரவில்லை. மேலும் பில்வாராவில் நான் தங்குவதற்கு இடம் எதுவும் இல்லை. எந்த நோக்கமும் இல்லாமல் நான் அலைந்து திரிந்தேன். சில நேரங்களில் இரவைக் கழிக்க எனக்கு எந்த இடமும் இல்லை. வீடு இல்லாதவர்களைப் போல, நான் பூங்காக்களில் தூங்கினேன். அங்கே ஒருகாலத்தில், சங் உடைகளை அணிந்து கம்புகளுடன் பெருமையாக சுற்றித்திரிந்தவன். உணவு கிடைப்பது கடினமாக

இருந்தது. பணம் இல்லாமல் ஒரு துண்டு ரொட்டிகூட இல்லாமல் நாள் முழுவதும் கழித்தேன். உறவினர்கள் மற்றும் தெரிந்தவர்கள் வீடுகளுக்கு உணவு நேரத்தில் சென்றேன். அல்லது எனக்கு அம்பேத்கர் விடுதி காட்டப்பட்டது. அங்கே உணவையும் தூங்குவதற்கான இடத்தையும் நான் பெற்றேன்.

கரசேவைக்கும், பாபர் மசூதியை இடிப்பதற்கும் மக்களின் பேரார்வம் பழிவாங்கும் உணர்வுடன் 1992இல் மீண்டும் திரும்பிவந்தது. ஆனால் இந்தமுறை என்னுடைய இலக்கு அயோத்தி அல்ல; சண்டை இப்போது எனது சுயமரியாதைக்காக. கடுமை தணியாத குறிக்கோளான சமத்துவத்திலும், நீதியிலும் இப்போது நான் ஈடுபாடு கொண்டிருந்தேன். பாபர் மசூதி இப்போது ஒரு பிரச்சனையே அல்ல. அயோத்திக்கு யாரெல்லாம் சென்றார்களோ அவர்கள் தவறாக வழிகாட்டப்பட்டுள்ளார்கள் என நான் உணர்ந்தேன். இந்தமுறை எனது குடும்பத்திலிருந்து அல்லது கிராமத்திலிருந்து ஒருவர்கூட கரசேவையில் கலந்து கொள்ளவில்லை. மக்கள் பலரிடமும் பேசுவதற்கு, இதை ஒரு கருத்தாக நான் ஆக்கிக்கொண்டேன். குறிப்பாக பட்டியல்இன சாதியைச் சார்ந்தவர்களிடம் ஆர்எஸ்எஸ் உடனான எனது அனுபவங்களைக்கூறி, அவர்களுடைய எல்லாவற்றையும் இந்த போலி வேடதாரிகளிடம் ஒப்படைப்பதை நிறுத்தவும் முயற்சி செய்தேன்.

ஆனால் நான் தனி ஒருவனாக இருந்தேன். எனவே எனது முயற்சிகள் வெற்றி பெறவில்லை. யாரெல்லாம் போக விரும்பினார்களோ, அவர்கள் எந்த வழியிலும் சென்றார்கள். ஆனாலும் நான் செல்லவில்லை. இந்தமுறை ராமனுக்கான பக்தியின்மூலம் நான் மயக்கவெறியூட்டப்படவில்லை. நான் ஒவ்வொன்றிலும் நடுநிலையை தொலைத்துவிட்டதாக உணர்ந்தேன், எல்லாவற்றிலிருந்தும் விலகியிருப்பது, அது இதைப்போல பட்டியலிலிருந்து விலகியது, இதில் நான் செய்வதற்கு ஒன்றும் இல்லை.

பின்னர் நான் சில நண்பர்களுடன் மாணவர்களுக்கான ஒரு கிளை அமைப்பை துவக்குவதற்கும்கூட வேலை செய்தேன் (அது உடனடியாக வித்யார்த்தி அதிகார் ரக்ஷக் சங், அல்லது VARS –மாணவர் உரிமைப் பாதுகாப்பு சங்கம் என ஆனது). கொஞ்ச நேரத்துக்கு நான் ஒரு கோவிலுக்கு – கிருஷி உபாஜ் மண்டலுக்கு- (அரசால் நடத்தப்படும் விவசாயிகள் சந்தை) வெளியே பில்வாராவில் தங்கியிருந்தேன், விரைவில் அங்கிருந்து

புறப்படுவதற்காக. என்னுடைய உடமைகள் பல்வேறு இடங்களையும் தாண்டி சிதறிக்கிடந்தன. ஆர்எஸ்எஸ் மாவட்ட அலுவலகம், கோவில்கள், அம்பேத்கர் விடுதிகள், சீதாராம் செளல்ட்ரி என்ற தர்ம சத்திரம் என எல்லா இடங்களிலும் நான் வட்டமிடப்பட்டேன். எல்லா இடங்களிலிருந்தும் வெளியேறுமாறு நான் வற்புறுத்தப்பட்டேன். எனக்குப்பின்னால் சிலவற்றை விட்டுச் சென்றேன். அம்பேத்கர் விடுதியைத்தவிர வேறு எந்த ஒரு இடத்துக்கும் நான் ஒருபோதும் திரும்பிச் செல்லவில்லை.

டிசம்பர் 5 மாலையில் அம்பேத்கர் விடுதியில் மாணவர்களைச் சந்திப்பதற்காக நான் சென்றேன். 1991இல் அந்த விடுதி, ஆஸாத் நகரில் அதன் வாடகைக் கட்டடத்திலிருந்து பாபுநகர் நிரந்தரக் கட்டடத்துக்கு மாற்றப்பட்டது. 1992 டிசம்பர் 6 இல் வானொலியில் பாபர் மசூதி இடிக்கப்பட்ட செய்தியைக் கேட்டபோது நான் விடுதியில் இருந்தேன். நாங்கள் அதற்கு எந்த மறுமொழியும் கூறவில்லை அல்லது எங்களுக்குள் விவாதிக்கவும் இல்லை. நான் உடனே கிளம்பினேன். ஒரு ஆட்டோவில் பில்வாரா சந்தைக்குச் சென்றேன். அங்கே மகிழ்ச்சி ஆரவார இந்துக்கள் பட்டாசுகளை வெடித்துக்கொண்டும், இனிப்புகளை வழங்கிக்கொண்டும் இருப்பதைப் பார்த்தேன். மாறாக, அங்கே ரயில் நிலையத்துக்கு அருகில் மசூதியில் காவல்துறை பாதுகாப்பு காணப்பட்டது. முஸ்லீம் பெரும்பான்மைப் பகுதிகளில் இத்தகைய பெருமளவிலான காவல்துறையினர் இருந்தது குறிக்கப்பட்டது. ஊரடங்கு அறிவிக்கப்பட்டது போல் ஒரு திகிலூட்டும் அமைதி ஆட்சி செலுத்தியது. சூழ்நிலை கையைவிட்டுப் போய்விட்டது போலவும், நான் நகருக்குள்ளேயே அடைக்கப்பட்டுவிடுவேன் எனவும் கவலை எழுந்தது. அந்த இரவில் பத்து மணியளவில் நான் சிர்தியாஸில் உள்ள எனது வீட்டுக்குச் சென்றேன். அங்கு இரவு முழுவதும் நான் தூங்கினேன்.

சில நாட்களுக்குள், பாபர் மசூதியை இடித்துத் தள்ளியதில் அதுவகித்த பங்குக்காக ஆர்எஸ்எஸ் மீது கட்டுப்பாடுகள் விதிக்கப்பட்டன என நான் அறிந்துகொண்டேன். பில்வாராவில் பஜ்ரங் தள் போஜனாலயா என்ற உணவகத்துக்கு மேலே அமைந்துள்ள ஆர்எஸ்எஸ் அலுவலகத்தில் திடீர் சோதனைகள் நடைபெற்றன. ஆவணங்கள் கைப்பற்றப்பட்டன. முக்கியமான ஆர்எஸ்எஸ் தலைவர்கள் கைதுக்கு பயந்து

தலைமறைவானார்கள். மண்டல காவல்துறையிடமிருந்து அந்த ஆவணங்களில் எனது பெயரும்கூட இருந்தது என்று நான் தெரிந்துகொண்டபோது, முன்னெச்சரிக்கையாக நானும்கூட மறைவாகச் சென்றேன். ஆனால் உண்மை என்னவென்றால், எந்த ஒருவரையும் கைது செய்வதில் காவல்துறை ஒருபோதும் தீவிரமாக இல்லை. அவர்கள் விரும்பியிருந்தால், என்னை எளிதாகக் கைதுசெய்திருக்கலாம். திடீர் சோதனைகள் எல்லாம் பெரிய ஊக விளையாட்டுகளாகவே உள்ளன.

வீட்டில் பாபர் மசூதி இடிக்கப்பட்டது விவாதத்துக்கு வரவே இல்லை. இந்தமுறை தனது மகன்கள் சம்பந்தப்படவில்லை என்பதில் எனது தாயார் நிம்மதியடைந்தார். எனது தந்தை இந்த மனிதர்கள் என்ன செய்தார்களோ அது சரியல்ல என உணர்ந்தார். கடவுளின் ஒரு வீடு அழிக்கப்பட்டது. அவர் மீண்டும் மீண்டும் சொல்வார், இந்த ஜனதா கட்சி ஆட்கள் (அப்போது அவர் அழைத்தது, இப்போது அவர் பாஜக என்று கூறுகிறார்) வாக்குகளுக்காக நம்மை ஒருவருக்கொருவர் சண்டையிட வைக்கிறார்கள்.

1990 கரசேவையில் ராமஜென்ம பூமிக்காக நானும் பங்கெடுத்துக் கொண்டேன். அதற்காக, காவல்துறை முரட்டுத்தனத்தில் நான் பாதிக்கப்பட்டேன். சிறைக்குச் சென்றேன். உண்மையில் சாவதற்கும் தயாராக இருந்தேன். மசூதியை இடித்துத் தள்ளுவதில் நான் மிகவும் ஆர்வமாக இருந்தேன். ராமஜென்ம பூமிக்காக, உயிரை எடுக்கவும் நான் விரும்பினேன். இதன் எல்லாவகைத் தூண்டுதல்களும் கடைசியாக முடிவுக்கு வந்தபோது நான் மகிழ்ச்சி அடையவில்லை. அங்கே வெற்றிபெற்ற உணர்வும் இல்லை; தோற்றுப்போன உணர்வும் இல்லை. இராமர்கோவில் எனது முன்னுரிமைகளில் இடம்பெறவில்லை. ஒருவேளை நான் அதை அடைந்திருந்தால், அது முஸ்லீம்களை அவமானப்படுத்தியதற்கான மன்னிப்பு கோருவதாகும். முன்பு நானும்கூட அதைப்பற்றி உணர்ச்சியார்வம் கொண்டவனாக இருந்தேன். ஆனால் இந்தமுறை பாபர் மசூதி வீழ்வதற்கு முன்பே, நான் தானாகவே மிகவும் தாழ்ந்து வீழ்ந்துவிட்டேன்.

24

நாங்கள் ஏபிவிபியை எதிர்கொண்டபோது

நான் இப்போது தலிபானின் இந்திய வடிவத்தை எங்கு காயப்படுத்துமோ அங்கு தாக்க நன்கு ஆயத்தமாகிவிட்டேன். மாணவர் அரசியலில் நுழைவதை நான் துவக்கிவிட்டேன். 1991இல் ஆர்எஸ்எஸ்-ஸின் மாணவர் பிரிவான அகில் பாரதிய வித்யார்த்தி பரிஷத் – ABVP ஆதிக்கம் செலுத்தும் பில்வாராவில் உள்ள மாணிக்லால் வர்மா அரசு கல்லூரியில் இளங்கலை பட்டப்படிப்புக்கு பதிவு செய்துகொண்டேன். அதே ஆண்டில் வித்யார்த்தி அதிகார் ரக்ஷக் சங் அல்லது VARS என்ற மாணவர் உரிமைப் பாதுகாப்புக்கான புதிய மாணவர் அமைப்பு ABVP-க்கு எதிராக துவக்கப்பட்டது. அது பிரிராஜ் கிருஷ்ணா உபாத்யாயாவால் தலைமை தாங்கப்பட்டது. அவர் ABVP-யில் தலைமைப்பதவி கொடுக்கப்படாததால், அதிலிருந்து உடைத்துக்கொண்டு வந்தவர். திராஜ் குஜ்ஜாரும், நானும் எங்களது ஆதரவை அவருக்குத் தந்தோம். அதன் துவக்கக் கட்டத்தில் நான் VARS பொதுச்செயலாளர் ஆனேன். சங்கி மாணவர் அமைப்பின் பாதத்துக்குக்கீழே இருந்த முரட்டுக் கம்பள விரிப்பை நாங்கள் இழுத்துவிட்டோம். VARS-இன் கிளைகளை பில்வாராவிலும், ஷாஹ்புராவிலும் நாங்கள் அமைத்தோம். சங்-கின் வலிமையான பிடியிலிருந்து சுதந்திரத்தை விரும்பிய மாணவர்கள், VARSஐ ஒரு மாற்றாகப் பார்த்தார்கள். எங்கள் தலைவர் பிரிராஜ் கிருஷ்ணா அசாதாரண தைரியம் கொண்டவர், மிகவும் சுறுசுறுப்பானவர். சங் அவரை மிகவும் முரட்டுத்தனமாக தாக்கியது. அவர்களால் அவரது புதிய அமைப்பு துவக்கப்பட்டதை சகித்துக்கொள்ள முடியவில்லை. ABVP-யால் பலமுறை அவர் உடல்ரீதியாக இரக்கமின்றி அடிக்கப்பட்டார். பொது இடத்திலும்கூட. ஒருமுறை

மண்டல்காரில் உள்ள திருவேணி குறுக்குப்பாதையில் அவர்கள் திருகாணியால் தாக்கினார்கள். அதை அவரது மண்டை ஓட்டுக்குள் செலுத்தினார்கள். அவரை இறந்துபோக விட்டுவிட்டார்கள். அந்தக்கடைசி தாக்குதல் அவரை தண்டிப்பதற்காக, ஏனென்றால், VARS -ன் செயல்வீரர்கள் சங் உடன் இணைக்கப்பட்ட ஆட்களின் குற்ற நடவடிக்கைகளை அம்பலப்படுத்தி வந்தார்கள்.

அந்த நாட்களில் ஒரு சுரங்கப்பகுதியான மண்டல்கார் நகரில், சங்-கின் குறுகியகால பிரச்சாரக்குகளும், விஸ்டாரக்குகளும் சட்டத்துக்குப் புறம்பான வெடிபொருள்களையும் குண்டுகளையும் தயாரிக்கும் குழுவுடன் சேர்ந்து ஏவுகணை தயாரிப்பில் சம்பந்தப்பட்டிருந்தார்கள். நான் ஆர்எஸ்எஸ்-ஸில் இருந்தபோது இதைப்பற்றிய எந்த ஒரு கருத்தும் என்னிடம் இல்லை. அது எனக்கு தெரியவந்தது நான் அதைவிட்டு விலகியபின்னர் தான். சங்-கின் மரியாதைக்குரிய பாய்சாஹேப்கள்கூட இந்தக் குழுக்களிடமிருந்து பணத்தை கப்பமாகப் பெற்றுக் கொண்டிருக்கிறார்கள் என்பதை நாங்கள் அறிந்து கொண்டோம். நாங்கள் இந்த விஷயங்களை பொதுமக்களிடம் எழுப்பியதால், அதற்குரிய விலையை நாங்கள் தரவேண்டியிருந்தது. VARS ஒரு அமைப்பாக தாக்குதலுக்கு இலக்காகி வந்தது. ஆனால் பிரிராஜ் கிருஷ்ணா அதன் எரிந்த சாம்பலைத் தாங்கிக்கொண்டார். அத்தகைய அடிகளைத் தாங்கிகொண்டு சங்கியின் சுயம்சேவக்குகளின் கைகளில் கிட்டத்தட்ட அவர் ஒரு தியாகியாக்கப்பட்டார். மண்டல்கார் ஒரு மணல்சுரங்கப்பகுதி. மணல் சுரங்க மஃபியாக்கள் தங்கள் வழியில் குறுக்கிடும் எந்த ஒருவரையும் கொலை செய்வதைத்தவிர வேறு எதையும் சிந்திப்பதில்லை. அவர்களது நோக்கம் திரிவேணி குறுக்குச்சந்தில் உபாத்யாயாவை கொலை செய்வதுதான். ஆனால், மிகக்கடுமையாக காயம்பட்ட அவரை வழிப்போக்கர்கள் உரியநேரத்தில் பில்வாரா மகாத்மா காந்தி மருத்துவமனையில் சேர்த்தார்கள். நீண்டகால சிகிச்சைக்குப்பிறகு, அவர் இயல்பு நிலைக்கு மீண்டார்.

நீண்டகாலத்துக்கு அவருடன் நண்பர்களோடு நான் இருந்தேன். மேலும் நாங்கள் மாணவர் அரசியலில் வேலைசெய்தோம். அவர் உடனடியாக மாநிலத்தேர்தல் களத்துக்குள் குதித்தார். சட்டமன்றத்துக்கு சுயேச்சை வேட்பாளராகப் போட்டியிட்டார். இப்போது அவர் காங்கிரஸில் தீவிரமாக

செயல்பட்டுக்கொண்டிருக்கிறார். பாஜகவுக்கோ அல்லது ஆர்எஸ்எஸ்ஸுக்கோ அவர் ஒருபோதும் திரும்பவே இல்லை.

இது சங்-கின் 'கட்டுப்பாடுமிக்க' சுயம்சேவக்குகளின் தவறான செயல்பாடுகளை அம்பலப்படுத்தும் விஷயம் மட்டுமல்ல, தொடர்ச்சியாக நல்லகுணம் மற்றும் கலாச்சாரத்தைப் பற்றிப் பேசுகிறார்கள்; ஆனால் அவர்களுடைய மாணவர் அமைப்பின் பெண் அலுவலகப் பொறுப்பாளரை பொதுஇடத்தில் அவமானப்படுத்துகிறார்கள். அந்த உண்மைத்தன்மையை அம்பலப்படுத்துவதும்கூட எங்கள் நோக்கம்தான். அவர்களுடைய வஞ்சக ஏமாற்று வேலைகளையும், போலியாக நல்லகுணம் மற்றும் கலாச்சாரத்தப்பற்றிப் பேசுவதையும் பார்த்துக்கொண்டு நம்மால் எப்படி அமைதியாக இருக்கமுடியும்? நாங்கள் இந்த விஷயங்களை பொதுவில் வெளிப்படுத்துவதால், அவர்களின் விவாதப்பொருள்களாக நன்கு புகழ்பெற்ற ஆயுதமான கம்புகளைக் காட்டுகிறார்கள். பெரும்பாலான நேரங்களில் சங்-கின் செயல்பாட்டாளர்கள் விவாதங்களுக்குப் பதிலாக கம்புகளையே தேர்வு செய்கிறார்கள். அவர்கள் பேச்சுகளைவிட அடி உதைகள்தான் மிகவும் ஆற்றல் மிக்கவை என்று பயிற்சியளிக்கப் பட்டிருக்கிறார்கள். பல்கலைக் கழகத்தை அடியாட்களின் போராட்டக்களமாக மாற்றும் சங்கிகளின் எல்லா முயற்சிகளுக்கும் எதிராக பல ஆண்டுகளாக VARS தைரியமாகப் போராடிவருகிறது. மேலும் அதன் இருப்பை மாணவர் அரசியலில் உறுதிப்படுத்திவருகிறது. பல கல்லூரிகளில் மாணவர் தேர்தல்களில் எங்கள் வேட்பாளர்கள், ABVPக்கு எதிராக மட்டுமல்ல, காங்கிரஸ் கட்சியின் தேசிய மாணவர் யூனியன் NSUIக்கு எதிராகவும்கூட வெற்றிபெற்று வருகிறார்கள். மாணவர் அரசியலில் ஒருமாற்றைத் தருவதுடன் VARS மாணவர் பிரச்சனைகளுக்காக மட்டுமல்லாமல், விரிவான அரசியல் பிரச்சனைகளிலும் மிக நீண்டகாலமாக சுறுசுறுப்பாக செயல்பட்டு வருகிறது. மேலும் சாதியம் மற்றும் மதவாதம் ஆகியவற்றுக்கு அப்பால், மாணவர்களைப் பாதுகாத்து வருகிறது. இன்று கல்லூரி வளாகங்களில் நிலைநாட்டப்பட்டுள்ள குண்டர்களின் அரசியலுக்கு எதிராகப் போராட, இத்தகைய மாணவர் அமைப்பு அவசியம் என்று நான் உணர்கிறேன்.

25

பழிவாங்குவதற்கான விருப்பம்

என்னால் முடிந்த எந்த வழியிலும் ஆர்எஸ்எஸ்-ஸைப் பழிவாங்கவேண்டும் என்று நான் விரும்பினேன். அதற்காக யாருடன் வேண்டுமானாலும் கரம்கோர்க்கத் தயாராக இருந்தேன். பிறகு என்ன? ஒரு எதிரியின் எதிரி நண்பனாகிறான். ஆர்எஸ்எஸ் மோசமானவர்கள் என்று எனக்குக் கற்றுக்கொடுத்த எல்லாரையும் நான் சந்திக்கத் துவங்கினேன். எனக்கு இணக்கமானவர்களின் வட்டாரம் வேறு மத நம்பிக்கையுள்ளவர்களையும், மதச்சார்பற்ற சிந்தனையுடையவர்களையும்கூட உள்ளே கொண்டுவரத் துவங்கியது. முன்பு இந்தவகையான மக்கள் யாரையும் எனக்குத் தெரியாது. ஆனால், வேறு ஒரு சூழ்நிலையில் நான் சில முஸ்லீம்களை கடந்து வந்திருக்கிறேன். அந்த நாட்களில் கவிதை கூட்டங்களில் கலந்துகொள்வதை வழக்கமாகக் கொண்டிருந்தேன். அவற்றில் அற்பமான வஞ்சப்புகழ்ச்சியான ராஜஸ்தானி பாடல்களை நான் இசைத்திருக்கிறேன். இங்கே ஜமாலுதீன் 'ஜௌகர்', ஆஸிஸ் 'ஸக்மி' மற்றும் மௌலானா நௌஷத் ஆலாம் ஆகியோரை நான் சந்தித்தேன். அங்கே தொழிற்சங்கத்தலைவர் அல்லாவுதீன் 'பேடி'யும்கூட இருந்தார். அவர்கள் கவிதைகளையும்கூட வாசித்தார்கள். இந்தக்கூட்டங்களில் நாங்கள் ஒருவருக்குள் ஒருவராக ஆனோம்.

இத்தகைய மக்களோடு எனது அறிமுகங்களை ஆழப்படுத்திக்கொள்ள நான் முடிவு செய்தேன். நௌஷத் ஆலம் எனது வயதுள்ளவர். நாங்கள் இலக்கியத்தைத்தவிர மற்ற விஷயங்களையும் பேசினோம். எனவே அவரைச் சந்திக்க நான் முடிவுசெய்தேன்.

நௌஷத் ஆலம் பீகாரிலிருந்து வந்தவர். எனது கிராமமான சிர்தியாஸ் அருகில் உள்ள பகவன்புராவில் வாழ்ந்துவந்தார். அங்கே இரு மசூதியில் அவர் இமாமாக இருந்தார். மதரஸாவிலும் கல்வி கற்றுக்கொடுத்தார். கஜல்களை எழுதுவது அவரது ஓய்வுநேர விருப்பம். பின்னர் அவர் இமாம் ஆவதற்கு பில்வாராவிலுள்ள குல்நகரி மசூதிக்குச் சென்றுவிட்டார். அப்போது கரசேவையின் இரண்டாம் அலை முடிந்திருந்தது. பாபர் மசூதி இடிக்கப்பட்டுவிட்டது. முஸ்லீம்கள் கோபமாக இருந்தார்கள். குறிப்பாக முஸ்லீம் இளைஞர்களிடையே சங் மீது மிகவும் ஆழமான சீற்றம் இருந்தது. இந்த சூழ்நிலைகளில்தான் நான் நௌஷத்தை சந்திக்க முடிவு செய்தேன், இருந்தபோதிலும் கொஞ்சம் தயக்கத்துடன்.

அங்கே மசூதியுடன் இணைக்கப்பட்டிருந்த மதரஸாவில் நான் அமர்ந்திருந்தேன். நான் சங்-கில் இருந்தபோது, மசூதிகளின் அடித்தளங்களில் ஆயுதங்கள் பதுக்கி வைக்கப்பட்டிருப்பதாக கேள்விப்பட்டிருக்கிறேன். அது என்னை சிறிதளவு பீதியடைந்தவனாக ஆக்கியிருந்தது. ஆனால் இப்போது நான் இங்கே இருக்கிறேன். ஓர் உரையாடலை நிகழ்த்த நான் தீர்மானித்தேன். மதரஸாவில் தனது கற்பித்தலை முடித்தபிறகு, நௌஷத் நமாஸ் செய்யச் சென்றார். அவர் திரும்பி வந்தபோது நான் பேசத்துவங்கினேன்.

இந்த உரையாடல் எனது இதயத்தில் நான் கொண்டிருந்த முஸ்லீம்கள் மீதான வெறுப்பு பனிக்கட்டியை உருகச்செய்தது. யாரெல்லாம் ஆபத்தானவர்கள், சந்தேகத்துக்கு உரியவர்கள் என்று நான் நினைத்திருந்தேனோ அவர்கள் என்னைப் போன்ற மக்களாக இருந்தார்கள். எங்களைப்போலவே உறுதியாக அவர்களது சிரிப்புகள், அவர்களது கண்ணீர், அவர்களது கோபம், அதேபோலவே நாட்டுப்பற்றும் கொண்டிருந்தார்கள். சிரமமான சந்தர்ப்பங்களில் அவர்களும் எங்களைப்போலவே நெருக்குதலுக்கு உள்ளாகிறார்கள். எனது வாழ்வில் முதல்முறையாக ஒரு மசூதிக்கு உள்புறம் சென்றேன். மதரஸாவில் அமர்ந்தேன். அவர்கள் சமையலறையைப் பார்த்தேன். அவர்களுடன் அமர்ந்தேன். அவர்களுடன் சாப்பிட்டேன். அது ஒரு கிராமம். பகவன்புரா. இங்குதான் எனது வீட்டிலிருந்து உணவு நிராகரிக்கப்பட்டது. இன்று அதே கிராமத்தில் நான் மௌலானாவுடன் உணவருந்த அமர்ந்திருந்தேன்.

எல்லாத் தவறான புரிதல்களும் மறைந்துவிட்டன, மேலும் ஆரம்பத்தில் கவிதைகளையும், நாட்டுப்பற்றையும் பற்றி எங்கே நாங்கள் விவாதித்தோமோ அந்த ஒரு சந்திப்பு ஒரு வலுவான உறவைக் கட்டமைத்தது. அது இன்றுவரை உறுதியாக நிற்கிறது, அந்த நாளின் எங்கள் எதிர்கொள்ளலும், அதைத் தொடர்ந்துவந்த நாட்களில் மணிக்கணக்காக, கவிதைகள் முதல் அரசியல்வரையான எங்கள் உரையாடல்களும், முஸ்லீம்கள் மற்றும் தலித்களின் நிலைமைகள் சரிசமமாக மோசமாக உள்ளன; எங்கள் இருவருக்கும் ஒரேஎதிரி அதே சங் தான், நாங்கள் ஒன்றுசேர்ந்து போராட வேண்டும் என்பதை ஏற்றுக்கொள்வதிலும் முடிந்தன. இரண்டு அமைப்புகளை- ஒன்று தலித் இளைஞர்களுக்காகவும், இன்னொன்று முஸ்லீம் இளைஞர்களுக்காவும் அமைக்க முடிவுகள் எடுக்கப்பட்டன.

டிசம்பர் 1993இல் நான் தலித் நடவடிக்கை படையைத் துவக்கினேன்; நௌஷத் ஹதர்-எ-கர்ரார் இஸ்லாமிக் சேவா சங்கத்தை துவக்கினார். இரண்டின் குறிக்கோள்களும் ஆர்எஸ்எஸ்-ஸின் நடவடிக்கைகளை அம்பலப்படுத்துவதும், எங்கு அவசியமோ அங்கெல்லம் அவர்களுக்கு எதிரான பிரச்சார இயக்கங்களை நடத்துவதும் ஆகும். இந்த அமைப்புகள் வெவ்வேறு இடங்களில் விவாதங்களை நடத்தின. மக்கள் பலரும் இவற்றில் இணையத் துவங்கினர்கள். ஆனால் இந்த அமைப்புகளை உண்மையில் துவக்குவதற்கு முன்பே எங்கள் முயற்சிகள் பற்றிய தகவல்கள் புலனாய்வுத்துறையை அடைந்துவிட்டன. இந்தத் தகவல்கள் எங்களது சொந்த பத்திரிகை குறிப்புகளிலும், *'தஹாக்டே அங்கார்ரே'* (நான் பின்னர் துவக்கிய பருவ) இதழுக்கு நான் அளித்த நேர்காணலிலும் கிடைக்கின்றன. எங்கள் திட்டங்களை நாங்கள் துவக்குவதற்கு முன்பே வெளியிட்ட தவறுகள் எங்களுக்கு ஒரு பாடத்தைக் கற்பித்தன. அந்த நேரத்தில் அது எங்களுக்கு விளம்பரத்தைக் கொண்டுவந்திருந்தாலும், அது ஒரு இயக்கத்தையோ அல்லது அமைப்பையோ கட்டுவதற்கான வழியல்ல. ஏனென்றால், குற்றப்புலனாய்வுத் துறை *(CID)* மற்றும் புலனாய்வு அமைப்பும் *(IB)* உள்ளூர் காவல்துறையோடு இணைந்து அச்சுறுத்தல்களோடும், எச்சரிக்கைகளோடும் எங்கள் பின் வந்தன.

எனவே எங்கள் இரண்டு அமைப்புகளும் இனிமேல்தான் பிறக்கவேண்டும். நாங்கள் எதுவும் செய்யமுடியாதவர்களானோம்.

ஆனால் தோல்வி என்னை தோற்கடிக்கவில்லை. மாறாக, எனது கோபம் வளர்ந்தது.

நௌஷாத்தின் தேடல் உடனடியாக அவரை இந்திய கம்யூனிஸ்ட் கட்சி மார்க்சிஸ்ட்-லெனினிஸ்ட்க்கு அழைத்துச்சென்றது. அவர் பீகாரின் சஹார்சா மாவட்டத்தில், சகுவான் பஜார் வட்டாரத் தலைவராக நான்கு ஆண்டுகள் பணியாற்றினார். இப்போது அவர் ஆம் ஆத்மி கட்சியின் கோஸி மண்டலத் தலைவராக உள்ளார். நான் எனது பங்குக்கு ஆர்எஸ்எஸ்ஸை எதிர்கொள்ள இந்துயிசத்தைவிட்டு மாற முடிவு செய்தேன்.

26
மதமாற்ற முயற்சிகள்

நான் மத மாற்றத்தைப்பற்றி தீவிரமாக சிந்திக்கத் தொடங்கினேன். ஆனால் எந்த மதத்துக்கு? சீக்கியமும், ஜெய்னிசமும், பௌத்தமும் இந்து சமுதாயத்தின் பாகங்கள் என்று நான் சங்-கில் இருந்தபோது பெற்ற அனுபவங்கள் கற்றுத்தந்துள்ளன. இஸ்லாம் பிரச்சனைக்கு வெளியே இருந்தது. ஏனென்றால், அதன் குரூரத்தன்மை, மற்றும் வன்முறை பற்றி ஏராளமான தவறான தகவல்கள் எனக்கு ஊட்டப்பட்டிருந்தன. அதனால், அதைப்பற்றி மாபெரும் அவநம்பிக்கையை நான் கொண்டிருந்தேன், மேலும், அதை ஒரு சாத்தியமாக நான் கருதவில்லை. அது கிறிஸ்தவத்தை விட்டுவிட்டது. ஏன் கிருஸ்தவனாக ஆகக்கூடாது என்று நான் சிந்தித்தேன். சங், முஸ்லீம்களை எந்த அளவுக்கு அதிகமாக வெறுக்கிறதோ அந்த அளவுக்கு கிறிஸ்தவர்களையும் வெறுக்கிறது. ஆனால் இங்கே ஒரு பிரச்சார கிறிஸ்தவர்களை எங்கே கண்டுபிடிப்பது? நான் ஒரு கிறிஸ்தவரை ஒருபோதும் சந்தித்ததில்லை. சங் அமைப்பில் இருந்தபோது அவர்களைப்பற்றி ஏராளமாகப் படித்திருந்தாலும், கிறிஸ்தவர்களின் அறிமுகம் இல்லாமல் தனியனாகவே இருந்தேன், ஒருவர் கிறிஸ்தவராக ஆனால், அவருக்கு ஒரு பெண்ணும், ஒரு வேலையும் கொடுக்கப்படுகிறது என்றும்கூட நான் கேள்விப்பட்டிருக்கிறேன். ஆனால் அதில் எதையும் நான் விரும்பவில்லை. நான் விரும்பியதெல்லாம் பழிவாங்கல் மட்டுமே. யார் என்னை அவமானப்படுத்தினார்களோ, நிராகரித்தார்களோ அவர்களை சீற்றம் கொள்ள வைக்கவே நான் விரும்பினேன்.

நான் கிறிஸ்தவர்களை தேடத்துவங்கினேன். 1994இன் துவக்கத்தில் பில்வாராவிலுள்ள ஆசாத் நகரில் ஒரு அச்சகத்தின் உரிமையாளரைச் சந்தித்தேன் அவரது பெயர் பெதுவேல் கெய்க்வாட். என்ன நடந்தது என்றால், எனது மாமன் மகள் மாங்கிதேவியின் கணவர் சாகன்லால் ஒரு அச்சுக்கோர்ப்பவர்; அண்மையில் இந்த அச்சகத்தில் அவருக்கு ஒரு வேலை கிடைத்தது. அவரைச் சந்திக்க அங்கே நான் சென்றபோது, எனது இரண்டு நோக்கங்களும் நிறைவேறின. இந்தக் கனவான் பெதுவேல் ஒரு தேவாலயத்தையும் ஒரு பள்ளியையும் சொந்தமாக வைத்திருந்தார். அவரோடு ஓர் உரையாடலை நடத்தினேன். எனது செயல்திட்டத்தை அவரிடம் வெளிப்படுத்தி, நான் ஒரு கிறிஸ்தவனாக முடியுமா? என்று கேட்டேன். நான் ஏன் கிறிஸ்தவனாக ஆக விரும்புகிறேன் என்று அவர் கேட்டார். ஆர்எஸ்எஸ்ஸுக்கு எதிரான எனது போராட்டம் பற்றியும், பழிவாங்கும் எனது விருப்பத்தைப் பற்றியும் அவரிடம் கூறினேன். "கிறிஸ்தவம் பழிவாங்குதலை நம்புவதில்லை, ஆனால் மன்னிப்பையே விரும்புகிறது, எனவே அவர்களை மன்னித்துவிடு. தேவாலயத்துக்கு வழக்கமாக வா. ஏசுவின்மீது நம்பிக்கை வை, நம்மை விடுதலை செய்பவரும், நமது எல்லா கேள்விகளுக்கும் பதில் தருபவரும் அவர்தான்" என்று பாதிரியார் கெய்க்வாட் அழுத்தமாகக் கூறினார். எனக்கு பதில்களும் தேவையில்லை.

நான் விடுதலையையோ அல்லது கடவுளையோ எதிர்பார்க்கவில்லை. அல்லது என்னிடம் எந்தக் கேள்விகளும் இல்லை. என்னிடம் ஒரு நோக்கம் உள்ளது, ஒன்று மட்டுமே - சங் மற்றும் அதன் நியாயமற்ற அரசியலை அம்பலப்படுத்துவதுதான் என்று கூர்மையாக பதிலளித்தேன். எல்லாவிதமான தீவிரத்தன்மையுடன் அவர் என்னைக் கவனித்தார். தொடர்ந்து வரும் ஞாயிறுகளில் வழிபட்டுக்கு வருமாறு எனக்கு அழைப்பு விடுத்தார். ஆனால், வழிபாட்டுக்கூட்டங்களில் நான் கலந்துகொள்வதற்கு முன்பே எனது மைத்துனர் மூலம் எனது குடும்பத்துக்கு ஒரு வார்த்தையை அனுப்பினார்: அதாவது, நான் கிறிஸ்தவனாக முயற்சிப்பதால் மனநல ஆலோசனை அளிக்கப்பட வேண்டும் என்று.

பின்னர் நான் மற்ற தேவாலயங்களிலும்- பாப்டிஸ்ட், வட இந்திய தேவாலயம், மெதேடிஸ்ட், சிரியன், கத்தோலிக்

மற்றும் எண்ணற்றவற்றில்- முயற்சித்தேன். ஒவ்வொன்றிலும் எனது கதையைக் கூறி, என்னை கிறிஸ்தவனாக்குமாறு கேட்டுக்கொண்டேன். ஆனால் அவையெல்லம் பின்வாங்கின, ஆர்எஸ்எஸ்-ஸின் பெயரைக் கேட்டதும் அவை பீதியடைந்தன. நான் ஆர்எஸ்எஸ்-ஸுக்கான உளவாளி என்றும், அவர்களை பொறியில் சிக்கவைக்க முயற்சிப்பதாகவும் அவர்கள் நினைத்தார்கள். எனது வழியில் என்னை வெளியே அவசர அவசரமாக அனுப்பின. எந்த இடத்திலும் எனது திட்டத்தில் என்னால் வெற்றிபெற முடியவில்லை.

27

ஏசு ஏற்கத்தக்கவர்; ஆனால் கிறித்துவம் அல்ல

ஆனால் தோல்வியை ஏற்றுக்கொள்பவனல்ல நான். முதலில் பிராமணராக இருந்த ஒரு பள்ளி ஆசிரியரை நான் சந்தித்தேன். அவர் ஹறி நாராயண் ஜோஷியாக இருந்து நியூமேன் ஆக கிறித்துவத்துக்கு மாறியவர். அவர் எனக்கு கொஞ்சம் அகநிலை போதனைகளைத் தந்தார். ஆனால் உண்மையில் என்மீது எது திணிக்கப்பட்டதோ அல்லது வேதாகமத்திலோ (பைபிளிலோ), ஏசுவின் மீதோ, அல்லது விடுதலையிலோ அவற்றில் எனக்கு ஆர்வம் இல்லை. எனது இலக்கு என்னிடம் தெளிவாக உள்ளது. நியூமேன் என்னை குளிர வைத்து விட்டார். இதைப் புரிந்துகொண்ட நியூமேன் செவந்த் டே அட்வெண்ட்டிஸ்ட் பாதிரியாரின் முகவரியை என்னிடம் கொடுத்து அவருக்கு எழுதுமாறு என்னிடம் கூறினார்; ஒருவேளை அவர் எனக்கு உதவக்கூடும். நான் அவருக்கு ஒரு கடிதத்தை அனுப்பினேன், மேலும் ஒரு சில நாட்களுக்குள் முன்பின் தெரியாத இரண்டு மனிதர்கள் எனது சொந்த முகவரியைக் கேட்டு எனது வாயிலில் இருந்தனர். இதுதான் அவர்கள் தேடுவது என்று கூறினேன். அவர்களில் ஒருவர் நான் கடிதம் எழுதிய பாதிரியார். ஜோத்பூரில் இருந்த பாதிரியார் பர்வேஸ். அவர்களை உள்ளே அழைத்தேன், தேனீர் வழங்கினேன். அவர்கள் எனது கதையை புன்முறுவலுடன் கவனித்தார்கள். ‘எங்களுடன் ஜோத்பூருக்கு வா’ என அழைத்தனர். அடுத்த நாள் நான் புறப்பட்டேன். பாதிரியார் பர்வேஸுடன் மூன்று மாதங்கள் தங்கினேன். அவர் வேதாகமத்தின் அத்தியாயங்களையும், வசனங்களையும் எனக்கு கற்பித்தார். பொறுமை, கருணை மற்றும் இரக்கம் ஆகியவற்றின் முக்கியத்துவத்தை எனக்கு கற்பித்தார்.

இறையியலில் இளங்கலைப்பட்டம் பெற நான் இன்னும் போதுமான அளவுக்கு படித்தாக வேண்டும். ஆனால் மெய்மை எண்ணத்தில், வார்த்தையில், செயலில் இருந்தது. நான் இன்னும் கலகக்கார இந்துவாகவே இருந்தேன். மேலும் அது என்னை நம்புவதை அவருக்கு கடினமாக்கியது. எனவே ஒருநாள் அவரது தேவாலயத்தின் ஒன்றுகூடுதல் நிகழ்ந்தபோது, எனக்கு ஞானஸ்நானம் அளிக்க அவர் தானாகவே முடிவு செய்தார். இதற்கு, முதலில் நானாகவே ஜோத்பூர் மாவட்ட ஆட்சியர் முன்சென்று, நான் கிறித்துவத்துக்கு மாற விரும்புவதாக அறிவிக்க வேண்டும். நான் அதை திட்டவட்டமாக மறுத்துவிட்டேன். நான் விரும்பியதெல்லாம் ஆர்எஸ்எஸ்ஸுக்கு எரிச்சலையும் கோபத்தையும் ஊட்ட வேண்டும், இதற்குமேல் அதிகமாகவோ அல்லது குறைவாகவோ எதுவுமில்லை. எனவே அவர்கள் ஒருவரோடொருவர் கலந்து பேசினார்கள். சட்டபூர்வமாக என்னை மதமாற்றம் செய்யும் எண்ணத்தை கைவிட்டு விட்டார்கள். ஞானஸ்நான சடங்குகளின்படி இரகசியமாக என்னை உள்ளே எடுத்துக்கொள்ள முடிவு செய்தார்கள்.

ஒரு ஞாயிறு அன்று அவர்கள் சில பாடல்களைப் பாடினார்கள்; வேதாகமத்திலிருந்து (பைபிள்) சில வசனங்களை படித்தார்கள். ஒரு தண்ணீர்த் தொட்டியில் என்னை அமுக்கினார்கள், என்னை வெளியே இழுத்தார்கள். அவர்கள் என்னை ஒரு வெள்ளைத்துணியால் மூடி, எனது காதில் "இன்று நீ மீண்டும் பிறந்துள்ளாய்" என்று கூறினார்கள். இந்த நடைமுறை, 'மீண்டும் பிறத்தல்' என்று அழைக்கப்படுகிறது. அவர்களது கண்களில் இப்போது நான் அவர்கள் நம்பிக்கைக்கு தகுதியானவனாகத் தெரிந்தேன். ஆனால், இந்த மதத்தின் வெறுமைத்தன்மை எனக்கு தெளிவாகத் தெரிந்தது. எல்லாக் கேள்விகளுக்கும் பதில் ஏசுவிடம் இருக்கிறது என்றால் இது என்னவகையான மதம்? அடங்காமல் எதிர்க்கும் உணர்வை நான் பெற்றேன். ஒரு சாக்கடையிலிருந்து தப்பி ஒரு கிணற்றுக்குள் விழுந்ததைப்போல நான் உணர்ந்தேன்.

இந்த உள்கலவரத்தை என்னால் அடக்கமுடியவில்லை. இதை நான் அவர்களுக்கு, என்னால் ஏசுவைக்கூட ஏற்றுக்கொள்ள முடியும்; ஆனால் அவர்களது கிறித்துவத்தை அல்ல' என்று தெளிவுபடுத்தினேன். நல்லது; உங்களது கோட்டுசூட், டை, ஷூ அணிந்து நீங்கள் ஆங்கிலத்தில் வழிபாடு நடத்தலாம். ஆனால்

நீங்கள் மற்றவர்களைவிட முட்டாள்தனத்தில் குறைந்தவர்கள் அல்ல. ஒருங்கிணைக்கப்பட்ட எல்லா மதவெறுப்பாளர்களையும் காண நான் முயன்றேன். நம்பிக்கையற்றவனாக வளர்ந்தேன், கிறித்துவம் என்ற வறண்ட கிணற்றிலிருந்து வெளியேற எனது வழியைப் பிராண்டினேன். விரைவில் அவர்களிடமிருந்து விடைபெற்றேன்.

அவர்களிடமிருந்து சுதந்திரம் பெற்றது நிம்மதியாக இருந்தது. விடுதலையை நாம்தான் கண்டடைய வேண்டும். பைபிளிலோ, ஏசுவிடமிருந்தோ, அல்லது கிறித்துவத்திலிருந்தோ வேறு எந்த மதத்திலிருந்துமோ அல்ல. ஆனால் என்னை நானே இவற்றிலிருந்தெல்லாம் விடுவித்துக் கொள்வதுதான் சிறந்தது என்று உணர்ந்து கொண்டதால் மீண்டும் நான் எளிதாகத் தூங்கினேன். நான் மத உணர்வு கொண்டவன் அல்ல என்று உணர்ந்து கொண்டேன். இவ்வாறு உணர்ந்து கொண்டதில்தான் எனது மகிழ்ச்சி இருக்கிறது. நான் ஒரு நம்பிக்கையாளன் அல்ல; நான் சொர்க்கத்தில் ஒரு இடத்தை எதிர்பார்க்கவில்லை. நரகத்துக்குச் செல்லும் ரயிலில் இருக்கிறேன். அது இதைவிட மகிழ்ச்சியானதாகவும் இருக்கப்போவதில்லை.

28

இத்தகைய பிராமணர்களாக எது அவர்களை ஆக்குகிறது?

அம்பேத்கர் விடுதி எனது கருத்தியலை மோதித் தகர்த்துவிடும் என்று சங் கொண்ட கவலைகளுக்கு எனது நன்றி. 1990 டிசம்பரில் நான் அதைவிட்டு விலகினேன். 1991 மே வாக்கில் சங் அலுவலகத்திலிருந்த எனது கூரையும் காணாமல் போய்விட்டது. தங்குவதற்கு எனக்கு ஒரு புதிய இடம் தேவைப்பட்டது. அடல் பிஹாரி வாஜ்பேயின் தனி உதவியாளர் எனக் கூறிக்கொண்ட, எனக்குத்தெரிந்த அர்ச்சகர் துவி சைதன்ய சரண் சாஸ்திரி பில்வாராவில் கிருஷி மண்டி பகுதியில் உள்ள சிவ அனுமான் கோவிலை தனது பொறுப்பில் எடுத்துக்கொண்டார். நான் அவருடன் வாழத்துவங்கினேன். அவரும்கூட கடுமையான இந்துத்துவவாதியாக இருந்தாலும், சங்- உடன் ஊடலில் அவர் இருக்க நேரிட்டுவிட்டது. ஒரு சில யாத்திரைகளின் போது அவருக்கு உரிய அந்தஸ்த்து அளிக்கப்படவில்லை. ஓர் இளைய அர்ச்சகருக்கு அதிக மரியாதை காட்டப்பட்டது போன்ற ஏதோ சில நடந்துவிட்டது. எனவே எங்களது இணையை, ஒரு பொது இலட்சியத்துக்காக இருந்த இருவரை, மனக்குறையுள்ள இந்துத்துவவாதிகளாக ஆக்கியது. நாங்கள் ஒன்றாக வாழத்துவங்கினோம்.

அந்த நாட்களில் மாணவர் அரசியலில் நான் சுறுசுறுப்பாக இயங்கிக்கொண்டிருந்தேன். எனவே, சாஸ்திரியின் இடத்தை இரவில் மட்டும் ஓய்வு எடுப்பதற்காக அடைந்தேன். அவை மிகவும் சிரமமான நேரங்களாக இருந்தன. அடிக்கடி என்னிடம் ஒரு காசுகூட இல்லாமல் போனது; பசியாகவும் இருந்தது. சாஸ்திரிஜி இடத்துக்கு செல்வதற்கு முன்பிருந்த நாட்களில், முழு இரவையும் பூங்காக்களில் களைத்துப்போய் தாகத்துடன் கழித்திருக்கிறேன்;

மேலும் அப்போது தனியொரு கோபக்கார இளைஞனின் அழுத்தம் என்மீது இருந்தது. எப்போதெல்லாம் சந்தர்ப்பம் கிடைக்கிறதோ, அப்போதெல்லாம், ஆர்எஸ்எஸ்-ஸுக்கு எதிராக நான் பேசுவேன்; எழுதுவேன். அந்த நாட்களில் என்னையோ அல்லது எனது ஆரவார உரைகளையோ யாரும் அவ்வளவாகக் கவனித்ததில்லை. ஆனால் நான் எனது பிரச்சாரப் பயணத்தை தொடர்ந்து நடத்தினேன். மக்கள் என்னை ஒரு நிலையான எதிப்பாளனாகவும், வயிற்று வலிக்காரனாகவும் பார்த்தார்கள். சங் என்னை முற்றிலும் புறக்கணித்தாலும், நான் கூறியவைகளுக்கு அல்லது எழுதியவைகளுக்கு எந்தவிதமான பதிலை அளிக்காவிட்டாலும், அங்கே ஒரு பனிப்போர்போல, ஒரு பனிமௌனம் நிலவியது. அது என்னை மேலும் சிடுசிடுக்கவைத்தது. சாஸ்திரிஜி அடிக்கடி எனக்கு, 'சங் மீது தாக்குதல் தொடுப்பதை இதுபோல தொடர்ந்து செய்யாதே; அந்த ஆட்களைப்பற்றி உனக்கு இதுவரை ஒன்றும் தெரியாது. அவர்களால் உன்னை ஒரு கோணிப்பைக்குள் திணித்து, படுவேகமாகத் தூளாக்கிவிட முடியும். உன்னால் உனது சொந்த அழுகையைக்கூடக் கேட்கமுடியாது. இந்த உலகத்தைப் பற்றி மறந்துவிடு' என்று ஆலோசனை வழங்கினார். நான் அவரது வார்த்தைகளைப் புறக்கணித்தேன்.

சைதன்ய சரண் சாஸ்திரிஜி ஒரு நல்ல மனிதன்; ஆனால் எலும்புவரை ஒரு சாதியவாதி. ஒருமுறை நாங்கள் இருவரும் காந்திநகரில் கணேஷ் கோவில் அருகில் உள்ள ஒரு பீகார் தொழிலதிபரின் வீட்டுக்கு எங்களது மாலை உணவுக்காகச் சென்றோம். சில மதச்சடங்குகள் காரணமாக அவரது அழைப்பு பிராமணர்களுக்கு மட்டுமானது. சாஸ்திரிஜி என்னை அவருடன் அழைத்துச் சென்றார். அந்த சூழ்நிலையைப் பற்றி எனக்கு எதுவும் தெரியாது. எனக்குத் தெரிந்ததெல்லாம் நாங்கள் ஒரு பணக்கார பீகாரியின் வீட்டுக்கு உணவுண்ணச் செல்கிறோம் என்பதுதான். மக்களுடன் அவர்களது வீடுகளில் நேரத்தைச் செலவிடுவதும், அவர்களுடன் உணவுண்பதும் சங் காலத்திலிருந்து ஒரு பொது நடைமுறை என்பதால், அது எனக்கு வித்தியாசமான ஒன்றாகத் தென்படவில்லை. மூத்த சங் கட்டமைப்பில் நானும் ஒரு அங்கமாக இருந்ததால், நான் அடிக்கடி பிரச்சாரக்குகளுடன், சுயம்சேவக்குகளின் வீடுகளில் சாப்பிடச் சென்றிருக்கிறேன். அவர்களில் பலர் மேல்சாதி என்று அழைக்கப்படுபவர்கள். எந்தவிதமான தயக்கமும் இல்லாமல் நான் சாஸ்திரிஜியுடன் சென்றேன்.

உணவின்போது, உபசரிப்பவர் எனது பெயரைக்கேட்டார்; நான் பன்வர் மெக்வன்ஷி என பதிலளித்தேன், அவர்கள் பீகாரிலிருந்து வந்தவர்கள் என்பதால், ராஜஸ்தானில் உள்ள சாதி அமைப்புமுறை பற்றி அவருக்கோ, அவரது குடும்பத்துக்கோ தெரியவில்லை. எனவே அவர் என்னிடம், “அவர்கள் எந்தவகையான பிராமணர்கள்?’ என்று கேட்டார். ‘நான் தாழ்த்தப்பட்ட...’ என்று கூற எனது வாயைத் திறந்தேன், ஆனால், நான் அதற்குமேல் கூறுவதற்குமுன், சாஸ்திரிஜி வேகமாக எங்களிடையே புகுந்து, ‘அவர்கள் சத்திரிய பிராமணர்கள்’ என்றார்.

அந்த விஷயம் அங்கேயே முடிந்துவிட்டது; ஆனால், எனது சாதியை மூடிமறைத்த அசிங்கமான செயல் எனது வாய்க்குள் செல்லும் உணவை கசப்பாக்கியது. அதே நேரத்தில் சாஸ்திரிஜி என்னுடைய தாழ்த்தப்பட்ட சாதி அந்தஸ்தை நான் வெளிப்படுத்த முயன்றதில், என்மீது கோபமாக இருந்தார். பின்னர் நாங்கள் கடுமையாக விவாதித்தோம். மக்களின் மதம் நம்பிக்கைகளைக் கையாள்வதில் அவரது அணுகுமுறை இரண்டகத்தன்மை கொண்டதாக இருப்பதாக நான் அவரைக் குற்றம் சாட்டினேன். தாழ்ந்த சாதி மக்கள், ‘தாழ்ந்த புத்திசாலித்தனத்தையே கொண்டிருக்கிறார்கள் என்பதற்கு நான் ஒரு வாழும் நிரூபணம். நான் இங்கே உன்னை ஒரு பிராமணனாக ஆக்க முயற்சித்துக் கொண்டிருக்கிறேன். நீ இந்த அழுக்கான சாக்கடையில் உழன்று கொண்டிருக்கிறாய்’ என்று நேரடியாகவே அவர் கூறினார்.

நான் கடும்கோபத்தில் பதறிக்கொண்டிருந்தேன். இந்த கபடவேடதாரியை நையப் புடைக்க விரும்பினேன். வசவுக்கு வசவு கூறுவதில் நான் அவருக்கு ஈடானவனாக இல்லை. நான் திட்டித்தீர்த்தேன்: ‘நீ நல்லவனல்ல; சாதியில் நீ ஒரு பிச்சைக்காரன்; உன்னுடைய கடும் உழைப்பின்மூலம் நீ எப்போதாவது வாய் நிறைய சாப்பிட்டிருக்கிறாயா?’

மேலும் இவ்வாறு சாஸ்திரிஜி என்னை சாக்கடையில் உழலும் தாழ்ந்த சாதிப் பூச்சி என அறிவித்தார். நானும் அவரை ஒரு பிச்சைக்காரன் என்று சான்றளித்தேன். இதற்குப்பிறகும் நாங்கள் ஒன்றாக வாழமுடியாது. நான் கோவிலைவிட்டு நீங்கினேன். நான் அங்கு தங்கியிருப்பது அவருடைய பிராமணத்தனத்தின் மீது ஒரு நிழலைப் போர்த்திவிடக்கூடும். சடங்குகளை நடத்துவதன் மூலம் அவர் பெற்றுவந்த வருவாயை அது பாதித்துவிடக்கூடும்.

அத்துடன் அங்கு தங்கியிருப்பது பிராமண மதிப்பியல்களுக்கு அடிபணிந்ததுபோல ஆகிவிடும். அது சங்-அமைப்புக்கு எதிரான எனது நிலையை பலவீனப்படுத்திவிடும். எனவே நாங்கள் எங்கள் வழிகளில் பிரிந்துவிட்டோம். நான் ஒரு பிராமணனாக ஆக முடியாது. மேலும் அவரும் ஒரு மனிதாபிமானியாக ஆக விரும்பவில்லை. நாங்கள் மீண்டும் ஒருபோதும் சந்திக்கவில்லை.

நான் கோவிலுக்கு வெளியே இருந்தேன். எனது வீட்டுக்கு, எனது பெற்றோரிடம் திரும்புவது போலவும் நான் உணரவில்லை. எங்கள் இடத்தில் சமைக்கப்பட்ட உணவை சங் எப்போது தூக்கியெறிந்ததோ, அப்போது முதல், திரும்பிச் செல்வதற்கான தைரியம் என்னிடம் இல்லை. பில்வாராவில் என்னால் முடிந்த அளவுக்கு இங்கும் அங்குமாக தூங்கிக்கொண்டும், சாப்பிட்டுக் கொண்டும் இருந்தேன். நிலையான இருப்பிடம் இல்லை. உறுதி நிறைந்திருந்தது, அது எனது மனதில் அல்ல. இயல்பாகவே எனது படிப்பு பாதிக்கப்பட்டது.

மானிக்யலால் அரசு கல்லூரியில் ஒரு கலைப் பட்டத்துக்காக சேர்ந்தேன். அங்கே ஓர் ஆண்டு முழுவதும் மாணவர் அரசியலில் செயல்பட்டேன், ஆனால் என்னால் தேர்வை எழுத முடியவில்லை. எனது தந்தை இதை அறிந்தபோது அவர் மிகவும் கோபம் கொண்டார். என்னைக் கடுமையாகத் திட்டினார். எனது நல்லகாலம், அவர் என்னை அடிக்கவில்லை.

எல்லா வகையிலும் இவையெல்லாம் எனது கல்வியை பாதித்தன. எனது அடுத்த எல்லா படிப்புகளையும் அஞ்சல்வழிக் கல்வி மூலமும், சுய கல்வி மூலமும் முடிக்க வேண்டியிருந்தது.

அந்த சிரமமான நாட்களில் பில்வாரா, காந்திநகரில் உள்ள ஒரு சிறிய அறையில் தௌலத் ராஜ் ஹகோடாவால் எனக்குப் புகலிடம் அளிக்கப்பட்டது. அவர் ஆர்எஸ்எஸ் சுயம்சேவக்காக இருந்திருக்கிறார். அவர் அங்கு அலுவலர் பயிற்சியும் பெற்றிருக்கிறார். அவர் சங் அலுவலகத்தில் வேலை செய்திருக்கிறார். சங் அமைப்பின் பத்நௌளர் ஆதர்ஷ்வித்யா மந்திர் பள்ளியில் பாடம் நடத்தியிருக்கிறார். அவர் மிகவும் சுறுசுறுப்பான சுயம்சேவக் என்று ஏற்றுக் கொள்ளப்பட்டவர். அவருடைய விரிவுரைகள் தெளிவானவைகளாகவும், அணுகத் தக்கவைகளாகவும் இருந்தன. அவர் ஒரு ஆசிரியரைப்போல பேசுவார். எனவே அதை யாராலும் எளிதாக புரிந்துகொள்ள

முடியும். அவருக்கு எல்லா சங் பாடல்களும் மனப்பாடமாக தெரியும். அடிக்கடி அவற்றைப் பாடுவார். இந்தத்தகுதிகள் மக்களைத் திரட்டுவதில் அவருக்கு மகத்தான வெற்றிகளைத் தந்தன.

சங் அமைப்புக்கான சந்தேகத்துக்கு இடமில்லாத அவரது கடப்பாட்டுக்கும் அப்பால், அவரும்கூட பாகுபாடு, தீண்டாமை போன்ற சில கசப்பான அனுபவங்களுக்குள் வர நேர்ந்தது.

ஒருமுறை, மஹாராஜா ஆதர்ஷ் வித்யா மந்திரில் நடைபெற்ற ஆர்எஸ்எஸ் அலுவலர் பயிற்சி முகாமில், சாதி ஒழிப்புக்காக சங் அமைப்பால் எடுக்கப்பட்ட நடவடிக்கைகள் பற்றி வற்புறுத்தலான கேள்விகளை அவர் எழுப்பினார். ஆனால் அங்கு வந்திருந்த சங் செயல்பாட்டாளர்கள் அவருடன் பேச மறுத்துவிட்டார்கள். இறுதியாக மூத்த பிரச்சாரக் தௌலத்ஜியை அவமானப்படுத்தும் விதத்தில் சிலவற்றைக் கூறினார். அந்த சூழல் மிகவும் சூடானதாக மாறியது. அவர்கள் அடிதடிகளில் இறங்கினார்கள். தௌலத்ஜி தனது வழிமுறைகளில் உறுதியான நாட்டுப்புறத்தன்மை கொண்டவர், தீவிரமாகப் போராடுபவர். அச்சமில்லாதவர். அவரது பின்னடைவு கேள்விக்கு அப்பாற்பட்டது. நூற்றுக்கணக்கான சங் செயல்பாட்டாளர்களின் முன்னிலையில், அவர் இரு பிரச்சாரக்கின் தலைமுடியைப் பிய்த்து எறிந்தார். தனக்குக் கொடுத்ததுபோலவே நன்றாக திருப்பிக்கொடுத்தார். அதற்குப்பிறகு அவர் ஆர்எஸ்எஸ்-ஸில் இருந்து வெளியே இருந்தார். அவர் ஒரு சிறிய கடன் மற்றும் சிக்கன சேமிப்புக் குழுவாக அம்பேத்கர் சேமிப்பு சங்கத்தை துவக்கினார். அது தலித்துகளை ஒன்றாகச் சேர்ப்பதையும்கூட செய்தது. தலித் மற்றும் ஆதிவாசி இளைஞர்களுக்காக சட்டக்கல்வி வகுப்புகளைத் துவக்கியது. பூலே, கபீர், மற்றும் அம்பேத்கர் ஆகியோரால் துவக்கப்பட்ட விழிப்புணர்வு பரப்பு தூதுக்குழுவுக்குள் அவர்களைக் கொண்டுவர கடுமையாக வேலை செய்தது. அவர் இன்னும் இந்தத் தூதுக்குழுவில் சம்பந்தப்பட்டிருக்கிறார்.

சங் அமைப்பைவிட்டு விலகியபிறகு, தௌலத்ஜி காந்திநகரில் வாடகைக்கு ஒரு அறையை எடுத்துக்கொண்டார். தொழில்துறைப் பயிற்சி நிறுவனத்தில் மின்னியலாளர் பயிற்சி வகுப்பில் சேர்ந்தார். இந்த நிறுவனங்கள் அரசால் நடத்தப்படுபவை. ஆனால் இங்கும்கூட சங் வலுவாக இருந்தது. அவர் தொடர்ச்சியான துன்புறுத்தல்களுடன் போராட

இந்துவாக நான் இருக்கமுடியாது

வேண்டியிருந்தது. இந்தக் கடினமான சூழ்நிலைகளில் அவர் கடைசியில் தனது பட்டப்படிப்பு சான்றிதழைப் பெற்றார். அவர் ஒரு சிறிய கட்டமைப்பை உருவாக்கினர்; தனது சட்டப்படிப்பு நிதிக்காக வெற்றிலை பாக்கு விற்றார். பிறகு அவர் சட்ட நடவடிக்கைகளைத் துவக்கி, பெருமளவுக்கு ஏழைகளுக்கு உதவ அவர்களது வழக்குகளை எடுத்துக்கொண்டார். இன்றும்கூட அவர் இதைத்தான் செய்துகொண்டிருக்கிறார். இத்தகைய ஈடுபாடுகொண்ட தோழரோடு அந்த சிறிய அறையை பல நாட்கள் நான் பகிர்ந்துகொண்டேன். அங்குதான் ஒரு செய்திப்பத்திரிகையை துவக்கும் சிந்தனையை நான் பெற்றேன். கருத்துகளைத் தெரிவிக்கும் சில வழிமுறைகளை நான் தேடிக்கொண்டிருந்தேன்; அதன்மூலம் சங் மற்றும் அதன் கபடவேட கருத்தியலை நான் அம்பலப்படுத்த முடியும். இந்த விதை மெல்லமெல்ல வளர்ந்து 'தஹாக்டே அங்காரே' என்ற மாதம் இருமுறை இதழாக மலர்ந்தது.

தௌலத்ராஜ் நகோடா அன்று முதல் எனது தடுமாற்றமில்லாத தோழனாக இருந்துவருகிறார். பலநேரங்களில், சங் அமைப்பின் வெறுப்புமிக்க சக்திகளால் எங்களுக்கு பிரச்சனைகள் ஏற்படுத்தப்பட்டு 'பாட்வாக்கள்' வழங்கப்பட்டன. நாங்கள் கூர்மையாக விமர்சிக்கப்பட்டோம். எங்களைப் பிரிக்க எண்ணற்ற முயற்சிகள் முடுக்கிவிடப்பட்டன. அவர்களது மிகச்சிறந்த முயற்சிகளுக்குப்பிறகும்கூட, சங் அமைப்பால் எங்களை ஒருவரிடமிருந்து ஒருவரைப் பிரிக்க முடியவில்லை. ஒடுக்கப்பட்ட தலித்களில் இருந்துவந்த நாங்கள் இருவரும் ஒன்றாக வேலை செய்வதை விரும்பினோம். சங்கிகளின் தாக்குதல்களால் நீண்டகாலமாக மௌனமாக்கப்பட்ட ஒடுக்கப்பட்ட மற்றும் ஒதுக்கப்பட்டவர்களுக்கு ஆதரவாக எங்கள் குரல்கள் எழுந்தன; வலுப்பெற்றன. இன்று தௌலத் ராஜ் நகோடா சட்டப்படி நிலைநாட்டப்பட்ட ஒரு வழக்கறிஞர். அவர் வழக்கறிஞர்களின் சங்கமான அசிந்த் பார் அசோஸியேசனுக்கு மூன்று முறை போட்டியின்றித் தேர்ந்தெடுக்கப்பட்ட தலைவர். ராஜஸ்தானில் தலித் இயக்கத்தின் வழிகாட்டும் தலைவர்.

29

அம்பேத்கரியத்தை நோக்கி

1995 ஆகஸ்ட்டில் நான் எனது கிராமத்துக்கு திரும்பிவந்தேன். இப்போது நான் அரசியல் பதில்கள் அளிப்பதில் அதிக நாட்டம் கொண்டிருந்தேன். தலித் - முஸ்லீம் கூட்டணி துவக்கப்படுவது தோல்வியடைந்து விட்டது. கிறித்துவமோ, சங் அமைப்பை விட எந்தவகையிலும் மாறுபட்டதல்ல என்று ஆகிவிட்டது. எல்லா மதங்களும் ஒன்றுக்கொன்று சமமாக இறுக்கமானதாகவும், அறிவுக்கு பொருத்தமற்றதாகவும் இருந்தன. மேலெழுந்த வாரியாகப் பார்த்தால், அவையெல்லாம், 'சர்ம தர்ம – சம பாவ'- எல்லா மதங்களையும் சமமாக நடத்து- என்கின்றன. ஆனால் உண்மையில் ஒவ்வொன்றும் தன்னை பின்பற்றுபவர்களை விரிவுபடுத்தவும், உலகத்தை கட்டுப்படுத்தவும் இரகசிய செயல்திட்டங்களைக் கொண்டிருக்கின்றன. சில இந்த ஒட்டுமொத்த உலகத்தையும் இஸ்லாமிய சட்டங்களுக்கு உட்பட்ட 'தார் உல் இஸ்லாம்' ஆக்கவிரும்புகின்றன, அதேநேரத்தில் மற்றவைகளோ(Gospel) நற்செய்தியை ஒருவரோடும், எல்லாரோடும் பகிர்ந்து கொள்ள வற்புறுத்துகின்றன. இந்துக்களைப் பொருத்தவரை அவர்களும் சிறந்தவர்கள் அல்ல. 'க்ரின்வண்டோ விஸ்வம் ஆர்யம்' நாம் இந்த உலகத்தை ஆரியமயமாக்குவோம் என அறிவிக்கிறது. இதன்பொருள், இதை உயர்த்து. தயானந்த சரஸ்வதியால் பொதுமக்கள் அறிந்துகொள்ளுமாறு ஆக்கப்பட்ட ரிக் வேதத்தின் வசனங்கள் ஆரிய சமாஜத்தின் விளம்பரமாக இந்த உலகத்தை 'நாகரிகப்படுத்த' வளைக்கின்றன. ஒவ்வொருவரும் விரிவுபடுத்துபவர்கள், ஒவ்வொருவரும் சொர்க்கம், நரகம், என்ற கண்ணோட்டத்தை மந்திர உச்சாடனம் செய்கிறார்கள். அச்சம்,

சொத்து மற்றும் கடவுள் என்ற மனக்கண் தோற்றத்திலிருந்து நெடுந்தூரம் ஓடிவிடவே நான் விரும்புகிறேன்.

எனவே நான் மாற்று எழுத்துகளைத் தேடி நின்றேன். அம்பேத்கர் படைப்புகளிலிருந்து அதைத் தொடங்கினேன்.

இன்றுவரை அம்பேத்கரை இரண்டு வழிகளில் அறிந்திருக்கிறேன். முதலாவது ஆர்.எஸ்எஸ் மூலமாக. அங்கே ஷாகாவில் ஒவ்வொரு காலை வழிபாட்டிலும் நாங்கள் அம்பேத்கரை நினைவுகூர்ந்தோம். தட்டோபந்த் தெங்காடியால் எழுதப்பட்டு சங் ஏற்பளித்த அவரது கதையையும்கூட படித்திருக்கிறேன். இரண்டாவது ஓஷோவை நான் படித்ததன் மூலம். அதில் காந்தி விமர்சிக்கப்பட்டிருந்தார். அம்பேத்கர் காந்திக்கு எதிராக நிறுத்தப்பட்டு, அவர் அறிவியல் மற்றும் பகுத்தறிவுப்பூர்வ சிந்தனையாளர் என்று குறிப்பிடப்பட்டிருந்தார்.

நான் பாபாசாஹேப் அம்பேத்கர் பற்றி இங்கும் அங்குமாக சங் அமைப்பின் வெளியீடுகளான பாஞ்சஜன்யா, ராஷ்ட்ர தர்மா மற்றும் ஜானவி ஆகியவற்றில் படித்திருக்கிறேன்: இவற்றிலிருந்து பாபாசாஹேப் ஒரு மாபெரும் தேசியவாதி, இந்திய அரசியல் சாசனத்தை எழுதுவதற்கு தனது பங்கை அளித்தவர், அவர் சமஸ்கிருதத்தை தேசியமொழி ஆக்கவும், காவிக்கொடியை தேசியக்கொடி ஆக்கவும் விரும்பினார் என்று தெரிந்து கொண்டேன். ஒவ்வொரு தூண்டுதலுக்குப் பிறகும் அவர் இஸ்லாத்துக்கோ அல்லது கிறித்துவத்துக்கோ மாறாமல், பௌத்தத்துக்கு மாறினார், அது இந்துயிஸத்தின் ஓர் அங்கம். அவர் காஷ்மீரில் சட்டப்பிரிவு 370 ஐ எதிர்த்தார்; அது காஷ்மீருக்கு சிறப்பு அந்தஸ்து அளித்தது.

இப்போது நான் அம்பேத்கர் தாமாக எழுதியதைப் படித்துக்கொண்டிருக்கிறேன். அவரது பார்வைகள் சங் அவரைப் பற்றி என்ன கூறியதோ அதற்கு முற்றிலும் எதிராக இருப்பதைக் கண்டறிந்தேன். சங் குறிப்பிட்டதுபோல் அல்லாமல் அவரை நேரடியாகப் படிப்பது இதுதான் முதல்முறை. நான் ஒரு வாயில்லாத ஊமை. நான் படித்த அவரது முதல் புத்தகம் ‘இந்துயிசத்தின் புதிர்கள்.’ அது என் மனதில் நின்றது. அதற்குப்பிறகு நான் ஒவ்வொன்றையும் பாபாசாஹேப் எழுதியவாறு கண்டேன். அவரது வாழ்வில் நிகழ்ந்த பல கசப்பான அனுபவங்களை நான் அறிந்து கொண்டேன்.

அவற்றுடன் அவர் போராட வேண்டியிருந்தது. அவரது 'சாதி ஒழிப்பு' என்ற நூலில், சாதிய அடுக்குமுறை மற்றும் பாகுபாடுகள்கொண்ட வெறுப்பு நிறைந்த அமைப்புமுறைக்கு பிராமணீயம்தான் பொறுப்பு என்பதை நான் தெளிவாகப் புரிந்துகொண்டேன். ஆர்எஸ்எஸ்-ஸின் உண்மையான இயல்பை நான் அங்கீகரிக்கத் துவங்கினேன். அவர்கள் கூறிவரும் சம்ரசதா அல்லது மத நல்லிணக்கம் மூலம் எப்படி அவர்கள் சமத்துவம், நீதி, மற்றும் சமூகமாற்றம் ஆகியவற்றை தலைகீழாக்குவதற்கான சாத்தியங்களை உருவாக்கியுள்ளார்கள் என்பதை அறிந்துகொண்டேன். எங்களது சொந்த அடையாளங்களை மறுத்துவிட்டு, 'தலித்' நிராகரிக்க(வஞ்சிக்க)ப்பட்டவர்கள் என்றும், 'ஆதிவாசிகள்' (வன்வாசி) வனங்களில் வாழ்பவர்கள் என்றும் பெயர்களிட்டதற்குப் பின்னால் உள்ள அரசியலை அறிந்துகொண்டேன். ஷாகாவில் நாங்கள் வாடிக்கையாகப் பாடும்-

'மனுஷ்ய து படா மஹான்ஹை
து மனு கி சன்தான் ஹை'

'மனிதனே நீ மகத்தானவன்
நீ மனுவின் சந்ததி'

பாடலால் நான் எவ்வளவு அதிர்ச்சியடைந்தேன் என்பதை இப்போது உணர்கிறேன்.

அந்தப்பாடல் மனிதர்களை மனுவின் வழிமரபினர் என்று கொண்டாடுகிறது. ஆனால் இதே மனுதான் நன்கு அறியப்பட்ட மனுஸ்மிருதியில் சாதிய அடுக்குமுறை அமைப்பைக் கட்டாயமாக்கினான். அவன் சூத்திரர்களை, பெண்களை, அவர்ணா தீண்டத்தகாதவர்களை விலங்குகளைவிடக் கீழானவர்கள் என்று கருதினான். இத்தகைய நபர்தான் ஒரு மாபெரும் மகான் என்றும், எல்லா மனிதர்களுக்கும் மூதாதை என்றும் கொண்டாடப்படுகிறான். இதைவிடத் தீங்கானது வேறு என்ன இருக்கமுடியும்?

மூடப்பட்டிருந்த எனது மனதின் கதவுகள் திறந்துகொள்ளத் துவங்கின. நான் மனுஸ்மிருதியைப் படித்தேன்; பாபாசாஹேப் கூறியது சரி என்று உணர்ந்தேன். இந்த மனுஸ்மிருதி 1927இல் மகத்-தில் பாபாசாஹேப் செய்ததுபோல தீயிட்டு எரிக்கப்பட வேண்டும். பாபாசாஹேப்பை மேலும் மேலும்

படிக்கும்போது, எனது புரட்சிகரமான சிந்தனைகள் உறுதியான வடிவத்தை எடுத்துக்கொண்டன. அம்பேத்கரின் எழுத்துகள் முற்போக்கு சிந்தனை விதைகளை என்னுள் தூவின. ஒரு தலித் கண்ணோட்டம் சங்-குக்கு எதிரான எனது தனிப்பட்ட போராட்டம், அடையாளம், சமூகநீதி, சுயகௌரவம் ஆகியவற்றுக்கான கூட்டுப் போராட்டங்களாக வேண்டும் என புரிந்துகொள்ள எனக்கு உதவியது.

பின் நான் கபீர், பெரியார், பூலே ஆகியோரைப் படித்தேன். இனிமேலும் நான் வெறும் கலகக்காரனாக இருக்கப்போவதில்லை. பழிவாங்கும் எனது விருப்பம் மெல்லமெல்ல சமூக மாற்றத்துக்கான விருப்பமாக மாறிக்கொண்டிருக்கிறது. கவிதையின் இடத்தில் எனது சொந்த மனமகிழ்ச்சிகளை மற்றவர்களின் பொழுதுபோக்குக்காக எழுதிவந்தேன். அது திடீரென்று எரியும் பிரச்சனைகளை எழுப்பியது. நான் எனது பழைய காதல் கவிதைகளை, அழகான, மங்கலான மயிர்கற்றைகளை, மயக்கும் ஆழமான கண்களைப் பற்றிய உருவகங்கள் நிறைந்த கவிதைகளை எரித்துவிட்டேன்.

இப்போது எனது கவிதைகளின் மனநிலை புரட்சிகரமானது. நான் எழுதினேன்:

மனுஸ்மிருதியை மட்டும் எரித்துவிட்டு
அத்துடன் ஏன் நிறுத்திக்கொண்டீர்கள் பாபாசாஹேப்?
நீங்கள் ஏன் எரித்திருக்கக்கூடாது
மேலவர் என அழைக்கப்படுவோரின்
மனங்களில் மனு வாழும்
எல்லா தொகுப்புகளையும்?

ஏகலைவனின் காணிக்கை

ஏன் ஏகலைவா நீ தியாகம் செய்தாய்
கட்டைவிரலை உனது குருவுக்கு பரிசாக?
நீ ஏன் வெட்டியிருக்ககூடாது
துரோணாச்சரியனின் தலையை?
அதனால் எந்த ஒரு ஏகலைவனும்
இன்னொரு துரோணனால்
கேட்கப்பட்டிருக்க மாட்டான், கட்டைவிரலை!
துரோணனின் சீடனாய் மீண்டும் எவனும்

இங்கே பிறந்திருக்க மாட்டான் எப்போதும்!

இராமனும், சபரியும்

ராஜா ராமச்சந்திரா
அந்த ஆதிவாசிப்பெண் சபரியை
பாதி உண்ணப்பட்ட கனியோடு மட்டும்
நீ விட்டுவிடவில்லையே!
மேலும் நீயும்கூட பகைமையை
எங்களுகெதிராய் வைத்திருக்கிறாயே!

அந்த நாட்களில் இவைபோன்ற பற்பல கவிதைகளை நான் எழுதினேன், எனது உரைநடை எழுதும் தொனியும்கூட புரட்சிகரமானதாக மாறிவிட்டது. இருண்மையான இலக்கியக் கதைகளின் இடத்தில், தொல்லைதரும் தலித் வாழ்க்கை, ஒடுக்குமுறை, போராட்டங்களின் கதைகள் கூர்மையாகவும், கரடுமுரடாகவும் இடம்பெற்றன. விரிவாகப் படிப்பதை நான் தொடர்ந்தேன். பெரியாரின் *சாச்சி ராமாயணம்* (தமிழிலிருந்து இந்திக்கு மொழிபெயர்க்கப்பட்டு, ஒருமுறை இந்தியில் தடைசெய்யப்பட்ட நூல். ஆங்கிலத்தில் The Ramayana A True Reading என மொழிபெயர்க்கப்பட்டது.) பூலேவின் *குலாம்கிரி* (அடிமைத்தனம்) எல்.ஆர்.பல்லே-வின் 'ஹிந்துயிசம்: தர்ம் யா கலங்க் (மதமா அல்லது கறையா?) மற்றும் சரிதா-முக்தா இதழ் மதவெறுப்பு மற்றும் அரசியல் ஆதிக்கம் ஆகியவற்றுக்கு எதிராக உறுதியான நிலை எடுத்த இந்த நூலை மறுபதிப்பு செய்தது. நான் பாபாசாஹேப் நூல்களையும் அவரைப்பற்றிய நூல்களையும் படித்தேன். அத்துடன் ஓஷோ, ஜே.கிருஷ்ணமூர்த்தி, ராம் மனோகர் லோகியா, ஜெயப்பிரகாஷ் நாராயண், மதுலிமாய், கிஷன் பட்நாயக், மார்க்ஸ், எங்கெல்ஸ், ஃப்ராய்ட், நீட்ஷேவையும், சமகால இந்தி எழுத்தாளர்கள் நூல்களையும்கூட நான் படித்தேன். இவையனைத்தும் என்னை அறிவுஜீவியாகக் கட்டமைத்தன. ஆர்எஸ்எஸ்ஸை விமர்சனம் செய்யும் ஏராளமான இலக்கியங்களைப் படித்தேன். அம்பேத்கரிய மற்றும் மனிதாபிமான சிந்தனைகள் என்னை மன அடிமைத்தனத்திலிருந்து விடுதலை செய்தன என்று கூறுவது மிகையல்ல. முற்போக்கு சிந்தனைகள் எனது வாழ்வின் திசையை மாற்றிவிட்டன.

30
அந்தரங்கமானது என்று அழைக்கப்பட்ட சங் கடிதம்

1996 சங் அமைப்பின் இரகசியம் என குறிப்பிடப்பட்ட ஒரு கடிதத்தின் நகலை நான் பெற்றுக்கொண்டேன். அந்தக்கடிதம் கன்ஷிராம் உருவாக்கிய BAMCEF அகில இந்திய பிற்பட்டோர் மற்றும் சிறுபான்மை சமுதாயங்களின் ஊழியர்கள் கூட்டமைப்பு என்ற ஒரு தலித் அமைப்பால் சுற்றுக்கு விடப்பட்டிருந்தது. அந்த கடிதத்தைப் படிக்கும்போது அந்த சங்கத்தின் தோற்றம் தெளிவானது. பிராமணர்களும், சாதியவாத மனுவாத சமூக அமைப்புமுறையும், நம்மை தலித்துகளாகவும், சூத்திரர்களாகவும் அடிமைகளாக ஆயிரக்கணக்கான ஆண்டுகளாக வைத்திருக்கின்றன. நவீன கல்விமுறையாலும், பிரிட்டிஷ் ஆட்சியாலும் அவற்றின்கீழ் இந்த அமைப்புமுறை நொறுங்கத் துவங்கியபோது, கேசவ் பாலிராம் ஹெட்கேவரால் தலைமை தாங்கப்பட்ட முற்றிலும் சாதியவாதிகளான மராத்தி சித்பவன் பிராமணர்கள் ஆர்எஸ்எஸ்ஸை 1925இல் அமைத்தார்கள். இதன் செயல்பாடு பழைய மற்றும் இற்றுப்போன சாதி அமைப்பு முறையையும், வர்ணாசிரமத்தையும், (ரிக் வேதத்தில் பிரகடனம் செய்யப்பட்ட நான்கு அடுக்கு) சமூகப்படிநிலையைப் பாதுகாக்கவும், மேம்படுத்தவும் புத்திசாலித்தனமாக இந்துத்துவா என்ற முகப்பை பயன்படுத்துவதுதான். பெண்கள், தலித்துகள், பிற்பட்ட சாதியினர் சாசுவதமான அடிமைகளாக இருப்பார்கள். திட்டமிட்ட வகையில் தேசம், மதம், கலாச்சாரம் மற்றும் தேசியம் ஆகியவற்றை பிரபலமான கோஷங்களாக்கி, மக்களை தவறாக வழிநடத்தி, அவர்கள் நம்மை அவர்களுக்கு அடிமைகளாக்குகிறார்கள். நாமும் குருட்டுத்தனமாக அவர்களை

பின்பற்றுபவர்கள் ஆகிறோம். அதனால்தான், சூத்திரர்களும், அல்லது பிற்படுத்தப்பட்ட சாதியினரும் பிராமணியத்தின் செத்துப்போன சிந்தனைகளை அவர்கள் தோள்களில், பெருமைக்குரிய பல்லக்குத் தூக்கிகள் போல சுமக்கிறார்கள்.

சங் சிந்தனையாளர்களின் எழுத்துகளில் உள்ள இன்னொரு அம்சத்தையும் நான் புரிந்துகொண்டேன். நான் சங் அமைப்பிலிருந்தபோது, குருஜி கோல்வாக்கர் என்று அறியப்பட்ட இரண்டாம் சர்சங் சாலக் மாதவ் சதாசிவ் கோல்வாக்கரின் எழுத்துகளை முழுவதுமாகப் படித்தேன். அவரது புகழ்பெற்ற நூலான, 'சிந்தனைக் கொத்து' (விசார் நவ்நீத்) சாதியை இந்திய சமூக அமைப்பின் தனித்தன்மை வாய்ந்த அம்சம் என குணாம்சப்படுத்துகிறார். அதை உறுதியாக ஆதரிக்கிறார். இதில் தலித்துகளாகிய நமது வாழ்வுக்கு வலி நிறைந்த அடித்தளமும், சங் சிந்தனையாளர்களுக்கு இந்த வலி நிறைந்த அடித்தளம் தனித்தன்மை வாய்ந்ததாக, சிறப்பானதாக, கொஞ்சம் பெருமைக்குரியதாகவும் ஆக்கப்படுகிறது.

நான் படித்த சங் அமைப்பின் இரகசியக் கடிதம் மேல்சாதியினருக்கு முகவரியிடப்பட்டதாகும். இது இந்து சமூகத்தில் சாதி அமைப்பு முறையை இன்னும் வலுப்படுத்த வேண்டும் என்று அவர்களுக்கு அறிவுரை கூறுகிறது. அந்தக்கடிதம் கூறுகிறது: இந்த சாதி அமைப்புமுறை ஒன்றினால் மட்டும்தான் இந்து சமுதாயம் எஞ்சிப் பிழைத்திருக்கிறது: இந்த சாதி அமைப்புமுறை மட்டும் இல்லாவிட்டால், ஒவ்வொருவரும் முஸ்லீம்களாகவோ கிறித்தவர்களாகவோ ஆகியிருப்பார்கள். சம்ரசாட் அல்லது நல்லிணக்கம் என்ற பெயரில் படித்த, தொழில்செய்யும் தலித்துகள், ஆதிவாசிகள் மற்றும் பிற்படுத்தப்பட்டவர்களை ஒன்றாக இந்துத்துவாவின் கீழ் கொண்டுவர வேண்டும் என்று மேல்சாதியினரை இந்தக்கடிதம் உற்சாகப்படுத்துகிறது. நம்மை இந்துத்துவாவுக்குள் கொண்டுவந்தால்தான், நாம் கீழ்நிலையில் வைக்கப்படுவோம் என அவர்களுக்கு அறிவுரை கூறப்படுகிறது. இந்தக்கடிதம் ஆர்எஸ்எஸ்-ஸின் இடஒதுக்கீட்டுக்கு எதிரான கொள்கையையும் அம்பலப்படுத்துகிறது.

இந்தக்கடிதம் கண்களைத் திறப்பதாக இருந்தது. மதரீதியான கோட்பாட்டைப் பற்றி நிற்பவர்களும், அடிப்படைவாத அமைப்புகளும் தலித்துகளின் நல்வாழ்வுக்காக ஒருபோதும் பணியாற்ற மாட்டார்கள் என்பதை நான் எப்போதையும்விட

இப்போது ஏற்றுக்கொண்டேன். நான் அதிர்ஷ்டவசமாக அந்த இருண்ட கிணற்றிலிருந்து தப்பித்து விட்டேன் என உணர்ந்தேன். என்னைப்போன்ற ஆயிரக்கணக்கான தலித் இளைஞர்கள் இன்னும் காக்கி அரைக்கால் சட்டை, வெள்ளை சட்டை மற்றும் கறுப்புக் குல்லாயுடன் கம்புகளை சுழற்றிக்கொண்டு அலைந்து திரிந்து கொண்டிருக்கிறார்கள். இந்துவாகப் பிறப்பதற்கு கொடுத்து வைத்தவர்கள் என்று தங்களைக் கருதிக்கொள்கிறார்கள். இந்த இருண்ட கிணற்றிலிருந்து அவர்களை காப்பாற்றப்போவது யார்? இந்த மக்கள் தங்களைப் பெருமைக்குரிய இந்துக்கள் என அழைத்துக் கொள்கிறார்கள். இந்த அடையாளத்தின் உள்ளடக்கத்தில் அதீத பெருமிதத்தை உணர்கிறார்கள். அதே நேரத்தில் சவர்ண இந்துக்கள் அவர்களை தங்களுக்கு சமமானவர்கள் என்று ஏற்றுக்கொள்வதில் மிகத்தொலைதூரத்தில் இருக்கிறார்கள். அவர்களை மனிதர்களாகக் கூட கருதுவதில்லை.

எனது பத்திரிகை நண்பர்களில் ஒருவர், சுரேந்திர பிரபாத் குர்தியா 'சன்யுக்ட் ஏக்தா' (கூட்டு ஒற்றுமை) என்று அழைக்கப்படும் பத்திரிகை ஒன்றை பில்வாரா ஷாஹ்புராவிலிருந்து வெளியிட்டு வந்தார். ஆர்எஸ்எஸ்-ஸின் இந்த இரகசியக் கடிதத்தை வெளியிடும் அளவுக்கு தைரியசாலியாக இருந்தார். சங் அமைப்பினர் அவரைப் பின்தொடர்ந்தனர். அவர் பைத்தியக்காரத்தனமாக தொல்லைக்குள்ளாக்கப்பட்டார். அவருக்கு எதிராக வழக்குகள் தொடரப்பட்டன. உடனடியாக அவர் கைது செய்யப்பட்டார். சிறைக்கு அனுப்பப்பட்டார். மிகுந்த சிரமத்துடன் பிணை அளிக்கப்பட்டார். தடுக்கப்படாமல் அவர் இன்னும் வலிய உணர்வுடன் வெளியே வந்தார். இன்னும் மிகப்பெரிய சக்தியுடன், சங் அமைப்பின் கபடவேடத்தையும், அதன் தலித்துகளுக்கு எதிரான, ஆதிவாசிகளுக்கு எதிரான திட்டங்களை அம்பலப்படுத்துவதைத் தொடர்ந்தார்.

தோழர் குர்தியா ஆத்திரமும், பழிவாங்குவதற்கான விருப்பமும் நிறைந்து காணப்பட்டார். அதனால் மிகவும் நுட்பமான கண்ணாடிச் சில்லுகள் கலந்த சேற்றை ஷாகாக்கள் எங்கு நடக்கின்றனவோ அந்த இடங்களில் பரப்பினார். அவர்களை தலைக்கு தலை எதிர்கொள்வதில் அவர் நம்பிக்கை கொண்டிருந்தார். உடல்ரீதியான போரில் நாங்கள் ஈடுபட வேண்டும் என்று அவர் விரும்பினார். ஆனால் நான் வன்முறையற்ற மற்றும் சட்டப்பூர்வ வழிமுறைகளில்

அவர்களை எதிர்கொள்வதில் நம்பிக்கை கொண்டிருந்தேன். இந்த முரண்பாடுகளுக்கிடையிலும் நாங்கள் நீண்டகாலம் நண்பர்களாக இருந்தோம். பிறகு திடீரென்று அவர் மறைந்துவிட்டார். பல ஆண்டுகளுக்குப்பிறகு, அவர் டெல்லியில் இருப்பதாகவும், ஒரு ஆன்மிகத்தலைவர் தலைமையில் உள்ள மத அமைப்பான தேரா சச்சா சௌதாவுக்கு வேலைசெய்து கொண்டிருப்பதாகவும் நான் அறிந்து கொண்டேன். அவர் ஒரு வலைதளத்திலும், தேசிய செய்தித்தாள்களிலும் வழக்கமாக எழுதிக்கொண்டிருந்தார். அவர் ஆன்மிக மற்றும் உந்துதல் பாதையை நோக்கி நகர்ந்து விட்டாலும், அவரது எழுத்துகளில் மதக்கோட்பாடுகளின் கணநேரத் தோற்றங்கள் அங்கே இருக்கவில்லை.

அவர் எந்ததிசையில் சென்றிருக்கக்கூடும் என்பதை யாரலும் கூற முடியவில்ல. ஏனென்றால், ஆர்எஸ்எஸ் நிறுவனங்களின் கட்டுப்பாட்டையும், அதிகாரத்தையும் ஈட்டியுள்ளதால் பல அறிவுஜீவிகள் தங்கள் தொனியை மாற்றிக்கொண்டுள்ளார்கள்.

நான் எனது நினைவுக் குறிப்புகளில் வேலைசெய்து கொண்டிருந்தபோது தோழர் குர்தியா 2017 ஆகஸ்ட் 15 அன்று இறந்துவிட்டார் என்று எனக்குத் தெரியவந்தது.

31
சங்கியாக இருந்ததிலிருந்து கிளர்ச்சியாளனாக

துவக்கத்தில் எனது உந்துதல் உரிய நேரத்தில் தனிப்பட்ட பழிவாங்குதலாக இருந்ததிலிருந்து அதற்கு அப்பாலும் வளர்ந்தது. எனது போராட்டம் பில்வாரா மாவட்டத்திலுள்ள மண்டல் வட்டத்தின் சாதி உணர்வுமிக்க சங்கிகளுக்கு எதிராகவும், அவர்களது பாகுபாட்டு நடைமுறைகளுக்கு எதிராகவும் மட்டும் இருந்தது என்பதும், ஒட்டுமொத்த ஆர்எஸ்எஸ்-ஸுக்கு எதிராக இல்லை என்பதும் உண்மை. ஆனால், மிக மூத்த சங் தலைவர்களால்கூட எனது மேல்முறையீடுகள் கேட்கப்படாதபோது, எனது கோபம் அதிகரித்தது. எனவே, எனது கோபம் அமைப்புக்கு எதிராகவும் திரும்பியது. உண்மையில் என்னிடம் சிறுசிறு கருத்து வேற்றுமைகளும், கேட்கப்படவேண்டிய சில கேள்விகளும் எப்போதும் இருந்தன. இந்த மனப்பான்மை சங் அமைப்பில் பாராட்டப்படவில்லை. ஆனால் மண்டல் சங்கிகளின் சாதிய நடத்தைகள், ஒவ்வொரு தனித்தனி மனக்கசப்புகளும் திடீர் எழுச்சிகளாக ஆனபோது வினையூக்கப்படுத்தப்பட்ட பொறிகளாக உருவாக்கப்பட்டன.

என்னுடைய புகார்கள் சங் அமைப்பின் உயர்மட்ட தலைவர்களை அடையும் தருணத்தில், இந்த அட்டூழியங்களுக்கு பொறுப்பான கீழ்மட்ட பொறுப்பாளர்கள் கூர்மையாக கண்டிக்கப்படுவார்கள். ஒருவேளை ஆர்எஸ்எஸ்-ஸிலிருந்து நீக்கப்படுவார்கள். இல்லாவிட்டால், அவர்கள் மிகக் குறைந்தபட்சமாக மிகக்கடுமையாக கண்டிக்கப்படுவார்கள் என்று எப்படியோ முழு நம்பிக்கை கொண்டிருந்தேன். முற்றிலும் எதுவும் செய்யப்படவில்லை. எனது

புகார்களை பெற்றுக்கொண்டதற்கான ஒப்புகைகளைக்கூட பெறமுடியவில்லை. அங்கே சொல்லுக்கும், செயலுக்கும் இடையே இணைக்கப்பட முடியாத இடைவெளி இருப்பதை நான் உணர்ந்துகொண்டேன்.

சங் அமைப்பின் முழுஅளவிலான கபடத்தன்மை வலி நிறைந்ததாக வெளிப்பட்டது. கீழ்நிலையிலிருந்து கருத்துகளையும், புகார்களையும் மேல்மட்டத்துக்குக் கொண்டு செல்வதற்கான எந்த ஒரு வழிமுறையும் சங் அமைப்பில் இல்லை. ஒவ்வொரு பிரச்சாரக்குக்கும், ஒவ்வொரு அலுவலருக்கும், மூத்த சுயம்சேவக்குக்கும் மிகமிக மதிக்கப்படக்கூடிய சர்சங் சாலக்கின் ஒவ்வொரு கூற்றும் நடைமுறையாக வேண்டும் என முன்னுரையில் உறுதிப்படுத்தப்பட்டுள்ளது. சர்சங் சாலக்கின் அதிகாரம் சூழமைவுக்கு பொருத்தமானதுதானா, இல்லையா? இந்த அதிகாரத்தைக் குறிப்பிட்டு அவர்கள் எந்த ஒரு குரலையும் மௌனப்படுத்தினார்கள். முன்பு சங் அலுவலர்களால் உச்ச அளவாக சமஸ்கிருத மயமாக்கப்பட்ட விரைப்பான இந்தி பயன்படுத்தப்பட்டது என்னை பிரமிக்கவைத்தது. எனது இளமையான மனது அதை ஏற்றுக்கொள்ளத் தக்கதாகவும் ஆற்றல் வாய்ந்ததாகவும் பார்த்தது. ஆனால் நான் சந்தித்த பாகுபாட்டால் சமஸ்கிருத மயமாக்கப்பட்ட இந்தி, என் மீதிருந்த பிடியை இழந்துவிட்டது. அதன் கொடூர ஆட்சியை எதிர்க்கும் தைரியத்தை நான் பெற்றேன்.

இது இப்படியிருந்தபோது, தொடர்ச்சியான கேள்விகளை நான் எழுப்புவது சங் அலுவலர்களுக்கு மன உலைச்சலை ஏற்படுத்தியது. ஒரு முறையான சுயம்சேவக்காக அவர்கள் என்னைக் கருதவில்லை. இப்போது நான் சாதி அடிப்படையிலான பாகுபாடு பற்றிய பிரச்சனையை எழுப்பியதும் விஷயங்கள் மோசமாயின. நான் அவர்களுக்கு ஒரு தலைவலியாக ஆனேன். அவர்கள் என்னைத் தவிர்க்கத் துவங்கினார்கள். அவர்களுடன் ஒரு உரையாடல் நடத்துவது சாத்தியமில்லை என்று உணர்ந்தவுடன், நான் புதிய பார்வையாளர்களை நோக்கித் திரும்பினேன். தலித் சுயம்சேவக்குகளை குறிவைத்தேன். நான் பேசிய ஒவ்வொரு தலித்தும் இதேபோன்ற இதயத்தில் சோர்வூட்டும் அனுபவங்களை தங்கள் சாதி அடையாளம் தொடர்பாக சங்-கில் பெற்றுள்ளதாகத் தெரிவித்ததில் நான் ஆச்சரியப்பட்டேன்.

முதல்முறையாக இது என்னுடைய தனிப்பட்ட வலி அல்ல ஆனால் என்னுடைய சமுதாயத்தைச் சார்ந்த ஒவ்வொரு சுயம்சேவக்கும் உரியது என்பதைப் பார்த்தேன். வேறுபாடு என்னவென்றால், அதை அமைதியாக ஏற்றுக்கொள்ள அவர்கள் விரும்பினார்கள்; ஆனால், நான் ஏற்றுக் கொள்ளவில்லை.

சங்-கின் இந்த விசுவாசம்மிக்க சுயம்சேவக்குகள் என்மீது அனுதாபம் கொண்டார்கள். அவர்களது சொந்த, வருத்தமான கதைகளைக் கூறினார்கள். ஆனால், ஒவ்வொருவரும் எல்லா இடங்களிலும் எனது கதையைப்பற்றி பேசுவதை நிறுத்திக் கொள்ளுமாறு அறிவுரை வழங்கினார்கள். சங் ஒரு மாபெரும் அமைப்பு. உன்னால் அதற்கு நேருக்குநேர் சவால்விட முடியாது, நீ அதற்குள்ளேயே வேலைசெய்து கொண்டு முன்னோக்கிச் செல்ல வேண்டும் என்று அவர்கள் கூறினர். இந்த தலித் சுயம்சேவக்குகள் தைரியமில்லாதவர்கள், ஒவ்வொருவரும் மேல்சாதி புரவலர்களின் கருணையினால் அல்லது கட்டளையால் சங்-கில் இருக்கிறார்கள். என்னை அவர்கள் ஆதரிக்கவேண்டும் என்று எதிர்பார்ப்பது வீணானது, அது இன்னும் எனது எதிர்ப்புணர்ச்சியைக் குறைத்துவிடும் என்பதை உணர்ந்துகொண்டேன்.

இந்தப் போராட்டம் எனது சமுதாயத்துக்கானது. ஆனால் இதில் நான் தனியாகத்தான் போராடவேண்டும் என்பதுபோல் தோன்றியது. நான் எழுதினேன், பேசினேன், மக்களைத் தொடர்புகொண்டேன், எனது கதையை வெளியிட்டு சுற்றுக்கு விட்டேன். ஆனால், எனது முயற்சிகளால் எதுவுமே நடக்கவில்லை. குறைந்தபட்சமாக நான் போராடிக் கொண்டிருக்கிறேன் என உணர்ந்தேன். எதிர்வினையாக அறிவுரைகளையும், அடிக்கடி எதிர்ப்புகளையும், எச்சரிக்கைகளையும் நான் பெற்றேன். ஆனால் எனது போராட்டம் தொடரும் என்றும், ஆர்.எஸ்.எஸ்-ஸுக்கு நான் திரும்பமாட்டேன் என்றும் தெளிவாகத் தெரிந்தது. எனது போராட்டம் வலிமையாக வளர்ந்தது. என்னைப்போன்ற ஒரு தலித் சுயம்சேவக்கின் கேள்விகளுக்கு சங்-கில் பதில்கள் இல்லை என்பது எவ்வளவு வினோதம். ஆனால் அதே நேரத்தில் மற்ற தலித் சுயம்சேவக்குகளிடம் கேட்பதற்கு கேள்விகள் இல்லை!

சங்-கின் உள்ளார்ந்த அமைப்பில், சாதிகளின், பொறுப்பாளர்களின் சாதிகளின் மற்றும் சங் தலைவர்களுக்கும் நமது சமுதாயத்தில் எஞ்சியுள்ள மற்ற சாதிகளின் பிரதிநிதித்துவங்களுக்கும் இடையிலான ஒரு தொடர்பை ஏற்படுத்தும் புரவலரை நான் கண்டேன். இது சங்-கின் சாதிகள் பற்றிய எனது தணிக்கை ஆகும். தலித்துகளும், ஆதிவாசிகளும் வெறும் அடையாளக்குறிகள் தான் என நான் உணர்ந்து கொண்டேன். சங்கின் உண்மையான உரிமையாளர்கள் பிராமணர்களும், பனியாக்களும்தான். அங்கே கொஞ்சம் ரஜபுத்திரர்களும் இருந்தார்கள். ஆனால் சங்-கைக் கட்டுப்படுத்தும் அதிகாரம் முந்தைய குழுவின் கைகளிலேயே இருந்தது. அங்கே எப்போதும் எந்த ஒரு இடமும் எங்களுக்குக் கிடையாது என்பது தெளிவானது. அவர்கள் முஸ்லீம்களைத் தாக்குவதற்கு மட்டுமே எங்களைப் பயன்படுத்திக்கொள்ள விரும்பினார்கள். இல்லாவிட்டால் அவர்கள் எங்களை பொருட்படுத்தவே மாட்டார்கள். சங்-கின் சாதி அரசியலின் அடித்தளத்தை மேலும் புரிந்துகொண்டது எனது கலகக்காரனாகும் உணர்வுகளுக்கு அடித்தளமானது.

நான் அடையவேண்டிய இலக்கு இன்னும் தெளிவாகவில்லை. ஆனால் எனது பயணம் மிகவும் தெளிவாக்கிக் கொண்டிருந்தது.

32
சங் அமைப்பும் நானும் மீண்டும் ஒருவரை ஒருவர் எதிர்கொள்ளல்

இவற்றுக்கெல்லாம் இடையில், நான் தலித்-பகுஜன் அரசியல் மற்றும் கருத்தியலில் வேலை செய்து கொண்டிருந்தாலும் பல்வேறு வித்தியாசமான வழிகளில், மதவெறிக்கு எதிரான எனது போராட்டம் எனது பார்வையிலிருந்து அகலவில்லை. 1999இல் ஓர் ஆஸ்திரேலிய தூதுக்குழுவின் கிரஹாம் ஸ்டெய்ன்ஸ் அவரது இரண்டு சின்னஞ்சிறு குழந்தைகளுடன் ஒரிஸ்ஸாவில் சங்-ஆல் தூண்டிவிடப்பட்ட பஜ்ரங் தள் கொலைகாரன் தாராசிங்கால் உயிருடன் எரிக்கப்பட்டார்கள். எனது நண்பரும் ஆலைத் தொழிலாளர்கள் சங்கத்தில் வேலை செய்து கொண்டிருந்தவருமான அலாவுதீன் பேதில் உடன் நான் இந்தக் கோழைத்தனமான செயலைக் கண்டித்து பில்வாராவில் கையெழுத்து இயக்கத்தை நடத்தி அதை வெளியிட்டோம். ஆனால் உள்ளூர் பத்திரிகைகள் எங்களது தீவிர மொழியை புரிந்து கொள்ளவில்லை. ஆனால், நாங்கள் எங்களது பிரச்சாரப் பயணங்களைக் கூர்மையாகவும், சமரசத்துக்கு இடமில்லாமலும் தொடர்ந்து நடத்திக் கொண்டிருந்தோம். அந்த நேரத்தில், எல்லா இடங்களிலும் எழுதுவது, கிராமத்துக்குக் கிராமம் சென்று சங் மற்றும் அதனுடன் இணைந்துள்ள அமைப்புகளையும் அம்பலப்படுத்துவது, தலித் மற்றும் ஆதிவாசி இளைஞர்களை அணிதிரட்டுவது ஆகியவை எனது முக்கிய நடவடிக்கைகளாக இருந்தன.

சங்-கின் கீழ்நிலையினர் அடிக்கடி ஒழுக்க நடத்தைகளில் மிகவும் கீழான நிலையில் இருந்தார்கள். அவர்களை

கிராமங்களில் முகத்துக்கு முகம் எதிர்கொள்ளும்போது, அங்கே விவாதங்களும், அடிக்கடி உடல்ரீதியான தாக்குதல்களும் நடைபெற்றன. எங்களது மூட்டுகளை உடைப்பதாக வீம்புபேசுகிற அச்சுறுத்தல்களும் அங்கே இருந்தன. ஆனால் நான் அவர்களுக்கு எதிர் சவால் விடவில்லை. எனது மூட்டுகள் உடைக்கப்படுமானால் அப்படியே ஆகட்டும். அது இந்துத்துவாவாதி குண்டர்களின் கைகளால், அல்லது ஒரு விபத்தால் நடக்கலாம். ஆனால் அது நடக்கப்போவதில்லை, எனது தலைமுடியைக்கூட யாராலும் எதுவும் செய்யமுடியாது. சாவைப் பொருத்தவரையில், நான் அதற்கு எப்போதும் தயாராக இருக்கிறேன். ஒரு மருத்துவமனையில் தொடர்ந்து இருமிக்கொண்டே செத்துப்போவதல்ல எனது ஆசை. இறப்பு என்பது வாழ்வில் கடைசி உண்மை. எப்போது அது வரவேண்டுமோ, அப்போது அது வரும். அதை நான் வரவேற்பேன். இந்த ஞானத்தோடுதான் நான் ஒவ்வொரு நாளும் வாழ்கிறேன். மேலும் இந்த பற்றுறுதி எனக்கு தைரியத்தைக் கொடுக்கிறது. சங்கி சக்திகளுக்கு எதிராக எனது போராட்டத்தைத் துவங்கியதிலிருந்து எனக்கு பயமேதும் இல்லை, எனது வாழ்நாள் முழுமைக்கும். ஆயிரக்கணக்கான தோழர்கள் என்னுடன் இருந்து போராடும்போது எனக்கு பயம் ஏதும் இல்லை. நான் எப்போதும் அவர்களோடு தரையில் போராட விரும்புகிறேன். அவர்களது நச்சுத்தன்மைகொண்ட கருத்தியலையும், வன்முறை நடவடிக்கைகளையும் அம்பலப்படுத்தும் அதைத்தான் நான் தொடர்ந்து செய்யப்போகிறேன்.

பின்னர் ஓர் அரசுப்பள்ளியில் ஆரம்பப்பள்ளி ஆசிரியராக நான் சேர்ந்தபோது, இந்தப்போராட்டம் மிகவும் கூர்மையானது. ஏனென்றால் இந்திவழி ஆரம்பப் பள்ளி ஆசிரியர்கள் மீது சங் முழுக்கட்டுப்பாட்டையும் கொண்டிருந்தது.

ஆசிரியர் பயிற்சிக்காக நான் மண்டலுக்கு அழைக்கப்பட்ட போது, சிறிது அமைதியாக இருப்பது, எனது வேலைகளைச் செய்வது, அரசியலைத் தவிர்ப்பது மற்றும் ஓர் ஆசிரியராக எனது பொறுப்புகளில் கவனம் செலுத்துவது என்று முடிவு செய்திருந்தேன். இந்த நோக்கத்துடன்தான் அந்த முப்பது நாள் ஆசிரியர் பயிற்சிக்கு நான் சென்றேன். ஆனால் எனது முதல் உள்ஓட்டம் வழிபாட்டு நிகழ்ச்சிக்கு முன்பே துவங்கிவிட்டது. அந்தப் பயிற்சித் திட்டத்தில் கலந்து கொள்பவர்கள் நெற்றியில் திலகமிட்டு வரவேற்கப்பட்டார்கள். தலைப்பாகை கட்டி,

செங்குத்து வண்ணக்கோடாக நெற்றியில் திலகமிட்டு. இப்படி வரவேற்பது ராஜஸ்தானில் ஒரு மரபான நடைமுறை. ஆனால் இவ்வாறு திலகமிடுவதற்கு அரசியல்ரீதியாக ஒரு வலிமையான ஆட்சேபணை என்னிடம் இருந்தது. நீங்கள் எதை விரும்புகிறீர்களோ அதை உங்கள் வீடுகளில் செய்துகொள்ளுங்கள். ஒரு பொது நிறுவனத்தில் இப்படிப்பட்ட விஷயம் எதற்காக? அந்தத் திலகத்தோடு அரசுப்பள்ளி ஆசிரியர்களை வரவேற்பதை நான் ஆட்சேபித்தேன். சில முஸ்லீம் மற்றும் தலித் மாணவர்கள் என்னை ஆதரித்தார்கள். எங்களது நெற்றிகளில் திலகத்தை வைப்பதை நாங்கள் அனுமதிக்க மறுத்தோம். அந்த சரஸ்வதியின் கோவிலுக்குள் நுழைந்த இந்தப் பண்படாத அறிவிலிகள் யார்? என்று நிகழ்ச்சியின் வழிகாட்டு நபர்கள் புலம்பினார்கள்

அடுத்த சச்சரவு இந்து பெண் தெய்வம் சரஸ்வதிக்கு "ஓ, வீணையை வாசிப்பவளே! உனது திருவருளை எங்கள் மீது பாலிக்க வை" என்று வழிபாடு செய்வதில் எழுந்தது. நாங்கள் வேறு ஒரு வழிபாட்டை, 'எது வெவ்வேறு கடவுள்களின் பெயர்களை வணங்குகிறதோ, நீ ராமனாக, நீ ரஹீமாக ஓ! இரக்கமுள்ள ஒருவனாக, நீ கிருஷ்ணனாக, குதாவாக, நீ வாஹே குருவாக, நீ ஏசு கிறிஸ்துவாக, எல்லாப் பெயர்களிலும் இருக்கிறாய்' என்று, இங்கே கூடியுள்ள எல்லா வெவ்வேறு சமுதாயங்களையும் எது பிரதிபலிக்கிறதோ, அந்தப்பாடலை பாடுவோம், என்றேன் நான். வீணையை வாசிப்பவள் எந்தவகையில் அருள் பாலிப்பாள்? ஒருவேளை அவள், எழுதப்படிக்கத் தெரியாதவளாக இருக்கும்போது, அவள் எந்தப் படைப்பை எழுதியுள்ளாள்? அவள் நமக்கு எந்தக் கவிதையை தந்துள்ளாள்? அவளால் நமக்கு தர சாத்தியமானது என்ன?

நான் இவ்வாறு கேட்டபோது அங்கே பெரும்கூச்சல் எழுந்தது. அந்தப் பயிற்சித்திட்டத்தை ஏற்பாடு செய்தவர் அவரது எரிச்சலைக் காட்டினார். அடுத்த பாடலை நான் இன்னும் அதிகமாக ஆட்சேபித்தபோது, இன்னும் அதிகமான கூச்சல் எழுந்தது. அந்தப்பாடல் இதுதான்:

'சந்தன் ஹை இஸ் தேஷ் கி மாடி
தபோபூமி ஹர் கிராம் ஹே
ஹர் பாலா தேவி கி பிரதிமா
பச்சா பச்சா ராம் ஹை'

‘சந்தன மரமாய் இந்நாட்டின் பூமி
ஒவ்வொரு கிராமமும் புனிதபூமி
பெண் சிசுவெல்லாம் தேவியின் வடிவம்
குழந்தைகளெல்லாம் இராமனாக!

ஆர்எஸ்எஸ்-ஸின் பாடலை இங்கே பாட வலியுறுத்த இது ஒன்றும் உங்கள் ஷாகா அல்ல என்று நான் கூறினேன். நாங்கள் இங்கே ஆசிரியராக பயிற்சி பெறுவதற்கு வந்திருக்கிறோம். பயிற்சியின் மூலக்கூறுகளிலும், அலகுகளிலும் பட்டியலிடப்பட்ட பாடல்களை மட்டுமே பாடுவது உங்களுக்கு நல்லது. இல்லாவிட்டால், நான் புகார் அளிக்க வேண்டியதாகிவிடும் என்றேன். இந்தக் கடுமையான ஆட்சேபணையின் விளைவாக, இந்து வழிபாடு, சடங்குகள் மற்றும் திலகம் அவையெல்லாம் மறைந்துவிட்டன. இப்போது பாடல்களும் வழிபாடுகளும் எல்லா நம்பிக்கைகளுக்கும் உரியதாக உள்ளன.

ஆனால், இப்போது நான் அவர்கள் பார்வையில் இருந்தேன். எனது ஆவணங்கள் பரீட்சிக்கப்பட்டன. நான் அழைக்கப்பட்டேன். வளமைய அலுவலர்களால் – “நீ இங்கே ஒரு தலைவர் ஆகவும், அரசியல் செய்யவும் வந்தாயா? அல்லது ஓர் ஆசிரியராக பயிற்சி பெற வந்தாயா? இதைப் பொறுத்துக்கொள்ள முடியாது” என்று கூறப்பட்டேன்.

நான் என்னை அறிமுகம் செய்துகொண்டேன். மேலும் உறுதியாக, நீங்கள் என்னை வீட்டுக்கு அனுப்பிவிடலாம். ஆனால், இந்தப்பயிற்சி ஆர்எஸ்எஸ்-ஸின் ஒரு ஷாகா போல நடத்தப்படுவதை நான் அனுமதிக்க மாட்டேன். உங்கள் எல்லாருக்கும் எதிராக நான் முறையாக புகார்களை அனுப்புவேன். மேலும் இந்த விஷயத்தைப் பத்திரிகைகளுக்கு எடுத்துச்செல்வேன் என்று கூறினேன். வளமைய அலுவலர்கள் பீதி அடைந்தார்கள். நாங்கள் ஒரு சமரசத்துக்கு வந்தோம். ‘அங்கே இனிமேல் ஆர்எஸ்எஸ் பிரச்சாரம் நடக்காது. நானும் தொல்லைகளை இனி ஏற்படுத்தக்கூடாது’.

ஆனால் இந்தப்பிரச்சனை என்னை இங்கேயும்கூட அரசியலுக்கு கொண்டுவந்து விட்டது. கல்வியளவிலான இரண்டு பருவங்களில், ஆரம்பப்பள்ளி ஆசிரியர்களை அணிதிரட்டி, தலைமைதாங்கி வழி நடத்தினேன். ஒரு அணியில் நாங்கள் 99 பேர் இருந்தோம். அவர்கள் வழியாக நான் மண்டல்

வட்டத்திலுள்ள ஒவ்வொரு கிராமத்தையும் அடைந்தேன். 2001 ஜனவரியில் எங்களில் ஏழுபேர் 'டைமண்ட் இந்தியா' என அழைக்கப்பட்ட ஒரு மாத இதழைத் துவக்கினோம். அது மதவாதத்தை, சாதியத்தை, ஊழலை எதிர்ப்பதற்காக நடத்தப்பட்டது. இந்தியாவை ஒரு மதிப்புமிக்க, தூய்மையான வைரமாக்க ஒரு மதச்சார்பற்ற முன்முயற்சியாக அனைவராலும் வரவேற்கப்பட்டது.

ஆனால் அத்தகைய பாராட்டு நீண்டநாள் நீடிக்கவில்லை. பல்வேறு விஷயங்களைப் பற்றிய உண்மைகளை 'டைமண்ட் இந்தியா' அம்பலபடுத்தியதால், சாதிய, மதவாத மற்றும் ஊழல் சக்திகள் எங்களுக்கு எதிராக ஒன்று சேர்ந்தன. சங் அவர்களை ஆதரித்தது. சங்-கில் உள்ள என்மீது பல ஆண்டுகளாக கோபம்கொண்ட எல்லா சக்திகளும் இந்த வாய்ப்பை என்மீது தாக்குதலை நடத்தப் பயன்படுத்திக்கொண்டன. இவ்வாறு சங்-கும் நானும் நேருக்கு நேர் மீண்டும் ஒருமுறை சந்தித்துக்கொண்டோம்.

33

எனது குடும்பமும் ஆசிரியராக எனது அனுபவமும்

நாங்கள் எங்கள் பயிற்சியை முடித்ததும், நான் எனக்கு ஒதுக்கப்பட்ட சிர்தியாஸ் ஊராட்சியின் ஒரு பகுதியான, இங்கிருந்து இரண்டு கி.மீ தொலைவில் உள்ள தன்னாஜி கா கேடா ஆரம்பப்பள்ளிக்குச் சென்றேன். இது பிற்பட்ட சாதியினரான குஜ்ஜார்களின் கிராமம். அவர்களது தொழில் விவசாயமும், ஆடு, மாடுகள் வளர்த்தலும். அவர்கள் தீண்டாமையை மிகவும் கடுமையான கண்டிப்புடன் கடைப்பிடித்து வந்தார்கள். அத்தகைய ஒரு இடத்தில் கல்வி கற்றுக்கொடுக்கும் எனது திறமைபற்றி நான் சந்தேகம் கொண்டிருந்தேன். இங்கேயும்கூட சிலவகையான நேருக்கு நேர் எதிர்ப்படுதல்களை எதிர்பார்த்தேன். எதிர்காலம் நிலையற்றதாகத் தோன்றியது. ஆச்சரியப்பட முடியாத விதத்தில் ஓர் ஆசிரியராக எனது அனுபவம் இங்கே ஊக்கமற்றதாக இருந்தது.

பிற்பட்ட சாதிகளின் துயரம் என்னவென்றால், இந்துத்துவாவின் அசைவுக்கேற்ப அவர்கள் தங்களை சுத்தமான இந்துக்கள் என்று கருதி, தலித்துகளுக்கு எதிரான அட்டூழியங்களை நிகழ்த்துவதில் முன்னணியில் இருந்தார்கள். ஆனால் அவர்களுடைய சொந்த நிலைபற்றிய எந்த அறிவும் இல்லை. அவர்கள் தமது பாராட்டுக்களில் மயங்கி, ஒருபோதும் தனது அசிங்கமான பாதங்களை கீழே பார்க்காமல், தன்னை மறந்த நிலையில் நடனமாடும் மயிலைப்போல இருந்தார்கள். அந்த அசிங்கம் வெளிப்பட்டுவிட்டால் தனது சொந்த முழுநிறைவான அழகு பற்றிய கற்பிதங்களை பராமரிப்பது இயலாததாகி விடும். இந்துத்துவாவின் காலாட்படை வீரர்களான இவர்களிடம், சனாதன இந்துயிஸத்தின் படிநிலையில் இவர்களது நிலை என்ன

என்று கேட்டால், இவர்கள் கிளர்ச்சி அடைகிறார்கள். அவர்கள் சூத்திரர்கள் என்று ஒப்புக்கொள்ள வற்புறுத்தப்படும்போது, அவர்கள் முகங்கள் இருளடைகின்றன. உண்மை கசப்பானது; இதை ஏற்றுக்கொள்வது அவர்களுக்கு சாத்தியமில்லை. அதன் சக்தியால் சுவற்றுக்குத் தள்ளப்பட்டால், அவர்கள் பிதற்றத் தொடங்கி விடுகிறார்கள். வெற்றுவாய்பாடான, 'பெருமையுடன் சொல், நாங்கள் இந்துக்கள்' என்பதை சத்தமாகத் திரும்பத்திரும்பக் கூறுகிறார்கள். மனுவின் சட்டம் அவர்களை கீழான சூத்திரர்கள் ஆக்கியது; ஆனால் பாபாசாஹேப்பின் சட்டம் அவர்களை மனிதர்களாக்கியது. அவரை தலித்துகளுக்கு மட்டுமான கதாநாயகன் என வெறுப்புடன் பாவித்து, அவரிடமிருந்து விலகி நிற்கிறார்கள்.

தங்களை மேம்பட்டவர்கள் என தாங்களாகவே கருதிக்கொண்டு, அதை நிரூபிக்க தலித்துகளை தாக்கியும், அவமானப்படுத்தியும் வருகிறார்கள். இதுதான் இன்று பிற்படுத்தப்பட்ட சாதிகளின் வெறுக்கத்தக்க அம்சமாக இருக்கிறது. இந்த சூத்திரர்கள் மற்ற மூன்று 'மேல்' சாதியினர் இந்த நடவடிக்கைகளை மகிழ்ச்சியுடனும் சந்தோசத்துடனும் கவனிக்கிறார்கள் என்பதை புரிந்துகொள்ளத் தவறுகிறார்கள். தாழ்த்தப்பட்ட சாதியினரும், சாதிவிலக்கப்பட்டவர்களும் ஒருவரை ஒருவர் குரல்வளையை நெறித்துக்கொண்டிருந்தால், அது இந்த மேல்சாதியினருக்கு நல்லது. அப்போதுதான் அவர்கள் தங்கள் கவனத்தை உண்மையாக அடக்கியாள்பவர்கள் மீது திருப்பமாட்டர்கள்.

பிற்படுத்தப்பட்ட சாதியினர் கபீர், பூலே அல்லது அம்பேத்கரை அவர்களுடையவர்கள் என்று கருதுவதில்லை. அல்லது காந்தி, ராம் மனோகர் லோகியா, ஜெயப்பிரகாஷ் நாராயண் அல்லது விஸ்வநாத் பிரதாப்சிங் தங்களுக்குச் சொந்தமானவர்கள் என்று கருதுவதில்லை. ஆர்எஸ்எஸ் தான் தங்களுக்கு நெருக்கமாக இருக்கிறது என்று உணர்கிறார்கள். அதனுடைய சமத்துவத்தை வெறுக்கும் சிந்தனையாளர்களை அவர்கள் பாராட்டுகிறார்கள். இந்த முட்டாள்களை வைத்துக் கொண்டு என்ன செய்ய முடியும்? இன்று ஒவ்வொரு ஷாகாவிலும், காலையிலும், மாலையிலும், அவர்களுடைய காக்கி அரைக்கால் சட்டைகளை அணிந்துகொண்டு சுற்றிலும் சுறுசுறுப்பாக குதித்துக் கொண்டிருப்பவர்கள் இந்த சூத்திரர்கள் தான். இந்துத்துவாவுக்காக உயிர்களை எடுக்கவோ அல்லது தங்கள் சொந்த உயிரைக் கொடுக்கவோ எப்போதும் தயாராக

இருப்பவர்கள் இவர்கள்தான். ஆனால் இந்த சங் தலைவர்கள் அமைப்புமுறையில் அவர்களுக்கு எந்த இடமும் இல்லை. இன்னும் ஏராளமான எண்ணிக்கையில் பிற்படுத்தப்பட்ட சாதிகளின் பெரும் எண்ணிக்கையிலான இளைஞர்கள் தங்கள்மீது எந்தப்பிடிப்பும் இல்லாமல், இந்துத்துவாவின் செத்த உடலைச் சுற்றி அலைகிறார்கள்.

எனவே இத்தகைய பிற்படுத்தப்பட்ட சாதியினர் உள்ள தான்னா ஜிகாகோடா கிராமத்தில் நான் 'மகிழ்ச்சி நிறைந்த கற்றலை' கொடுக்க வேண்டியிருந்தது. என்னை அருவருப்பாக பார்த்த குழந்தைகளுடன் எவ்வாறு இதை நான் செய்யமுடியும்? நான் கற்றுக்கொடுக்க வேண்டிய குழந்தைகள் ஏற்கனவே இந்த புதிய ஆசிரியர் தாழ்ந்த சாதியைச் சார்ந்தவர் என்ற கருத்து ஊட்டப்பட்டவர்களாக உள்ளார்கள். அவரது கையால் தொடப்பட்ட தண்ணீரை நீ குடிக்கக்கூடாது; அவரிடமிருந்து உணவு நேரத்தில் வறண்ட தானியத்தைக்கூட பெறக்கூடாது.

ஏற்கனவே அந்த கிராமத்தினர் அமர்வு தொடங்கும்முன் என்னிடம் வந்தார்கள். எனக்கும் அவர்களது குழந்தைகளுக்கும் தனித்தனி தண்ணீர் பாத்திரங்கள் இருக்கவேண்டும் என வலியுறுத்தினார்கள். அந்தக் கோரிக்கையை திட்டவட்டமாக நிராகரித்துவிட்டு, அவர்களிடம், அவர்கள் வேண்டுமானால் தீண்டாமை போன்ற இந்த நடைமுறைகளை அவர்களது சொந்த வீடுகளில் பின்பற்றிக் கொள்ளலாம், அரசுப் பள்ளிகளில் அல்ல. இங்கே அனைவரும் சமமானவர்கள் என்று கூறினேன். அவர்கள் அதிகமாக விவாதிக்கவில்லை. ஆனால் அடுத்த நாளிலிருந்து குழந்தைகள் வீட்டிலிருந்து பாட்டில்களில் தண்ணீர் கொண்டுவரத் துவங்கினார்கள் அல்லது பள்ளி வளாகத்திலிருந்த கிணற்றிலிருந்து குடிக்க ஆரம்பித்தார்கள். நான் பயன்படுத்திய அதே பாத்திரத்திலிருந்த தண்ணீரை அவர்கள் குடிக்க மாட்டார்கள். அவர்கள் நாசமாகப் போகட்டும் என்று நினைத்தேன். அவர்கள் குடிக்கட்டும் அல்லது தாகத்தால் சாகட்டும். நான் ஏன் கவலைப்பட வேண்டும்? அந்த கிராமம் முழுவதிலும் எந்த ஒரு தனிக்குடும்பமோ அல்லது தனிநபரோ சற்று நேரம் என்னுடன் அமரவோ பேசவோ மாட்டார்கள் அல்லது அவர்கள் வீடுகளுக்குள் நான் நுழைய முடியாது.

இந்த மக்கள் நான் எனது சைக்கிள் மீது அமர்ந்து அவர்கள் வீடுகளைத்தாண்டி ஓட்டிச் செல்வதை பார்ப்பதைக்கூட தாங்கிக் கொள்ளமாட்டார்கள். அவர்கள் என்னைக் கைதட்டிக்கூப்பிட்டு,

இந்துவாக நான் இருக்கமுடியாது | 141

‘மாஸ்டர் சாஹேப், குறைந்தபட்சம் இந்த கிராமத்திலாவது உங்கள் சைக்கிளிலிருந்து இறங்கிக்கொள்ளுங்கள்’ என்றார்கள். கடைசியாக நான் அந்த கிராமத்துக்குச் செல்வதை மொத்தமாக நிறுத்திவிட்டேன், மேலும் அந்த கிராமத்தினரை தேசிய விழாக்களுக்கு அழைப்பதையும் நிறுத்திவிட்டேன். எனக்கும் அந்த கிராமத்தினருக்கும் இடையே பிரகடனம் செய்யப்படாத பதட்டமும், தகவல் தொடர்பின்மையும் நிலவியது. நான் தொடர்ந்து கற்பித்தேன். ஆனால் அதில் மகிழ்ச்சி இல்லை. எனது சாதி எங்கே என்னை பின்தொடராதோ, அந்த இடத்துக்கு ஓடிப்போக விரும்பினேன்.

இப்போதும்கூட ஆரம்ப மற்றும் உயர்நிலைப் பள்ளிகளில் கல்வித்துறையில் அதிகமாகக் காணப்படும் சாதிப் பாகுபாடுகள் தலித் மாணவர்களை மட்டுமல்ல தலித் ஆசிரியர்களையும்கூட பாதித்து வருகிறது. வாடிக்கையாக அவர்களை அவமானத்தையும், கசப்பான மதிப்பிழப்பையும் எதிர்கொள்ள வற்புறுத்துகிறது. எனது இரண்டு ஆண்டுகள் கற்பித்தலின்போது பல கிராமங்களில் எனது தலித் தோழர்கள் பாடம் கற்பிக்க நாற்காலிகளில் அமரக்கூட மாட்டார்கள். பல இடங்களில் பள்ளியின் மதிய உணவு ஒரு தலித் ஆசிரியராலோ அல்லது மாணவனாலோ தொடப்பட்டால் அந்த மொத்த உணவும் வெளியே வீசியெறியப்பட்டுவிடும். இந்த வகையான அவமானத்தைத் தாங்க முடியாமல், ஆசிரியரும், அஞ்சானாவில் வசித்தவருமான மோகன்லால் தற்கொலை செய்துகொண்டார். தலித்துகளுக்கு எதிரான இந்தப் பாகுபாடுகள் இன்றும் தொடர்கின்றன. ஆனால் நூற்றாண்டுகள் பழமையான இந்த அநீதியை தலித்துகள் அவர்களாகவே ஏற்றுக்கொள்வதும் சமமான அளவில் அதிகமாக காணப்படுகிறது.

குழந்தைப் பருவத்திலிருந்தே எனது தந்தையிடமிருந்து அவரது குடும்பத்தில் நிலவிய குறிப்பிட்ட மதிப்புகள், அநீதியை எதிர்க்கும் கலாச்சாரம் எனக்குள் ஊட்டப்பட்டிருந்தது.

எனது தந்தை நாராயண்லால் மெக்வன்ஷி ஒரு விவசாயி. கால்நடைகளை வைத்துள்ளார். அவர் கிராமத் தலைவரும்கூட. அவரது குடும்பமும் எனது தாயார் தாண்ணிபாயும் பங்கரின் நெசவாளர் சாதியை சேர்ந்தவர்கள். விவசாயத்திலிருந்தும் கால்நடை பராமரிப்பிலிருந்தும், நெசவிலிருந்தும் தங்கள் வாழ்க்கையை நடத்தி வந்தவர்கள். இருநூற்று ஐம்பது ஆண்டுகளுக்கு முன்பு எனது தந்தையின் முன்னோர்

பில்வாரா மாவட்டத்தில் அசிந்த் வட்டத்திலுள்ள அந்தாலி கிராமத்தைவிட்டு சிர்தியா கிராமத்தில் குடியேறியவர்கள் என கூறப்பட்டது. எவ்வாறோ, முடிவில்லாத சாதிப்பாகுபாடுகளை சந்தித்த எனது முன்னோர்கள் எல்லா விருப்பங்களுக்கும், நோக்கங்களுக்குமாக சிர்தியாஸ் கிராமத்தின் ஒரு பகுதியாக, ஆனால் அதிலிருந்து சற்று தொலைவில் பாலாய்கேதா என்ற கிராமத்தை உருவாக்கினார்கள். எனது மூதாதையர்கள் முதலில் ராஜஸ்தானின் மேற்கு பாலைவனத்திலிருந்து வந்தவர்கள். அவர்கள் மெக்வால் என அழைக்கப்பட்டவர்கள்.

2011 மக்கள்தொகைக் கணக்குப்படி, சிர்தியாஸில் மொத்தம் 310 வீடுகள் 1660 மக்கள் தொகையுடன் இருந்தன. இவர்களில் ஆண்கள் 847 பேர், பெண்கள் 813 பேர், தலித்துகள் 232பேர் மற்றும் 95 பில் ஆதிவாசிகள் இருந்தார்கள். இந்தியாவிலுள்ள மற்ற கிராமங்களைப் போலவே, சிர்தியாஸ் கிராமத்திலும் தீண்டாமை அதன் கட்டுமானத்தில் இழையோடியிருந்தது. மக்கள் தொகையில் 60% உள்ள குஜ்ஜார்களால் சிர்தியாஸ் ஆதிக்கம் செலுத்தப்பட்டது. அங்கே ஒரு கைப்பிடியளவு ஜாட்கள், மாலிஸ் (தோட்டக்காரர்கள்) ரஜபுத்திரர்கள், நாயிஸ் (முடிதிருத்துவோர்) யோகிகள் மற்றும் வைஷ்ணவர்கள் இருந்தார்கள். அங்கே பிராமணர்கள் இல்லை.

எனது தாயார் தாண்ணிபாய் என் தந்தையைவிட எட்டுவயது இளையவர், அவர்கள் குழந்தைகளாக இருந்தபோதே திருமணம் செய்து கொண்டவர்கள். ஆனால் அவர் எனது தந்தையின் வீட்டில் தனது பதினைந்தாவது வயதில் வாழத் துவங்கினார். அது ராஜஸ்தானின் பொதுவான வழக்கம். அவர் களைப்பில்லாத சக்தியுடன்கூடிய ஒரு பெண். கால்நடைகளிலிருந்து, விவசாயம் வரை வீட்டை நிர்வகிப்பதில் திறமைசாலி. அவர் படித்திருப்பாரானால், ஒரு குறிப்பிடத்தக்க நிர்வாகி ஆகியிருப்பார். அவரது விரல்களில் மாயம் இருந்தது: தனது நீவுதல் திறமை மூலம் வயிற்று வலியையும், முதுகு வலியையும் மென்மையாக அகற்றிவிடுவார். அவர் மிகவும் பெருந்தன்மையானவர், அன்பானவர். நான் குழந்தையாக இருந்தபோது அவரைத் தொற்றிக்கொண்டு எனது ஐந்து வயதுவரை தாய்ப்பால் குடித்துக் கொண்டிருந்ததாக அவர் என்னிடம் கூறுவார். நான் நோயில் விழுந்துவிட்டால் அவர் கவலையில் தன்னை மறந்து வெறிபிடித்தவர் ஆகிவிடுவார். ஒருமுறை என்னை பாம்பு கடித்தபோது சிகிச்சைக்காக ஏழு

கி.மீ தூரத்தில் உள்ள ஒரு மருத்துவமனைக்கு சைக்கிளில் கொண்டு செல்லப்பட்டேன், எனது தாயாரும் அந்த சைக்கிளின் பக்கத்திலேயே ஓடிவந்து சைக்கிள் மருத்துவமனையை அடைந்த அதேநேரத்தில் அவரும் அங்கே வந்துவிட்டார். நான் எப்போதும் எனது தாயாருக்கு நெருக்கமாக இருப்பேன். அவர் மிகவும் அன்பான முறையில் சரி எது, தவறு எது என்று கற்பித்தார். நான் குளிப்பதை வெறுத்தேன்; அழுது புலம்பினேன்; ஆனால் அவர் பொறுமையாக நயந்துபேசி என்னைக் குளிக்க வைத்துவிடுவார். பால் குடிக்கும்போது நான் பெரிய அமளியை ஏற்படுத்திவிடுவேன், சில நேரங்களில் கண்ணாடிப் பாத்திரத்தை உடைத்துவிடுவேன். அதற்காக இரண்டொரு அடிகளையும் வாங்கிக் கொள்வேன். ஆனால் அவருக்கு என் மீதிருந்த அன்பு எப்போதும் தெளிவானது. நானும் எனது மூத்த சகோதரரும் அயோத்திக்கு கரசேவைக்கு சென்றபோது, அவர் அழுதழுது நாங்கள் திரும்பும்வரை முறையாக சாப்பிடாமல் இருந்தார். அவர் அயோத்தி என்று சொல்ல மாட்டார், அயுஜியா என்றே கூறுவார். ஆனால் இப்போது அவர் ஆர்எஸ்எஸ்ஸை சபிக்கிறார்!

அவரைப்பற்றி எழுதும்போதுகூட நான் உணர்ச்சி வசப்படுகிறேன். அவரைப் பொருத்தவரை நான் இன்னும் குழந்தைதான்.

நான் அன்பை எனது தாயிடமும், அச்சமின்மையை எனது தந்தையிடமும் கற்றுக் கொண்டேன்.

எங்கள் தந்தை எங்களுக்கு சொல்லிக்கொடுத்திருந்தார்: 'எவராலாவது நீ அடிக்கப்பட்டிருந்தால், ஒருபோதும் வீட்டுக்கு வராதே. யாராவது ஒருவன் உன்னை ஒரு அடி அடித்திருந்தால், அவனைச் சுற்றிவந்து இரண்டி அடி கொடு. அவன் உன்னைவிட பலசாலியாக இருந்தால், அடித்துவிட்டு உடனே ஓடிவிடு. ஆனால், உனது கால்களுக்கு நடுவே வாலை இடுக்கிக்கொண்டு வீட்டுக்கு வந்துவிடாதே.' எனது தந்தை ஆறு சகோதரர்கள் மற்றும் மூன்று சகோதரிகளில் ஒருவர். ஒவ்வொருவரும் உறுதியான போராளிகள். அவர்கள் ஒரு அநீதியை கீழே படுத்துக்கொண்டு பார்த்திருக்கமாட்டார்கள். மேல்சாதியினருக்கு எதிராக அவர்கள் சண்டையிட்டார்கள் என்ற கதைகளை எங்களுக்குக் கூறுவார்கள். நீண்ட ஆண்டுகளுக்கு முன்பு இத்தகைய சண்டைகளின் காரணமாக அவர்கள் கிராமத்தை விட்டு அவர்களது நிலங்களுக்கு வந்து வசிக்கத்

தொடங்கினார்கள். அங்கே யாரும் இவர்களைக் கட்டுப்படுத்த முடியாது.

ஒருமுறை, எங்களது நிலங்கள் கால்வாயிலிருந்து குளத்துக்கு வரும் தண்ணீரால் பயிரிடப்பட்டபோது அந்த கிராமத்தின் உள்ளூர் நிலப்பிரபு தாக்கூர் எங்களுக்கு வரும் தண்ணீரை நிறுத்தமுயற்சி செய்துவிட்டு, எனது தந்தையின் சகோதரரை, எனது சித்தப்பாவைத் திட்டினான். அவ்வளவு தான். எனது தந்தையும் அவரது எல்லா சகோதரர்களும், சகோதரிகளும் அந்தக் கால்வாயின் அருகே வந்திறங்கினார்கள். அந்த நேரத்தில் நிலப்பிரபுத்துவம் அதன் உச்சத்தில் இருந்தது. அவர்கள் தாக்கூரை நரகத்துக்கு அனுப்புவதுபோல் அடித்தார்கள். ஒட்டுமொத்த கிராமமும், அவர்களது வீம்புபிடித்த தாக்கூர் அவனது வீட்டின் வாசற்படிவரை இழுத்துக்கொண்டே அடிக்கப்பட்டதை பார்த்தது. அந்த நாளிலிருந்து கிராமத்தினர் தங்கள் பாடங்களைக் கற்றுக்கொண்டார்கள். அதற்குப்பிறகு எவர் ஒருவரும் எங்கள் மக்களுக்கு எதிராக தங்கள் கைகளை உயர்த்தியதில்லை. எனது குழந்தைப் பருவத்திலிருந்தே இத்தகைய வீரக்கதைகளை என்னுடைய தந்தை மூலம் நான் கேட்டிருக்கிறேன்.

இந்த விஷயத்தில் என் தந்தைதான் எனது வழிபாட்டுக்குரிய தெய்வம். இன்றும்கூட வன்முறைக்கு அதற்கு சமமான சக்தியுடன் பதிலளிப்பதில் நம்பிக்கை கொண்டிருக்கிறார். எப்போதும் தனது உரிமம்பெற்ற குண்டுகள் நிரப்பிய துப்பாக்கியை தன்னுடன் வைத்திருக்கிறார். இந்த வயதில்- இப்போது எழுபத்தாறு – இன்னும் அவர் அமைதியானவராகவும், அச்சமில்லாதவராகவும் உள்ளார். அவரது தைரியத்தை நான் பெற்றிருப்பதாக நான் நினைக்கவில்லை. இருந்தபோதிலும் நான் கோழையல்ல என்றால் அது அவருக்கான நன்றி. பயத்திலிருந்து விலகியிருக்கவும், அநீதியை எதிர்ப்பதற்கான போராட்டத்தில் ஒருவன் உயிரை இழந்துவிட்டால் அது மதிப்புக்குரியது என்றும் புரிந்து கொள்ளவேண்டும். ஒருவன் பயத்துடன் எப்போதும் வாழக்கூடாது, ஒருபோதும் அநீதியை எதிர்த்துப் போராடுவதை விட்டுவிடக்கூடாது என்று எனக்கு அவர் கற்பித்திருக்கிறார்.

எனது தந்தை 1995 முதல் 2000 வரை அரசியல் சாசன 72 மற்றும் 73 ஆவது திருத்தத்தின்படி சிர்தியாஸின் தேர்ந்தெடுக்கப்பட்ட ஊராட்சித் தலைவராக இருந்தார். அது உள்ளாட்சிகளில்

இட ஒதுக்கீட்டை நிலை நாட்டியிருந்தது. அவர்தான் எங்கள் கிராமத்தில் தேர்ந்தெடுக்கப்பட்ட முதல் தலித் தலைவர். உள்ளூர் தாக்கூர் சிவ்சிங் தனது குடும்ப ஆதரவை எதிர் வேட்பாளருக்கு அளித்திருந்தார். 'இவன் இன்னும் யாரென்று தெரியாதபோதே, ஒரு தலைவரைப்போல வீண்பெருமை கொண்டாடுகிறான்; மற்றவர்களுக்கு சமமாக அமர்ந்துகொள்கிறான்; யாருக்கும் பயப்படுவதில்லை; யாரையும் கவனிப்பதும் இல்லை. இவன் தலைவனாக தேர்ந்தெடுக்கப்பட்டுவிட்டால், அவனது திமிர் எப்படி இருக்கும் என்பதை கற்பனை செய்து பாருங்கள்' என எனது தந்தைக்கு எதிராக பிரச்சாரம் நடத்தபட்டது. ஆனால் இவற்றுக்கெல்லாம் அப்பால் அவரால் சிர்தியா ஊராட்சியினொரு பகுதியான ஹரிபுரா கிராமத்தில் மற்ற பிற்பட்ட சாதியினர் வாக்குகளை அவரால் பெற்றுவிட முடிந்தது. வெற்றியும் பெற்றார்.

1999இல் காங்கிரஸ் அரசுக்கு தலைமைதாங்கிய அசோக் கெல்லாட் 'ராஜிவ் காந்தி ஸ்வர்ண ஜெயந்தி பாடசாலைகளை (முன்னாள் பிரதமர் ராஜிவ் காந்தியின் பிறந்த நாள் பொன்விழா) இருநூறுக்குமேல் மக்கள்தொகை கொண்ட கிராமங்களிலும், வட்டாரங்களிலும் திறக்க முடிவு செய்தார். ஆனால் ஆரம்பக்கல்விக்கு எந்த வசதிகளும் இல்லாமல். எங்கள் ஊராட்சி எல்லைக்குள் வந்த தான்னஜி கா கேடே மற்றும் சஜ்ஜன்புரா உள்ளிட்ட கிராமங்களில் சுமார் பதினெட்டாயிரம் பள்ளிகள் மலர்ந்தன. இந்தப்பள்ளிகளுக்கு ஆசிரியர்களை நியமிக்கும் அதிகாரம் ஊராட்சித்தலைவர் தலைமையிலுள்ள கிராம சபைகளுக்கு அளிக்கப்பட்டிருந்தது. எனது தந்தை ஊராட்சித் தலைவராக இருந்ததால், இத்தகைய ஒரு பள்ளியில் நான் ஆசிரியராக நியமிக்கப்பட்டேன்.

நான் ஏற்கனவே இந்த மேல்சாதியினர் என்னிடம் எவ்வளவு அசிங்கமாக நடந்துகொண்டார்கள் என்பதை விளக்கியிருக்கிறேன். ஆனால் இதைவிட மோசமானது இனிமேல்தான் வர இருந்தது. ஒருநாள் நான் சற்று தாமதமாக பள்ளிக்குச் சென்றேன். இதற்கிடையில் இரண்டு மாணவர்கள் சண்டையிட்டுக்கொண்டு காயமடைந்து விட்டார்கள். அவர்களில் ஒருவனுக்கு இரத்தம் வழிந்தது. அந்தக் குழந்தையின் பாதுகாவலர்கள் பள்ளிக்கு என்னுடன் சண்டையிட வந்தார்கள். அவர்கள் என்னைக் கேள்வி கேட்கவும், என்னிடம் புகார் செய்யவும் விரும்பினார்கள் என்பதை நான் புரிந்துகொண்டேன்.

ஆனால், அவர்கள் என்மீது சாதீய ஏச்சுக்களை அவர்களது உச்ச அளவிலான குரலில் உரத்து சத்தமிட்டுக் கூறி, எல்லா எல்லைகளையும் மீறிவிட்டார்கள். சிறிது நேரம் நான் அதை தாங்கிக்கொண்டேன். ஆனால் அது தொடர்ந்தபோது, நான் அவர்களை நோக்கி சத்தமிட்டுக்கொண்டே ஒரு குச்சியுடன் முன்னேறினேன். இதைக்கண்டு அவர்கள் பின்வாங்கினார்கள். ஆனால், அவர்கள் என்னுடைய திறமைகள் மீதும் சாதியின்மீதும் அவர்களுடைய வசைமாரிகளையும், அச்சம்தரும் சாபங்களையும் நிறுத்தவே இல்லை. என்மீது கடித்துக் குதறப்பட்ட அவமதிப்பு நீடித்திருக்க என்னால் அனுமதிக்க முடியாது.

நான் பலநாட்கள் பள்ளிக்குச் செல்வதை நிறுத்திக்கொண்டேன். இதில் முக்கியமான விஷயம் என்ன என்று சிந்தித்தேன். நான் உயர்ந்த சிந்தனைகளைக் கற்றுத்தருகிறேன். ஆனால், அந்த சிந்தனைகளுக்கு ஏற்ப என்னால் வாழ முடியவில்லை. நான் ஏன் ஆசிரியராக நீடிக்கவேண்டும்? கடைசி முடிவாக உயர் அதிகாரிகளிடம் சென்று எனது பதவி விலகல் கடிதத்தை அளித்தேன். ஒரேயடியாக என்னை மாயாஜாலத்திலிருந்தும் எல்லாக் கற்பிதங்களிலிருந்தும் விடுவித்துக் கொண்டேன்.

34

ஒரு சூஃபி துறவியுடன் சந்திப்பு

ஒய்வின்மையால் நிறைந்து எல்லா இடங்களிலிருந்தும் நான் சற்று தலைமறைவு ஆகிவிட்டதுபோல் காணப்பட்டது. எல்லா மதங்களாலும் நான் முற்றிலும் நோய்வாய்ப்பட்டேன். ஆனால் என்னிடம் ஒருவகையான ஆன்மிக உணர்வு இருந்துகொண்டிருந்தது. அது என்னை அறியாதவைகளை நோக்கி உந்திக்கொண்டிருந்தது. வீட்டில் நான் கபீரின் நிர்குண பஜனைகளைக் கேட்டிருக்கிறேன். அவரது பாடல்கள் வடிவமில்லாததைப் புகழ்ந்து கொண்டிருந்தன. எனது தாத்தாக்கள் வழிபாட்டுக்கூட்டங்களில் கலந்து கொண்டு, சாதுக்கள், துறவிகள், முனிவர்கள் மற்றும் சாமியார்கள் முன்னிலையில் இருப்பதை அனுபவித்தார்கள். அங்கு அடிக்கடி தலித் முனிவர்கள் எங்கள் வீட்டுக்கு வருகை தந்தார்கள். அவர்கள் கபீர், ரவிதாஸ் போன்ற தலித் மெக்வால் சமுதாயத்திலிருந்து வந்த ருபாடே, மற்றும் தாருமேஹ்ற, மாலி சமுதாயத்தின் லிக்மோஜி போன்ற பக்தி ஞானிகளின் பாடல்களைப் பாடினார்கள். அவர்கள் அனைவரும் நிர்குணபக்தியிலும், வடிவமில்லாத இறையியல் நம்பிக்கையும் கொண்டவர்கள். எனது தந்தையும்கூட அழகான பாடல்களை வீணையில் வாசிப்பார். வழிபாட்டுக் கூட்டங்களில் கலந்துகொள்ள அவர்கள் நீண்ட தூரங்களுக்கு பயணம் செய்வார்கள். பஜனைப் பாடல்களை பாடுபவர்களாக அவர்களுக்கு ஒரு மரியாதை இருந்தது.

எனது தாயார் ஆண்களுடன் சேர்ந்து பஜனைப் பாடல்களை பாடமாட்டார். ஆண்கள் பாடும்போது, சிறிது தூரத்தில் கூடியுள்ள பெண்களுடன் சேர்ந்து ஆன்மிகப் பாடல்களை-

'அதியாத்மிக் கீத்' என்று பெண்கள் பாடும் பாடல்களுக்கு பெயரிட்ட பாடல்களைப் - பாடுவார். அதுதான் எங்கள் பகுதியில் வழக்கம். வழிபாட்டுக் கூட்டங்கள் நடைபெறும் போது சத்சங்கில் பெண்கள் ஆண்களுடன் சேர்ந்து அமர்வார்கள். பஜனைகளைக்கூட பாடுவார்கள். ஆனால் எனது தாயார் ஒருபோதும் அவ்வாறு செய்ததில்லை. அவருக்கு எண்ணற்ற ராஜஸ்தானி பாடல்கள் மனப்பாடமாகத் தெரியும். அவற்றை வெவ்வேறு சந்தர்ப்பங்களில் அவர் பாடுவார்.

எப்பொழுதிலிருந்து இந்த உலகத்தைப் பற்றிய உணர்வில் நான் வளர்ந்தேனோ அப்போது என்வீட்டில் ஆன்மிகம் சார்ந்ததாகவும் மதம் சார்ந்ததாகவுமான, சூழ்நிலை இருந்துவந்தது. எனது தந்தை எங்கள் கிராமத்திலுள்ள ராம்தேவ்ஜி என்ற குடும்ப தெய்வத்துக்கு கோவிலில் பூசை செய்வார். இந்த மரபுரிமையை, காலையிலும் மாலையிலும் அங்கு பூசைசெய்யச் செல்வது என்பதை எனது எட்டுவயதிலிருந்து உள்வாங்கிக் கொண்டேன். மக்கள் என்னை பண்டிட் என்றுகூட அழைத்தார்கள். இது பிராமண பூசாரிகளுக்கு அளிக்கப்படும் கௌரவம். எனது குழந்தைப் பருவத்திலேயே இந்து நாட்காட்டியான பஞ்சாங்கத்தைப் படிக்கக் கற்றுக்கொண்டேன். பன்னிரண்டாம் வயதிலிருந்து குறிப்பிட்ட நிகழ்சிகளுக்கான நல்லநேரங்களை கணிக்கவும், சகுனம் பார்க்கவும், நட்சத்திரங்கள் மற்றும் கிரகங்களின் நகர்வுக்கு ஏற்ப மக்களுக்கு அவர்களது எதிர்கால பலன்களைப்பற்றி கூறவும் கற்றுக்கொண்டேன்.

நான் ஆர்எஸ்எஸ் - ஸில் சேர்ந்தபிறகு, பதினொன்றாம் வகுப்பில் சமஸ்கிருதத்தை தீவிரமாகப் படித்தேன். நான் புவியியலை படித்துக் கொண்டிருந்தேன். ஆனால் பன்னிரண்டாம் வகுப்பில் அதற்குப்பதிலாக சமஸ்கிருதத்தை படித்தேன். சுலோகங்களைக் கற்றுக்கொண்டேன். வேத நூல்களைப் படிப்பதைத் துவங்கினேன். தேர்ச்சிபெற்ற தலைமை அறிஞராக வர விரும்பினேன். நான் சாமுத்திரிகா சாஸ்திரத்தை - அறிவியல்பூர்வமாக முகத்திலிருந்து படித்தலை - கற்றுக்கொண்டேன். கைரேகை சாஸ்திரத்தில் ஆர்வம்கொண்டு, புகழ்பெற்ற கைரேகை நிபுணர் சீரோவை படித்தேன். என்னால் இப்போது மக்கள் கைரேகைகளைப் படிக்கவும், பிறந்தநேரத்தை அடிப்படையாகக்கொண்ட அவர்களது ஜாதகத்தின்படி உட்பொருளை வெளிப்படுத்திக் காட்டவும் முடியும்.

இந்துவாக நான் இருக்கமுடியாது | 149

எனது குடும்பதெய்வம் ஒரு பிர். ருனிஜாவின் ராம்தேவ் என அழைக்கப்படும் ஒரு துறவி. அரசராக இருந்ததாகவும், விஷ்ணுவின் இருபத்து நான்காவது அவதாரம் என்றும் நம்பப்படுபவர், ஜெய்சால்மரில் உள்ள ராம்தேவ்ராவின் பொக்காரன் வட்டாரத்தில் இவருக்கு அர்ப்பணிக்கப்பட்ட ஒரு கோவில் இருக்கிறது. அங்கே ஒவ்வொரு ஆண்டும் முப்பது இலட்சத்துக்கும் மேற்பட மக்கள் புனித யாத்திரையாக வருகிறார்கள். இப்போது எல்லா நம்பிக்கைகளையும் சார்ந்த மக்கள் அவரை தங்கள் தெய்வமாக ஏற்றுக்கொண்டுள்ளார்கள். ஆனால் இன்றைக்கு இருபத்து நான்கு ஆண்டுகளுக்கு முன்பாக ராம்தேவ் பிர் தலித்துகளின் கடவுளாக மட்டுமே கருதப்பட்டார். இன்றும்கூட ராஜஸ்தான், குஜராத், மால்வாவில் ஒவ்வொரு தலித் குடியிருப்பிலும் உங்களால் ஒரு ராம்தேவ் கோவிலைக் காணமுடியும்.

எனது கிராமத்தில் அந்தக்கோவில் அறுபது ஆண்டுகளுக்கு முன் கட்டப்பட்டது. அதில் பூசை செய்வது எனது குடும்பத்தின் பொறுப்பாக இருந்தது. இன்றுவரை நாங்கள்தான் ராம்தேவ் கோவிலின் பூசாரிகள். அர்ச்சகர்கள். பத்தாண்டுகளுக்கும் மேலாக நான்தான் ராம்தேவுக்கு பூசைகளையும், வழிபாடுகளையும் நடத்திவந்தேன். பஜனைகள், வழிபாட்டுக்கூட்டங்கள், சாதுக்கள்-ஞானிகளின் கூடுகைகள், ஆகியவற்றில் நான் ஒரு அங்கமாக இருந்தேன். ஆனால் ராம்தேவ்ஜியை ஒருபோதும் நான் மனதில் உணர்ந்ததில்லை. அல்லது பஜனைகளையோ அல்லது பஜனையோடு சேர்ந்து வாசிக்கப்படும் டோலக்கு (மஞ்சிரா)களை எப்படி வாசிப்பது என்பதையோ நான் அறிந்துகொண்டதில்லை. ஒரு பஜனையைக்கூட மனப்பாடம் செய்ததில்லை. மதத்தின் வெளிப்பக்கமான செயல்கள் என்னைச்சுற்றி நிகழ்ந்தனவே தவிர எனக்குள்ளே அவை உணரப்படவில்லை.

எனது தந்தை ஒரு பஜனைப்பாடகர். ஊராட்சி உறுப்பினர்; மேலும் ஒரு தந்திர சாத்திரவாதி, மாயதந்திர வேலைகளை நடத்துபவர். மந்திரங்களைக்கொண்டு பாம்பு மற்றும் தேளின் விஷத்தை எப்படி வெளியே எடுப்பது என்பதை அறிந்தவர். கெட்ட ஆவிகளை எவ்வாறு கட்டுப்படுத்துவது, தாயத்துகளை செய்வது, பேய்களை ஓட்டுவது, தகனம் செய்யும் இடங்களில் குடிவெறியை எழுப்புதல் மற்றும் இவைபோன்ற தந்திரச் செயல்களை செய்யும்

ஆற்றல்கொண்டவர். மக்கள் அவரை ஜண்டர் அல்லது தாந்திரிக் என்று அறிவார்கள். இந்தக்கலைகளை நடத்த அவரைத் தங்களுடன் அடிக்கடி அழைத்துச்செல்வார்கள். ஒருமுறை நான் அவரிடம் கூறினேன்: மந்திரங்களை எனக்குச் சொல்லிக்கொடுங்கள். இந்தத் திறமையான கலையும் கூட நான் கற்றுக்கொள்ள விரும்புகிறேன். அவர் என்னிடம் கூறினார்: "மகனே, இவையெல்லாம் போலி, இந்த சூழ்ச்சிகள் என்னோடு போகட்டும். அங்கே பேய்கள் எதுவும் இல்லை. சூனியக்காரிகளும் இல்லை. சுடுகாட்டிலிருந்து ஆவிகள் எழுவது இல்லை. அல்லது எந்த மந்திரமும் வேலை செய்யாது. இவையெல்லாம் வெறும் ஏமாற்று வேலைகள். பிரமைகள், தந்திரங்கள். இதற்குள் நுழைந்துவிடாதே."

அதைச்செய்வதற்கு அவர் என்னை அனுமதிக்கவில்லை. நான் கைரேகை, ஜாதகம், பஞ்சாங்கம் பார்ப்பதை அவர் ஒருபோதும் விரும்பவில்லை. அவையெல்லாம் அறிவுக்குப் பொருந்தாத குப்பைக்கூளங்கள் என்றார்.

அவர் ராம்தேவிஜியைத் தவிர வேறு எந்தக்கடவுளையும் நம்பவில்லை. ஆனால் ராம்தேவ்ஜியை நோக்கிய அவரின் அர்ப்பணிப்பு என்னைக் கட்டிப்போட்டது. நானும்கூட அந்தக் கோவிலுக்கு போகவேண்டியவனானேன். பூசையும் செய்தேன். அங்கே நான் கவனக்குறைவாக நடந்துகொள்வதை எனது தந்தை சகித்துக் கொள்ளமாட்டார். ஆரம்பத்தில் எனக்கு ராம்தேவ்ஜியைப் பற்றி அதிகம் தெரியாது. அவர் எங்களது குடும்பதெய்வம் என்பது மட்டும் தெரியும். ஒரு குழந்தையாக அவரைப்பற்றிய எல்லாவற்றையும் தெரிந்துகொள்ள முடிவு செய்தேன். நீண்டகாலத்துக்குப் பிறகு, இரண்டு ஆண்டுகள் தீவிர ஆராய்ச்சிக்குபிறகு, 'ராம்தேவ் பிர் – ஒரு மறு பரிசீலனை' என்ற ஒரு ஆராய்ச்சிக்கட்டுரையை எழுதினேன். அது 2006இல் ஒரு புத்தகமாக வெளியிடப்பட்டது.

இந்த ஆராய்ச்சியின் மூலம் ராம்தேவ் பிர் பற்றிய உண்மைகளை அறிந்துகொண்டேன். அவரை ஆர்எஸ்எஸ் இந்துயிஸத்தின் சூரியன் எனக்கூறியும், பசுக்களைப் பாதுகாக்கும்போது சூறையாடும் மொகலாயர்களை எதிர்த்துப் போராடும்போது அவர் இறந்துவிட்டார் என்று உரிமைகோரியும் அவரை தனதாக்கிக்கொள்ள முயற்சிக்கிறது. இது முற்றிலும் பொய் என்று ஆகிவிட்டது.

இதற்குமேலும் ராம்தேவ் பிர்-ஐ சுற்றியிருந்த புராணக்கதைகள் புரியாத புதிராக இருந்தன. பழங்கதை நம்பிக்கையோ, அவர் தலித் புனிதர் சாயர் ஜெயபால் குடும்பத்தில் பிறந்தவர். மேலும் அதன்பிறகு குரு அஜ்மல்தன்வரின் பாதுகாப்புக்குள் கொண்டுவரப்பட்டவர் என்கிறது. அவர் முஸ்லீம் இஸ்மாயிலி நிஸாரத் பிரிவு சூஃபியின் செல்வாக்குக்கு உட்பட்டு அவர்களிடம் தீட்சை எடுத்துக்கொண்டவர் என்று கூறப்படுகிறது. பின்னர் அவர் பாலைவனப் பகுதிகளில் உண்மையான மதத்தை போதித்துக்கொண்டு தலித்துகளின் மேம்பாட்டை உயர்த்திக்கொண்டு அலைந்து திரிந்தார். அறுநூறு ஆண்டுகளுக்கு முன்பு, சமுதாய வழிபாட்டு கூட்டங்களில் சமஅந்தஸ்து கொடுத்தவர். இதன்காரணமாக அவர் சுதந்திரமான பாலியல் உறவை முன்மொழிபவர் என்று குற்றம் சாட்டப்பட்டார். மேலும், 'காஞ்சல்யபதி' என்று அறிவிக்கப்பட்டார். இந்த சிறுமைப்படுத்துகிற வார்த்தை, இந்தப்பிரிவை பின்பற்றுபவர்கள் பாலுறவை ஒரு வழிபாடாக கருதுபவர்கள் என்பதிலிருந்து வருகிறது. இதன் உறுப்பினர்கள், கணவர்கள் மற்றும் மனைவிகள் இரவு 11 மணிக்குப்பிறகு வழிபாட்டுக்குச் சென்றார்கள். அங்கே பஜனை மற்றும் பூசைக்குப்பிறகு பெண்களின் கச்சைகள் ஒரு பானையில் வைக்கப்பட்டன (ராஜஸ்தானில் மகளிர் கச்சைக்கு காஞ்சாலி என்று பெயர்) ஆண்களின் கண்கள் கட்டப்பட்டன. மேலும் எந்தப் பெண்ணின் கச்சையை அவர்கள் பானையிலிருந்து எடுத்துக்கொண்டார்களோ அவளிடம் அவர்கள் பாலுறவு வைத்துக்கொண்டார்கள். விந்து தான் பிரசாதமாகவும், இந்த பாலியல் உறவு மறுபிறப்பு என்ற சுழற்சியிலிருந்து விடுதலையை அல்லது மோட்சத்தை கொண்டுவரும் அளவுக்கு புனிதமானது என்று இந்தப் பிரிவினரால் நம்பப்பட்டது.

இத்தகைய வடிவிலான ஒரு வழிபாட்டு நிகழ்வை உண்மையில் ஒருபோதும் நான் கடந்து வந்ததில்லை அல்லது யாரும் எனக்குத் தெரிவித்ததும் இல்லை. ராம்தேவ் பிர்ரின் சத்பந்த் அல்லது சிரேட் முஸ்தாகுவீம் போன்ற பிரிவுகள் 'கஞ்சாலிய பந்தி' என்று பரிகாசம் செய்யப்பட்டார்கள் என்று நான் நம்புகிறேன். ஏனென்றால், அவர்கள் ஆண்களையும், பெண்களையும் சஸ்தங்கில் ஒன்றாக அமர அனுமதிக்கிறார்கள். மேலும் அவர்களுக்கு சம மரியாதை அளிக்கிறார்கள்.

ராம்தேவ் பிர் ஏராளமான துன்புறுத்தல்களைச் சந்தித்தார். அதனால், முப்பத்து மூன்று இளம்வயதில் ஒரு மதச்சடங்கில் தானாகவே விரும்பி சாவைத் தழுவிக் கொள்ளும் வகையில் அவர் ருனிஜாவில் சமாதியை எடுத்துக்கொண்டார். அவர் சகோதரியும் முதல் சீடருமான தலிபாய் ஏற்கனவே இரண்டு நாட்களுக்கு முன் சமாதியை எடுத்துக்கொண்டார்.

இவற்றைப் பற்றியெல்லாம் நான் எனது குறிப்பேட்டில் எழுதியபோது, மக்கள் பலரும் என்மீது கோபம் கொண்டிருந்தார்கள். ஆனால் நான் உண்மையைத்தான் கூறுகிறேன் என்று விரைவில் ஒத்துக்கொண்டார்கள். ராம்தேவ் பிர் தீண்டத்தகாதவர்களின் வாழ்க்கைத் தோற்றத்தை மாற்றியமைப்பதற்காக தனது முழுவாழ்க்கையையும் அர்ப்பணித்தவர். எனவே அலக்நாமி, மற்றும் நிர்குண் பிரிவு தலித்துகளை பின்பற்றுவோர் வடிவமில்லாமையின் மூலம் இடையீட்டாளர்களாக செயல்படுகிறார்கள். பெரும் எண்ணிக்கையில் அவரிடம் ஈர்க்கப்பட்டார்கள். ராம்பிரகாஷ் ஆச்சார்யா, டாக்டர்.குசும் மேக்வால் மற்றும் என்னாலும் வெளியிடப்பட்ட புத்தகங்கள் ராம்தேவை வளர்ந்து வரும் தலித்-பகுஜன் மற்றும் ஆதிவாசி அல்லது மூல்நிவாசி (பழங்குடியினர்) சமுதாயங்களின் இயக்கங்களில் ஒரு பகுஜன் தலைவராக அங்கீகரிப்பதில் குறிப்பிட்ட பங்கு வகித்துள்ளன.

துவக்கத்திலிருந்தே ஆன்மிக இயல்பு எனது வாழ்வின் ஒரு பகுதியாக இருந்துவருகிறது. ஆனால், அதேநேரத்தில் காரணகாரியமறிதல் மற்றும் பகுத்தறிவு பெரும்பாலான மத இடங்களில் என்னை மகிழ்ச்சியில்லாதவனாக ஆக்கியிருக்கின்றன. ஆசிரியர் வேலையை விட்டுவிட்டபிறகு, ஒருநாள் எனது நண்பன் அலாவுதீன் பேதிலுடன் நான் பேசிக்கொண்டிருந்தேன். அவனிடம் நான், ‘எனது மனம் அமைதியாக இல்லை. எனக்கு ஆறுதல் அளிக்க ஆன்மிகசக்தி உள்ள யாராவது ஒருவரிடம் நாம் செல்வோம்’ என்று கூறினேன். எனது நண்பன் குளிர்ந்த தன்மையுள்ள இளைஞன். அவன் உடனடியாக, ‘அஹமதாபாத்தில் ஒரு சூஃபி துறவி சைலானி சர்கார் உள்ளார். அவரிடம் நாம் செல்வோம்’ என்று கூறினான்.

நான் நினைத்துப்பார்த்தேன், 1996இல் இதே பெயர்கொண்ட ஒரு சூஃபி துறவி பில்வரா காவலர் குடியிருப்பில் நமோதிக் பஞ்சாரா மக்களின் குடிசைகளில் வாழ்ந்து வந்தார். ஆர்எஸ்எஸ் பொறுப்பாளர் ஒருவருக்கு சொந்தமான ஒரு செய்திப்

பத்திரிகையில் உணர்வுப்பூர்வமாக அம்பலப்படுத்தும் பாணியில் அவர் கடுமையாக தாக்கப்பட்டார். அதில் அவர், முஸ்லீம் மனிதக்கடவுளான சைலானி சர்கார் பாகிஸ்தான் இரகசிய உளவுத்துறையின் கையாள் என குற்றம் சாட்டப்பட்டார். இரவு நேரங்களில் பணத்தையும், ஆயுதங்களையும் தாங்கிய வாகனங்கள் வருகைதந்தன. இந்தப்பணம் பில்வாராவில் விநியோகிக்கப்பட்டது என்று ஐ.எஸ்.ஐயும்கூட குற்றம் சாட்டியது. இந்த அவதூறான கதையின் முக்கியமான விஷயம் என்னவென்றால், எப்போதெல்லாம் பில்வாராவில் மத வன்முறைகள் நடைபெறுகின்றனவோ அப்போதெல்லாம் மக்களின் கவனத்தை திசைதிருப்பி, சைலானி சர்கார் மீது காவல்துறையின் கவனத்தைக்குவிக்க இது நடத்தப்பட்டது. எல்லா இடங்களிலிருந்தும் முஸ்லீம்கள் அவரிடம் வருகிறார்கள். ஆனால் இந்துக்களைப் பார்க்க அவருக்கு நேரம் இல்லை. அவர்களை அவர் சாபங்களுடன் துரத்துகிறார் என்று மேலும் கூறப்பட்டது.

இந்தக்கதை மக்களிடையே குழப்பங்களைப் பரப்பியது. யார் இந்த மர்மமான சைலானி சர்கார்? அவர் ஏன் பஞ்சாராக்களிடையே தங்கியிருக்கிறார்? அவர் ஒரு தந்திரிக்கா அல்லது மோசடிப் பேர்வழியா? இந்தியாவுக்கு விசுவாசமானவரா அல்லது பாகிஸ்தான் உளவாளியா? என்று அவர்கள் ஆச்சரியப்படத் துவங்கினார்கள். அங்கே ஆரவாரம் நடைபெற்றது. மதவாத சக்திகளால் ஆதரிக்கப்பட்ட காவல்துறையும், நிர்வாகமும் புல்டோஸர்களைக் கொண்டுவந்து ஏழ்மை நிறைந்த பஞ்சாராக்களின் குடியிருப்புகளை தரைமட்டமாக்கினார்கள். ஆனால் சைலானி சர்கார் காணப்படவில்லை. பைருபாய் பஞ்சாரா மற்றும் அவரது மனைவி பாதாம்பாய் பஞ்சாரா ஆகிய இருவரும் அவர்களுடைய குடியிருப்புகளில் காவல்துறை நடவடிக்கைகளை எதிர்த்ததால் கைது செய்யபட்டார்கள். ஆனால் செய்திப்பத்திரிகையின் கதை கூறியதுபோல் ஆயுதங்கள், வெடிமருந்துகள், குண்டுகள் மற்றும் பணம் அங்கு காணப்படவில்லை.

இந்த நேரத்தைச் சூழ்ந்து, முன்னாகான் பதான் என்று அழைக்கப்பட்ட ஒரு வழக்கறிஞர் மற்றும் ‘சைலனி சர்கார்’ என்று எழுத்தப்பட்ட அவரது ஒரு அம்பாசிடர் கார் பற்றியும் அங்கு பேச்சுகள் இருந்தன. அவர் நிர்வாகத்துக்கு, ‘சைலானி சர்கார் ஒரு சூஃபி, இஸ்லாமிய கடும் நோன்பு துறவி. ஒரு சமய

புனிதர், அன்பையும், சகோதரத்துவத்தையும் மேம்படுத்துவதும், மானுடத்துக்கு சேவை செய்வதுமே அவரது இலக்கு. உலகியல் விஷயங்களில் அவருக்கு நாட்டம் இல்லை. அவருக்கு எதிரான குற்றச்சாட்டுகளுக்கு எந்தவிதமான ஆதாரங்களும் இல்லை' என்று தெரிவித்தார். இவையெல்லாம் பஞ்சாராக்களின் குடியிருப்புகளை அகற்றுவதற்கான சதிகளாக இருந்தன.

அதன்பிறகு நான், *'தகாக்டே அங்காரே' (எரிதழல்)* என அழைக்கப்பட்ட ஒரு செய்திப் பத்திரிகையின் ஆசிரியராகவும், வெளியீட்டாளருமாக இருந்தேன். அதை நான் எனக்கு ஆசிரியர் பணி கிடைத்த ஆண்டான 1992-மற்றும் 1998க்கு இடையில் கொண்டுவந்தேன்.

'பாஞ்சஜன்யா' மற்றும் *'ஓஷோ டைம்ஸ்'* இதழ்களின் ஆழ்ந்த வாசகராக இருந்ததால், நான் ஒரு பருவ இதழைக் கொண்டுவருவதில் நீண்டகாலமாக ஆர்வம் கொண்டிருந்தேன். நான் ஆர்எஸ்எஸ்ஸில் இருந்தபோது, *'இந்து கேசரி'* என்ற ஒரு கையெழுத்து பத்திரிகையை 1991இல் துவக்கினேன். அது நான்கு பக்கம் கொண்டதாகவும் ஆர்எஸ்எஸ் கருத்தியல் பற்றிய செய்திகளை கொண்டதாகவும் இருந்தது. அந்தப் பயணத்தில் அடுத்த கட்டமாக *'தகாக்டே அங்காரே' (எரிதழல்)* பத்திரிகையை துவக்குவதாக இருந்தது. அதன் முதல் இதழ் பாகிஸ்தானைப் பற்றியதாக இருந்தாலும், அன்றுமுதல் இன்றுவரை நான் இன்னும் சங்கின் செல்வாக்கின் கீழ்தான் இருந்தேன். அது தொடர்ச்சியாக வெளிவரவில்லை. எப்போது பணம் கிடைக்கிறதோ அப்போது வெளியிடப்பட்டது.

'தகாக்டே அங்காரே' பத்திரிகையின் ஆசிரியராக, சங்கில் இணைந்துள்ளவர்களால் துன்பங்களை எதிர்கொண்டுள்ள சூஃபி துறவியையும், பஞ்சாரா மக்களையும்கூட நான் சந்திக்க முயற்சித்தேன். என்னால் துறவியை சந்திக்க முடியவில்லை. ஆனால், பைருபாய் பஞ்சாரா மற்றும் வழக்கறிஞர் முன்னா பாய் தானை சந்தித்தேன்..

இதன் அடிப்படையில், சைலானி சர்கார் சங் குழுக்கள் அடிப்படையற்ற வாதப்பிரதிவாதங்களை உருவாக்குகிறார்கள்' என்று தலைப்பிட்ட ஒரு கதையை நான் வெளியிட்டேன். ஆர்எஸ்எஸ், விஹெச்பி, மற்றும் பஜ்ரங் தள் ஆகியவை அனைத்தும் இந்த ஒரு மனிதனின் பின்னால் அலைவதைப் பார்த்து எனது ஆர்வம் மேலெழுந்தது. யார் இவர்? எனது

கதை ஆர்எஸ்எஸ்-ஸை அதனுடைய பொய்களுக்காக அதை அம்பலப்படுத்துவதில் ஒரு முக்கியப்பங்கு வகித்தது. ஆனால், அந்த நேரத்தில் சைலானி சர்கார் அஹமதாபாத் சென்றுவிட்டார்.

இந்த சைலானி சர்காரிடம்தான் பேதில் சாஹேப் என்னை 20 ஆகஸ்ட் 2000இல் அழைத்துச் சென்றார். நாங்கள் அவரை தனிலிம்டா என்ற இடத்தில் அதிகாலையில் சந்தித்தோம். அந்த ஒட்டுமொத்த சூழலையும் என்னால் புரிந்துகொள்ள முடியவில்லை. தர்கா இல்லை; பூசை இல்லை; நமாஸ் இல்லை. ஆன்மிகமானதாகவோ அல்லது மதரீதியானதாகவோ எந்த ஒன்றையும் அங்கே பார்க்க முடியவில்லை. இந்த பழங்கால மனிதர் மட்டும் சாதாரண எளிய உடைகளில், வெள்ளைமுடி, உடல்ரீதியாக பலவீனம் என நான் கற்பனை செய்த எந்த ஒன்றையும் போலவும் இல்லாமல் முற்றிலும் மாறாக இருந்தார்.

எனது அனுபவத்தில் முனிவர்களும், துறவிகளும் மிக நன்றாக உணவருந்தியவர்களுக்கான மாதிரிகளாக இருப்பார்கள். பெரிய தொப்பை உள்ளவர்கள் அச்சம்தரும் முடியும் காவி அங்கியும் நீண்ட தாடியும் உள்ளவர்கள். ஆனால் இந்த நபர் இவையெதையும் கொண்டிருக்கவில்லை. முஸ்லீம்கள் வைத்திருப்பதைப்போல தாடியும்கூட இல்லை. அல்லது அவரது தலையில் ஒரு குல்லாயும் இல்லை. சாதாரண மக்களைவிட மிகவும் சாதாரணமாக இருந்தார். அவர் எந்தவகையிலும் ஒரு புனிதரைப் போல முற்றிலும் எனக்குத் தோன்றவில்லை. நான் முழுவதுமாக ஏமாற்றம் அடைந்தேன். இவ்வளவு தூரம் வந்ததில் எவ்வளவு நேரம் வீணாகிவிட்டது.

அவர் என்னைக்கேட்டார்: "எங்கிருந்து நீ வருகிறாய்? எதற்காக?" எனது நண்பன் பதில் கூறினான், "ஆசீர்வாதங்கள் பெறுவதற்காக, எங்கள் கண்களால் உங்களைப் பார்ப்பதற்காக, உங்கள் முன்னிலையில் இருப்பதற்காக." அந்த சூஃபி புனிதர் இதில் மிகவும் கோபம் அடைந்தார். "என்னுடைய ஆசீர்வாதங்களைப் பெறவா? நான் யார்? நான் கடவுளா? அன்பு கொண்டவர்களின் சித்திரம் உங்கள் சொந்த இதயத்தில் இருக்கிறது. சற்று உங்கள் தலையைக் குனியுங்கள், உங்கள் ஆசீர்வாதத்தை நீங்கள் காண்பீர்கள். நீங்கள் கேட்டதில்லையா: 'எங்கே நீ அலைந்து திரிகிறாயோ எனது வேலைக்காரனே, எனக்காகத் தேடிக்கொண்டிருக்கிறாய், நான் எப்போதும் உனக்கு நெருக்கமாக இருக்கிறேன்.' இது கபீரால் பாடப்பட்ட பாடல்,

அவர் தொழுதார், நீ ஏன் அங்கும் இங்கும் திக்கற்றவனாக இருக்கிறாய், உனது கடவுள் உனக்குள் இருக்கிறார். இப்போது போய்விடு, மேலும் எப்போதும் திரும்ப வராதே. மெய்யாகவே ஆசீர்வாதத்தை எடுத்துக்கொள்ள வா!"

எங்களை வெளியே திருப்பிவிட்டு அவர் கூறினார்: "ஒவ்வொருவரும் கடவுளிடம் சிலவற்றை கேட்க வருகிறார்கள். ஆனால் ஒருவர்கூட கடவுளுக்காக கேட்க வரவில்லை."

பின்னர் அவர் என்னிடம் திரும்பினார். ஒரு கையை என் தோள் மீது வைத்தார். மேலும் கூறினார், "இந்தக் கோபமெல்லாம் நல்லதல்ல. இப்போது போ. மனிதத்தன்மையின், சகோதரத்துவத்தின் செய்திகளை எல்லா சாதி மற்றும் மதங்களின் மக்களுக்கும் கொடு. புத்தகங்கள் எழுது. இந்துஸ்தானின் இந்தக் கற்களை வைரமாக மாற்று."

சடங்குகள் மற்றும் போலித்தனம் இல்லாத மிக எளிமையாகவும், சாதாரணமாகவும், மிகவும் ஒளிவுமறைவற்ற நேர்மையான அவரது பாணியை நான் விரும்பினேன். இந்த சூஃபி கடுநோன்பு துறவி சைலானி சர்காரால் நான் உடனடியாக கவரப்பட்டேன். பின்னர் நாங்கள் நண்பர்களானோம். அந்த நட்பு 2018 அவரது இறப்புவரை நீடித்தது. ஓர் ஆழமான ஆன்மிக உறவு. அவரும் எனக்கு மதத்துவக்கமான தீக்ஷாவை தர நினைத்ததில்லை; நானும் ஒருபோதும் அவரது சீடனாக வர நினைத்ததும் இல்லை. அது மானுடத்தன்மை மற்றும் பரஸ்பர கவனிப்பின் அன்பு செலுத்தும் உறவு. மக்கள் கேட்பார்கள், 'உங்கள் இருவரில், நீங்கள் மிக ஆழமாக இருந்ததில் எதைப் பெற்றீர்கள்?' நான் அமைதியில் விழுந்துவிடுவேன். கபீரின் தோபாவிலிருந்து சில வரிகள் எனது மனதுக்கு வரும்:

அகாதா கஹானி பிரேம் கி
குச் கஹி னா ஜாய்
கூங்கே கேரி ஷர்காரா
பைதே மூ ஸ்காய்

அன்பின் சொல்லப் படாத கதையில்
எதைத்தான் சொல்வது உண்மையாக
கற்கண்டின் நறுமணம் ஊமையாகையில்
அவன் இப்போது சிரிப்பது மென்மையாக

அதற்கு அங்கே ஒரு பூரிப்பு இருந்தது.

எங்களது முதல் சந்திப்பு ஒருமாத இதழாக, 'டைமண்ட் இந்தியா'வாக இந்தியாவின் கற்களை வைரமாக மாற்றுவதில் மலர்ந்தது. அது பன்னிரண்டு ஆண்டுகள் நடைபெற்றது.

மானுடத்தன்மையையும், சகோதரத்துவத்தையும் போற்றிப் பாதுகாக்கும் எனது ஆர்வம் இன்றுவரை தொடர்கிறது. ஒன்றுதிரட்டப்பட்ட மதத்தில் எனக்கு ஆர்வம் இல்லை அல்லது அதன் தேவையும் எனக்கு இல்லை. கோவில்களும், மசூதிகளும், குருத்வாராக்களும் என எல்லாமும் எனக்கு ஒன்றுதான். மனிதர்களில் கடவுள் தோன்றுகிறார். யார் வலியில் உள்ளார்களோ அவர்களுடன் நிற்கிறார். அது என்னை நிறைக்கிறது.

இப்போது கபீரைப்போல நான் உணர்கிறேன்.

பாலா குவா மேரி மாலா டூட்டி
ராம் பஜன் சே சூட்டி
மேரே சிர் சே டாலி பாலா...

நல்லதென் வழிபடு தோற்றச் சிதறல்,
இராமன் பெயரை செபிப்பதை உதறல்
எத்தனை பாரம் என்தலை வெளியேறல்!

எல்லாப் பூசைகளும், அவற்றின் நறுமணப் புகைகளும் அவற்றின் எல்லாமும் இப்போது எனது மனதில் மட்டும், தனியாக. கபீர் மற்றும் புத்தரின் சிந்தனைகள் என்னை, எனது வாழ்வை மாற்றியமைத்துவிட்டன. எனக்கு எந்தக்கடவுளும் அல்லது தெய்வீகத்தன்மையும் தேவையில்லை. இப்போது நான் என்னவாக இருக்கிறேனோ அதில் நான் நன்றாக இருக்கிறேன்.

35

‘டைமண்ட் இந்தியா’ வெளியீடு

துறவி சைலானி சர்காரை சந்தித்தபிறகு, நான் ஒருமாத இதழைத் துவக்குவது என்று முடிவெடுத்தேன் - ஆனால் பணம்? யார் நிதி வழங்குவார்கள்? யார் உதவி செய்வார்கள்? இதை பள்ளியில் கற்பிக்கும் எனது சகதோழர்களுடன் விவாதித்தேன். ஒருநாள் மதன்லால் வட்டார ஊராட்சியில் உள்ள எங்கள் நண்பனின், அரசால் ஒதுக்கப்பட்ட, குடியிருப்பில் சென்று இறங்கினோம். கான் சிங் ரத்தோட், கிருதாரி லால் குஜ்ஜார், பல்வீர் சிங் கௌர், பரஸ் லோஹர், பைருலால் சர்மா, பப்பு சிங் சுந்தாவத், மற்றும் நான் ஆகிய ஏழு தோழர்களும் கூடினோம். வேலையை விட்டுவிடுவது மற்றும் பத்திரிகையை நடத்துவது என என் முடிவுகளை அறிவித்தேன். மேலும் அவர்கள் ஆதரவைக் கோரினேன். இந்த நண்பர்களுக்கு நான் எனது வாழ்நாள் முழுவதும் நன்றியுடையவனாக இருப்பேன். இன்று நான் என்னவாக இருக்கிறேனோ அது அவர்களுடைய மறக்கமுடியாத பங்களிப்புகளால் தான்.

நாங்கள் ஒரு நிறுவனத்தைத் துவக்கினோம். அதன்கீழ் நாங்கள் ‘டைமண்ட் இந்தியா’வை ஆரம்பித்தோம். இந்த முயற்சியில் மேலும் பதின்மூன்று நண்பர்கள் இணைந்து கொண்டார்கள். அவர்களில் சிலர் ஹரிசிங் பாடி, மேவாராம் குஜ்ஜார், மற்றும் மஞ்சு சர்மா. இந்தப்பத்திரிகை மதவெறிக் கோட்பாடு, சாதியம் மற்றும் ஊழல்களை எதிர்த்துப் போராடும் என்றும், அன்பு, கூட்டுணர்வு மற்றும் மனிதப்பண்பு ஆகியவற்றைப் பரப்பும் என்றும் முடிவுசெய்தோம். நாங்கள் எந்த விளம்பரங்களையும் ஏற்றுக்கொள்ள மாட்டோம் அதுமட்டுமின்றி, வெறியூட்டி

மதிமயக்கும், மூட நம்பிக்கையூட்டும், அல்லது கனவுருவ புனைவுக் கதைகளை வெளியிட மாட்டோம்.

2001 ஜனவரி 14 அன்று 'டைமண்ட் இந்தியா'வின் முதல்பிரதி வெளியிடப்பட்டது. மக்கள் முதலில் இதை வைர வியாபாரிகளின் ஒரு வர்த்தகப் பத்திரிகை என்று நினைத்தார்கள். தலைப்பு, இது முற்றிலும் ஒரு வணிகத்தைப் பற்றியது என்று தோன்றச் செய்தது. ஆனால், உள்பக்கத்தில் இந்தப் பத்திரிகை சரக்குமயப்படுத்துதலையும், சந்தை சக்திகளையும் தீவிரமாக எதிர்த்தது. விரைவில் இது மிகவும் பிரபலமானது. எங்கள் அணி எளிய மற்றும் அன்றாட மொழியில் எழுதியது. அதை எங்கள் வாசகர்கள் விரும்பினார்கள். நாங்கள் புலனாய்வு அறிக்கைகளையும், துருவமயமாக்கப்பட்ட மற்றும் எதிர்ப்பு தெரிவிக்கப்பட்ட நிகழ்வுகள் பற்றிய மூன்றாவது கண்ணோட்டத்தை தந்தவற்றையும் வெளியிட்டோம். அது மக்களால் வரவேற்கப்பட்டது.

எங்கள் வாசகர்கள் 'டைமண்ட் இந்தியா'வைப் படிக்கும்போது, ஒரு உரையாடலை நடத்துவது போல உள்ளது என்று வழக்கமாகக் கூறுவார்கள். நாங்கள் இந்தப் பத்திரிகையை நீண்ட, பரந்த, தொலைதூர, சிறு கிராமங்களுக்கும்கூட விநியோகித்தோம். சங் உடன் இணைக்கப்பட்ட அமைப்புகளுடன் மோதல்கள் பொதுவாக வழக்கம்போல நடந்தன. ராஜஸ்தானில் ஆர்எஸ்எஸ்-ஸின் குரலான 'பதே கான்' ஒவ்வொரு கிராமத்துக்கும் செல்கிறது. அதன்மூலம் சங்-கின் கருத்தியலும், பிரச்சாரமும் பெரும் எண்ணிக்கையிலான மக்களை அடைகிறது. இதை யாரும் எதிர்கொள்ள முயற்சிக்கவில்லை. ஆனால் 'டைமண்ட் இந்தியா' அதைச்செய்தது. கிராமங்களில் எங்கே சங் மிகவும் செல்வாக்குடன் இருந்ததோ அங்கே பெரும் எண்ணிக்கையிலான வாசகர்களை நாங்கள் திரட்டினோம். மக்கள் இப்போது படிப்பதற்கு இரண்டு வகையான கருத்துகளைப் பெற்றுக் கொண்டிருந்தார்கள். மேலும் எங்கள் பத்திரிகை ஒரு மாற்று ஏடாக ஏற்றுக் கொள்ளப்பட்டிருந்தது. நாங்கள் மதவாதத்தையும், சாதியத்தையும் முன்னணியிலிருந்து தாக்குவதற்கு ஒருபோதும் தயங்கியதில்லை.

பத்திரிகைக்கான தேவை வளர்ந்துகொண்டிருந்தது. நாங்கள் உற்சாகமூட்டப்பட்டோம். நாங்கள் முதலில் நூறு பிரதிகளுடன் முதல் இதழைத் துவங்கினோம். படிப்படியாக மாதம் ஒன்றுக்கு

ஐந்தாயிரம் பிரதிகள் அளவுக்கு மேலே சென்றோம். நாங்கள் சந்தாதாரர்களுக்கு அவற்றை அஞ்சலில் அனுப்பிவந்தோம். நாங்கள் 'டைமண்ட் இந்தியா'வின் 'ஒலி'ப் பிரிவையும் துவக்கினோம். அந்த நாட்களில் ஒலிநாடாக்கள் மிகவும் பிரபலமாக இருந்தன. மக்களும் அவற்றை ஒலிப்பதிவுக் கருவிகளில் கேட்பதை வழக்கமாகக் கொண்டிருந்தார்கள். எங்களது முதல் ஒலிப்பதிவு நாடா, 'பாரதத்தின் மக்களே, எழுவீர்!' இது ஆர்எஸ்எஸ் மற்றும் இதர இந்து, முஸ்லீம், தீவிரவாத அமைப்புகளுக்கு எதிரான ஒரு நீண்ட உரை. அது தலித் மற்றும் ஆதிவாசி இளைஞர்களின் 'செயல்வீரர் முகாம்'களில் என்னால் நிகழ்த்தப்பட்ட உரை. (செயல்வீரர் முகாம்கள்' தலித்-பகுஜன் வட்டாரங்களில் மிகவும் பிரபலமானவை. அங்கு முழுநாள் வகுப்புகள் சாதி எதிர்ப்பு இலக்கியங்கள் மற்றும் பல சிந்தனைகளில் நடத்தப்பட்டன.) அது கிளர்ச்சியூட்டுகிற, இன்னும் உணர்ச்சியைக் கிளறிவிடக்கூடிய பேச்சு என்பதை நான் ஒப்புக்கொள்கிறேன். இந்தப் பயிற்சியைத்தான் நான் சங்-கில் பெற்றேன். அது என்னைவிட்டு நீங்கவே இல்லை. இந்த ஒலிநாடாக்கள் வாதப் பிரதிவாதங்களுக்கு உரியதாக ஆகிவிட்டன. இந்த நேரத்தில் சங் அதனுடைய விஷத்தை இரண்டு சாத்விகளான பெண் சாமியார்களின் வெறுப்பு நிறைந்த பேச்சுகளை ஒலிநாடாக்கள் மூலம் நாடு முழுதும் பரப்பிக்கொண்டிருந்தது. என்னுடைய உரை அதற்கு பதிலளிப்பதுபோல் இருந்தது.

இதில் வேடிக்கை என்னவென்றால், அடிக்கடி பல குறுக்குச்சாலைகளில் தீப்பொறி சாமியார்களான ரிதம்பராவும், உமாபாரதியும் தங்கள் ஒலி நாடாக்கள் மூலம் அழுது கொண்டிருந்தபோது, எனது குரல் திரும்பத் திட்டிக்கொண்டு அருகிலிருந்த வெற்றிலை பாக்குக் கடைகளிலிருந்து ஒலித்துக் கொண்டிருந்தது. கடுமை தணியாத எதிர்முழக்கம் சங்கிகளின் சக்தி முழுவதையும் வடியவைத்துவிட்டது. அவர்கள் தங்கள் ஒலி நாடாக்களை திரும்பப் பெற்றுக்கொண்டார்கள். அவர்கள் நிறுத்திக்கொண்டபோது எனது ஆதரவாளர்கள் ஒலி நாடாக்களை இயக்குவதை நிறுத்திவிட்டார்கள். இந்தவகையில் இந்து தீவிரவாதிகளுக்கு அவர்களுடைய சொந்த மொழியிலும், பாணியிலும் பதிலளித்தோம். பத்திரிக்கை மூலமாக நாங்கள் ஏற்கனவே அச்சிட்ட வார்த்தைகள் மூலம் போராட்டத்தை துவக்கியிருந்தோம்.

எனது சகதோழர்கள் கருத்தியலிலும், மற்ற பிறவற்றிலும் மிகவும் ஆர்வம் கொண்டிருக்கவில்லை. மக்களின் மறுமொழிகளால் அவர்கள் மகிழ்ச்சி அடைந்திருந்தார்கள். எவ்வாறோ இந்த மகிழ்ச்சி குறைந்தகாலமே நீடித்தது. சங்-கின் வலைதளங்கள் மிகவும் நீண்டதொலைவை அடையக் கூடியவைகளாக இருந்தன. அதனால், அவர்கள் எதைப் பரப்புகிறார்கள் என்று அவர்களே தெரிவிக்காதவரை அதன் முழு நுண்ணுணர்வையும் ஒருவரால் புரிந்துகொள்ளமுடியாது. இதுவரை சங் ஒன்று எனது நடவடிக்கைகளை புறக்கணித்தது அல்லது மெல்லியதாக பதிலளித்தது. ஆனால் இந்தமுறை, அங்கே திட்டமிட்ட மற்றும் ஒருங்கிணைக்கப்பட்ட தாக்குதல்கள் இருந்தன. ‘டைமண்ட் இந்தியா’வின் முழு அணியும் அரசுப்பதவிகளில் இருந்தது என்பதை அவர்கள் அறிந்திருந்தார்கள். நான் எனது அரசுவேலையை விட்டுவிட்டேன். ஆனால், மற்றவர்கள் அப்படிச்செய்ய முடியவில்லை. ஒருவர் பின் ஒருவராக சங் அச்சுறுத்தத் துவங்கியபோது அவர்கள் கவலையடைந்திருப்பது இயல்புதான். அவர்கள் அரசியலில் தீவிரமாக இருந்தார்கள் என்று தீர்ப்பளிக்கப்படுமானால், அவர்கள் வாழ்வதற்கு இருந்த ஒரேவழியையும் இழந்து நிற்பார்கள். எனவே நாங்கள் அவர்கள் நிதியுதவி தொடரும், ஆனால் அவர்கள் பெயர்கள் பத்திரிகையிலிருந்து நீக்கப்படும் என முடிவெடுத்தோம்.

இப்போது டைமண்ட் இந்தியாவின் முழுப்பொறுப்பும், அவ்வப்போது எனது சகதோழர்கள் தங்களால் முடிந்த அளவு உதவினாலும், எனது தோள்களின்மீது விழுந்துவிட்டது. இதற்கிடையில், சங்கின் இணைப்புகள் எங்கள் பத்திரிகை மீதான அவர்களின் வலிந்த தாக்குதல்களை வெவ்வேறு இடங்களில் துவக்கிவிட்டார்கள். எங்கள் உறுப்பினர்களாக வருவதற்கு எதிராக மக்களை அச்சுறுத்தினார்கள். சாத்தியமான ஒவ்வொரு வழியிலும் நாங்களே எங்கள் பத்திரிகையை மூடவைக்க முயற்சித்தார்கள். டைமண்ட் இந்தியாவுக்கான காலம் மிகவும் சிரமமானதாகப் போகிறது என்பது தெளிவாகத் தெரிந்தது. சங்கிகள் எங்கள் சிந்தனைகளைக் கொல்லத் தீர்மானித்திருந்தார்கள். எங்களுக்கு எதிரான அவர்கள் பிரச்சாரம் மிகவும் கடுமை தணியாததாக இருந்தது, அதை எதிர்கொள்வது எங்கள் சக்தியின் பெரும் பகுதியை எடுத்துக்கொண்டது.

அந்த மாதத்தின் டைமண்ட் இந்தியா இதழை வெளிக்கொண்டுவந்த பிறகு நான் பில்வாரா அலுவலகத்தில்

அமர்ந்துகொண்டு 'ராஜஸ்தான் பத்திரிக்கா' செய்தித்தாளை படித்துக்கொண்டிருந்தேன். ராஜ்சமந்த்தில் ஜனவாத் கிராம ஊராட்சியில் மஸ்தூர் கிஸான் சக்தி சங்காதன் (விவசாயிகள்-தொழிலாளர்களின் ஓர் அமைப்பு) சார்பில் ஒரு பொது விசாரணை நடைபெற உள்ளது, என்ற செய்தியைப் பார்த்தேன். அந்த பொதுவிசாரணை கிராம வளர்ச்சி வேலைகளிலிருந்து இலட்சக்கணக்கான ரூபாய்கள் கையாடல் செய்யப்பட்டன என்று நிரூபித்தது. இந்த வழக்கத்துக்கு மாறான பொதுவிசாரணை உத்தியால் நான் ஆவல் கிளறப்பட்டேன். அதைப்பற்றி மேலும் அறிந்துகொள்ள விரும்பினேன். அந்தச்செய்தி "தகவல் அறியும் உரிமைக்கான முதல் தேசிய கருத்தரங்கம்" பேவாரில் உள்ள சுபாஷ் கார்டனில் அடுத்த நாள் நடைபெற உள்ளது என்றும் கூறியது,

அதில் கலந்துகொள்ள நான் முடிவு செய்தேன்.

36

திருடர்கள் வரிசையில் நிற்கிறார்கள் எவரும் அவர்களை வெளியேவர கூப்பிடமாட்டார்களா?

2001 ஏப்ரல் 6 அன்று நான் அஜ்மீர் மாவட்டத்திலுள்ள பேவாருக்கு, 'தகவல் பெறும் உரிமைக்கான முதல் தேசியக் கருத்தரங்கம்' பற்றி அறிக்கை தரச் சென்றேன். ஊடகத்துக்கான சிறப்பு அமர்விடம் எதிர்ப்பார்ப்பது மற்றும் இது போன்றவற்றில் ஒரு பத்திரிகையாளனாக இருப்பதில் நான் கொஞ்சம் வீம்பு பிடித்தவன். அந்த வகையில் அங்கு ஒன்றும் இல்லை. உயரமான ஒரு பெரிய மேடை, அதன்மீது ஏராளமான மக்கள் அமர்ந்திருந்தார்கள். அவர்களில் சிலரை, முன்னாள் பாராளுமன்ற சபாநாயகர் ரபிராய், மூத்தவரும், நன்கறியப்பட்டவருமான இந்தி பத்திரிகையாளர் பிரபாஷ் ஜோஷி, அந்த நேரத்தின் ராஜஸ்தான் முதலமைச்சரான அசோக் கெல்லாட், என அடையாளம் கண்டேன். மேடையில் எஞ்சியிருந்த பலதரப்பட்ட மக்களைப் பொருத்தவரை, அவர்களை இதற்குமுன் நான் பார்த்ததில்லை. கீழே ஆயிரக்கணக்கான பார்வையாளர்கள். எங்கு சுற்றியும் இலக்கியங்களை, புத்தகங்களை, உணவை விற்றுக்கொண்டிருந்த அரங்குகள்- சூழல் ஒரு கண்காட்சியைப்போல இருந்தது.

நிகழ்ச்சியை நடத்திக்கொண்டிருந்த அணியைப் பார்க்க நான் மேலே சென்றேன். அவர்களிடம் பேச முயன்றேன். மூன்று அல்லது நான்குபேர் மேடைய நிர்வகித்துக் கொண்டிருப்பதுபோல் தோன்றியது. அவர்களில் ஒருவர் சேலை அணிந்த இளம்பெண். நான் அவரிடம் என்னை அறிமுகம் செய்துகொண்டேன். அவரிடம் டைமண்ட் இந்தியாவின் பிரதி

ஒன்றைக் கொடுத்தேன். பத்திரிகைச் செய்தியை எனக்கு அனுப்ப கேட்டுக்கொண்டேன். அந்த இளம்பெண் ஆர்வமில்லாதவராகக் காணப்பட்டார். அவர் பத்திரிகையை எடுத்துக்கொண்டார். அக்கறையின்றி 'ஆம்-இல்லை' என்று பிதற்றிக் கொண்டிருந்தார். எனது வழியில் என்னை அனுப்பினார். இதை மிகவும் வழக்கத்தை மீறியதாக நான் பார்த்தேன். முதலில் அவரை அருணா ராய் என்று நினைத்தேன். அவரது இரக்கமில்லாத நடத்தைகண்டு நான் ஏமாற்றமடைந்தேன். பின்னர் அந்தப்பெண் சௌம்யா கிடாம்பி என்று அறிந்துகொண்டேன். அவர் முதலில் என்னை தீர்மானகரமாக விலக்கியது அகந்தையின் காரணமாக அல்ல. அந்த நாளில் ஆயிரக்கணக்கான பொறுப்புகளில் அவர் ஈடுபட்டிருந்ததால்தான். பிந்தைய நாட்களில் எங்களுடைய முதல் சந்திப்புபற்றி அடிக்கடி நாங்கள் சிரித்துக்கொண்டோம்.

இந்தக் கருத்தரங்கில் கலந்துகொண்டது எனக்கு ஒரு புதிய மற்றும் ஆர்வமுள்ள அனுபவமாக இருந்தது. அங்கிருந்து பெரும் எண்ணிக்கையிலான வெளியீடுகளை நான் வாங்கினேன். ஏராளமான மக்களைச் சந்தித்தேன். பில்வாராவுக்குத் திரும்பினேன். எங்கள் மே இதழின் அட்டைப்படக் கதை உணர்வுப்பூர்வமான ஒரு மார்வாரி பாடலின் ஒருவரியிலிருந்து எடுக்கப்பட்டு, தலைப்பிடப்பட்டது. அந்தப்பாடல் அந்தக்கூட்டத்தில் *'மஸ்தூர் கிஸான் சக்தி சங்காதன்'* ஆல் பாடப்பட்டது:

> "சோரி வாதோ கானோன் ஹொரக்யா ரே
> கோய் டோ முண்டே போலோ"
>
> "திருடர்கள் வரிசையில் நிற்கிறார்கள்
> வெளிவர கூப்பிட மாட்டீர்களோ"

இந்தப்பாடல் எல்லாவகையிலும் திருடுவதை - கிராமத்திலுள்ள சின்னத் திருடனிலிருந்து, டெல்லியில் பதவியில் உள்ள வல்லமை மிக்க மற்றும் ஊழல் பேர்வழிகள் வரை - குறிக்கிறது. அத்துடன் அதற்கு எதிராக தங்கள் குரல்களை எழுப்புமாறு மக்களுக்கு அறைகூவல் விடுக்கிறது. உஃப்! எத்தகைய ஒரு ஆற்றல்மிக்க பாடல்திறம் இது! இதைக் கவனிக்கும்போது ஒட்டுமொத்த ஊழியையும் கடந்துவிட்டதாக எனக்குத் தோன்றியது. இந்தப்பாடலின் ஆற்றல், இது எப்படி எனது தாய்மொழியில் இனிமையாக சுழன்றுவந்தது என்பதெல்லாம் என்னைப் பலநாட்கள் ஈர்த்துக்கொண்டன.

ஒரு கசப்பான உண்மை மிகவும் வெளிப்படையாகவும் தைரியத்தோடும் முன்வைக்கப்பட்டது. அதைப் பாராட்டுவதற்கு நான் பேச்சுக்களற்றுப் போனேன்.

பாடுவதை வழிநடத்தியவர் சங்கர் சிங் என்று அறிமுகப் படுத்தப்பட்டார், அவர் பேவார்க்கு அருகில் உள்ள லோடியான என்று அழைக்கப்படும் கிராமத்தில் வாழ்ந்து வந்தவர். இந்த மனிதனின் பாடும் பாணியிலும், அவரது குரலிலும் நான் வசியம் செய்யப்பட்டேன். ஏதாவது ஒருநாள் ஓய்வு நேரத்தில் அவரைச் சந்திப்பது என நான் முடிவு செய்துவிட்டேன். ஆனால், எவ்வாறு என்ற விவரங்கள் அப்போது தெளிவாக இல்லை. அவரைச் சந்திக்கவேண்டும் என்ற விருப்பம் மேலோங்கியிருந்தது என்பது மட்டும் எனக்குத் தெரியும். அந்தக்கூட்டத்தில் முதல்முறையாக அருணா ராய் பேசுவதை நான் கேட்டேன். நிகழ்ச்சிகளை நிகில் தேவ் நிர்வகிப்பதையும் நான் பார்த்தேன். பின்பு அவரும்கூட பேசினார். அதில் ஆழமாக ஈர்க்கப்படாமலிருக்க என்னால் முடியவில்லை. தங்களது பார்வைகளை தீர்மானகரமான வலிமையுடன் முன்வைக்கும் இந்த மக்கள் முற்றிலும் அச்சமற்றவர்கள். நான் திரும்பியதும், பன்னிரண்டு பக்கங்கள் கொண்ட ஒரு கதையை எழுதினேன். பத்துப் பிரதிகளை ராஜ்சமுண்ட்டில் உள்ள தேவ்துங்கிரி எம்கேஎஸ்எஸ் தலைமையகத்துக்கு அனுப்பினேன்.

இதற்குப்பிறகு விரைவிலேயே, மே 11 அன்று, எனது மாவட்டமான பில்வாராவில் தாரிபா கிராம ஊராட்சியில் ஒரு பொதுவிசாரணையை எங்கள் நண்பன் சுக்லால் வின்ஷோய் வேண்டுதலின் பேரில், நாங்கள் நடத்தினோம். ஜன்ஹிட் சங்கர்ஷ் சமிதி –பொது நல போராட்டங்கள் குழு-என்ற பதாகையின்கீழ் நடைபெற்றது. இந்த நிகழ்ச்சியில் விசாரணை செய்வோர் பட்டியிலில் எனது பெயரும் இருந்தது. ஒரு பொதுவிசாரணையை எப்படி நடத்துவது என்ற சிந்தனை எதுவும் என்னிடம் இல்லை. ஆனால் ஏதோ ஒருவகையில் அதை இழுத்து வந்துவிட்டோம், அதுவும்கூட இரவில். கிஷுலால் விஷ்னோயின் வீட்டு முகப்புதான் மேடையாக இருந்தது. முந்நூறு கிராம மக்கள் முன்னிலையில் மூன்றுமணி நேரம் அந்த செயல்முறைகள் நீடித்தன. ஊராட்சித்தலைவர் பன்ஷிலாலால் நடத்தப்பட்ட வளர்ச்சிப் பணிகளில் நிதிமுறைகேடுகளும், சட்டபூர்வமற்றவைகளும் ஒன்றுக்குப்பின் இன்னொன்றாக மிக உன்னிப்பாகக் கண்டுபிடிக்கப்பட்டன. பின்னர் அந்த

விசாரணையை முடித்து இரவு 11 மணியளவில் விஷனோய் வீட்டுக்கூரையில் இரவு உணவின்போது, கீழ்தளத்தில் ஒரு கொந்தளிப்பை நாங்கள் கேட்டோம். ஊராட்சித் தலைவரின் ஆதரவாளர்கள் வந்தார்கள். அவர்களுக்கும், பொதுவிசாரணையில் இருந்தவர்களுக்கும் இடையில் இருந்த ஒரு தடுப்பு உடைக்கப்பட்டது. தாக்குபவர்கள் 'நீண்டகாலமாக ஒன்றாக நல்லிணக்கத்துடன் வாழ்ந்துவந்த கிராம மக்களிடையே பகைமையை உருவாக்க வெளியாட்கள் வந்துவிட்டார்கள்' என விரைவாக தங்கள் கவனத்தை எங்கள் மீது திருப்பினார்கள். எங்களைப் பாதுகாக்க காவல்துறை அழைக்கப்பட்டது. எங்களை பில்வாராவுக்கு அழைத்துச்சென்றது. இது ஒரு ஆபத்து நிறைந்த சாகசம், இருந்த போதிலும், அதன்மூலம் நடந்துள்ள ஊழலின் அளவு விரிவான அறிக்கைகளோடு முழு புலனாய்வு கோரிக்கையுடன் சுவானா வட்டார ஊராட்சி அலுவலருக்கு அனுப்பப்பட்டன. இந்த அறிக்கையின் ஒரு நகல் எம்கேஎஸ்எஸ்ஸுக்கும் கூட அனுப்பப்பட்டது.

'தகவல் அறியும் உரிமைபற்றிய தேசிய கருத்தரங்கின் அறிக்கையுடன், தாரிபா கிராமத்தில் நடைபெற்ற பொதுவிசாரணை பற்றிய அறிக்கையையும் கொண்ட *டைமண்ட் இந்தியா*வின் பிரதிகள் தேவ்துங்கிரியில் உள்ள எம்கேஎஸ்எஸ் தலைமை இடத்தை அடைந்தபோது அவர்கள் மிகவும் ஆர்வம் மிக்கவர்களானார்கள். மேலும் கொந்தளித்தார்கள். தங்கள் பகுதி வேலையில், மதவாதம், சாதியம் மற்றும் ஊழல்களின் மீது இத்தகையை ஒரு சமரசமற்ற தாக்குதலை தொடுத்துள்ள இந்த வலிமையுடன் செயலாற்றும் குரலைக்கண்டு வியப்படைந்தார்கள். எம்கேஎஸ்எஸ் மத்தியக்குழு *டைமண்ட் இந்தியா*வைக் கொண்டுவரும் மக்களைச் சந்திக்க யாராவது ஒருவரை அனுப்புவது என்றும், அவர்களுடன் இருதரப்புக்கும் பயனுள்ள வகையில், செயல்படும் ஓர்உறவை ஏற்படுத்திக் கொள்வது என்றும் முடிவு செய்யப்பட்டது. எங்கள் தரப்பில் நாங்களும்கூட எம்கேஎஸ்எஸ் உடன் ஓர் இணைப்பை ஏற்படுத்திக்கொள்ள ஆர்வமாக இருந்தோம். எங்கள் இலக்குகள் ஒன்றுபோலத் தோன்றின. ஒரு கலந்துரையாடல் நடந்துகொண்டிருந்தது. இது தெளிவாகத் தெரிந்தது.

எவ்வாறோ அந்தக் கூட்டம் அந்தநேரத்தில் நடைபெறவில்லை. நாங்கள் எங்கள் வேலைகளில் மூழ்கியிருந்தோம். அவர்களும்

அவர்களுடையதில். ஒரு மத வன்முறை நிகழ்ச்சி, அதற்குப்பின் விரைவாக மீண்டும் எங்களை ஒன்றாகக்கொண்டு வந்தது.

பில்வாரா மாவட்டத்தில், அசிந்த் வட்டார தலைமையிடத்தில், குஜ்ஜார் சமுதாயத்தின் சாவாய்போஜ் என்ற ஒரு கோவில், அதனுடைய இடத்தில் நானூறு ஆண்டுகால பழமையான குலாந்தாரி மசூதி என்ற ஒரு மசூதியுடன் இருக்கிறது. ஆர்எஸ்எஸ்-ஸால் வெறியூட்டப்பட்ட குஜ்ஜார் இளைஞர்களின் ஒரு கூட்டம் இந்த மசூதியைத் தரைமட்டமாக்கியது. அடுத்த அயோத்தியாக அந்த அசிந்த் காணப்பட்டது.

37

பாபர் மசூதிக்கு இணையாக அயோத்தியாக அசிந்த் மாறியது

ராஜஸ்தான் முழுவதும் பரவலாக அறியப்பட்ட குஜ்ஜார் இனமக்களின் குலதெய்வம் தேவ்நாராயணின் புகழ்பெற்ற கோவில் அசிந்த்க்கு அருகிலுள்ள லோவிந்த்புரா கிராமத்தில் நிற்கிறது. புராணக் கதைகளின்படி, மகாபாரதப் போர் இங்குதான் நடைபெற்றது. அதில் தேவ் நாராயணின் முன்னோர்கள் நீண்டகாலம் கடுமையாகப் போராடினார்கள். இங்கேகூட, சிறிதுகாலம் தங்கியிருந்தபோது முகலாயப் பேரரசர் தனது நமாஸை செய்வதற்கு ஒரு மசூதியைக் கட்டினார். அது இன்றும் இங்கே நிற்கிறது. நன்கு அறியப்பட்ட ராஜஸ்தானி எழுத்தாளர் இலட்சுமி குமாரி சந்தாவத் மகாபாரதப் போர் பற்றிய தனது முக்கியமான நூலில் கூறுகிறார்: ''சாவாய்போஜ் மந்திரின்' கோவில் வளாகத்துக்கு நடுவில் ஒரு மசூதி இருப்பதில் நான் ஆச்சரியம் அடைந்தேன்.' வேறு வார்த்தைகளில் சொல்வதானால், மசூதி அங்கே இருந்தது சாவாய்போஜ் பற்றிய லேண்ட் மார்க் புத்தகத்தில் எழுத்தாளரால் ஏற்றுக்கொள்ளப்பட்டது. இந்த உற்று நோக்கலின் முக்கியத்துவம் விரைவில் வெளிவரும்.

குலாந்தரி மசூதி ஒரு செயல்படும் மசூதி அல்ல. பல ஆண்டுகளாக நமாஸ் இங்கு செய்யப்படவில்லை. ஆனால் அது அங்கே இருந்தது. படிப்படியாக இந்துத்துவா குஜ்ஜார் சமுதாயத்தை அரசியல்படுத்தியதால், இந்த மசூதி குஜ்ஜார் இன இளைஞர்களிடையே ஒரு எரியும் பிரச்சனை ஆகிவிட்டது. ஏற்கனவே சிதைந்து போயிருந்த இந்த வழிபாட்டுத் தளத்தை

அழிக்க முடிவு செய்தார்கள். 2001 ஜூலை 27 அன்று அதை இடித்துத் தள்ளினார்கள்.

நான் அடிக்கடி சாவாய்போஜ் மந்திருக்கு சென்றிருக்கிறேன். இந்த மசூதியையும் பார்த்திருக்கிறேன். இந்த இடிப்பைப் பற்றிக் கேட்ட அடுத்த கணமே அந்த இடத்துக்கு நான் விரைந்தேன். மசூதி முற்றிலும் அழிக்கப்பட்டுவிட்டது. மேலும் அதன் இடிபாடுகள் ஒரு ஆழமான குழிக்குள் தள்ளப்பட்டிருந்தன. அந்தக்குழிக்குள் தண்ணீர் நிறைந்திருந்தது. இடிக்கப்பட்ட அந்த இடத்தில் பஜ்ரங்பாலி ஹனுமான் சிலை ஏற்கனவே நிலைநிறுத்தப்பட்டிருந்தது. நான் சில படங்களை எடுத்துக்கொண்டு பில்வாராவுக்கு திரும்பிவந்தேன். அந்தச்செய்தி ஊடகங்களில் வெளிவந்ததும், அசிந்த் முஸ்லீம்கள் அதை எதிர்த்து தங்கள் குரலை எழுப்பியதும் என்ன நடந்தது என்பது பற்றி ஒட்டுமொத்த நாடும் அறிந்துகொண்டது. அச்சு மற்றும் காட்சி ஊடகங்களின் பத்திரிகையாளர்கள் கூட்டம் அசிந்த்துக்கு வந்திறங்கத் துவங்கியது. அது ஒரு உலகப் பிரச்சனை ஆகிவிட்டது. நானும்கூட ஒவ்வொரு நாளும் அங்கே செல்வதை வழக்கமாக்கிக் கொண்டேன். அசிந்த் அயோத்தியாக ஆகிவிட்டது. குலாந்தாரி மசூதி பாபர் மசூதிக்கு இணையானதாக ஆகிவிட்டது. இங்கேயும்கூட மசூதி, அயோத்தியில் போல ஒரு சாஹீத்தாக, தியாகியாக ஆகிவிட்டது. ஊடகங்களிலிருந்து அழுத்தம் குவிந்தபோது, நிர்வாகம் கிட்டப்பார்வை கொண்டிருந்ததை தொடர்ந்தது, பதட்டம் வளர்ந்தது.

பில்வாராவில் ஒரு குஜ்ஜார் பெரும்பான்மை இருந்தது. அது அந்தப்பகுதி முழுவதையும் தனது ஆளுகைக்குள் கொண்டுவந்திருந்தது. எனவே இந்த நிகழ்ச்சி அதிகமான பகுதிகளிலிருந்து, மதசார்பற்ற பகுதிகளிலும்கூட சிலர் பெரும்பான்மை சமூகத்தினரிடமிருந்து வாக்குகளை இழந்துவிடும் அச்சத்தில், சிலர் உடல்ரீதியான வன்முறை அச்சத்தில் மௌனத்தின் மூலம் எதிர்கொள்ளப்பட்டது. எந்த வகையான மோதல்கள் மூலமும் யாரும் தீங்கு ஏற்படுத்திக்கொள்ள விரும்பவில்லை. இந்த அழிப்பு நடவடிக்கை ஒட்டுமொத்த குஜ்ஜார் மக்களின் ஆதரவையும் பெற்றிருக்கவில்லை என்பதை நான் அறிந்திருந்தேன். அது சங்கில் இணைக்கப்பட்ட மக்களால் துவக்கப்பட்டு, நடத்தப்பட்டது. யாரும் இதைப்பற்றி பேசினார்களோ

இல்லையோ, நான் எனது குரல் கேட்கப்படவேண்டும் என்று முடிவு செய்தேன். ஆனால் எங்கே? யாருக்கு? மனித உரிமைகள் அமைப்பின் ஓர் அணி அசிந்துக்குள் விரைவில் வந்தது. மாவட்ட ஆட்சியரைச் சந்திக்க விருந்தினர் மாளிகைக்குச் சென்றது. இது எனது வாய்ப்பாக அமைந்தது.

அங்கும் நான் சென்றேன். சன்னல் வழியாகப் பார்க்கும்போது சில முகங்களை நான் அடையாளம் கண்டுகொண்டேன். அவை எம்கேஎஸ்எஸ் மக்களின் முகங்கள். பின்னர் அவர்கள் எல்லாரையும் சந்தித்தபோது, அது மனித உரிமைகள் மக்கள் கழகத்திலிருந்து முலாந்திரி மசூதி இடிக்கப்பட்டது பற்றி புலனாய்வு செய்யவந்த 'உண்மை அறியும் குழு' என அறிந்து கொண்டேன். அவர்கள் மத்தியில் நீலாப் மிஷ்ரா, கவிதா ஸ்ரீவத்சாவா, நிஹ்ஹில் டே மற்றும் சங்கர் சிங் இருந்தார்கள். செய்திப் பத்திரிகைகள் மற்றும் தொலைக்காட்சி ஊடகங்களிலிருந்து உள்ளூர் செய்தி சேகரிப்பவர்கள் சிலரும் வந்திருந்தார்கள்.

அந்த அழிவு வேலைக்குப்பின் மிக உடனடியாக அந்த இடத்துக்கு வந்தவன் என்ற முறையில் என்னால் கண்ணால் பார்த்த சாட்சியாக பேசமுடியும். அது அந்த கட்டட அமைப்பின் வரலாற்றை சூழலிசைவு சார்ந்த ஆவணமாக்குவதற்கு தவிர்க்க முடியாததும்கூட. நான் அவர்களுக்கு எல்லாவற்றையும் விளக்கினேன். பல நூற்றண்டுகளாக இந்தப் பழமையான மசூதி சாவாய்போஜ் கோவில் வளாகத்தில் எந்தவித இடையூறுமில்லாமல் எவ்வாறு நின்றுகொண்டிருந்தது என்பதையும், மேலும் இப்போது அது எவ்வாறு தரையில் இடித்துத் தள்ளப்பட்டிருக்கிறது என்பதையும், அது நின்ற இடத்தில் எவ்வாறு ஹனுமான் சிலை நிறுவப்பட்டிருக்கிறது என்பதையும் விளக்கினேன்.

அந்த கோவில் அறங்காவலர் அந்தக்கோவில் மனையிடத்தில் எப்போதும் ஒரு மசூதி இருந்ததில்லை என்று திட்டவட்டமாக மறுத்தார். அந்த மசூதி இருந்ததை நிலை நிறுத்தும் ஆவணங்களையும், புகைப்படங்களையும் அந்த மனித உரிமைகள் குழுவுக்கு கிடைக்கச் செய்தேன். அந்தக்கோவில் மைதானங்களில் லக்ஷ்மி குமாரி சுந்தாவத்தின் புத்தகம் இன்னும் விற்றுக்கொண்டிருக்கிறது. அதில் மசூதி இருந்தது ஒப்புக்கொள்ளப்பட்டிருக்கிறது என்று அவர்களிடம் கூறினேன். காலாந்தரி மசூதி மீதான காழ்ப்புணர்ச்சிக்கு பொறுப்பான

முக்கியமான மனிதர் காங்கிரஸ் தலைவருக்கு மிகவும் நெருக்கமானவர் என்பதையும் தெரிவித்தேன்.

சில நேரங்களில் சாதி விழிப்புணர்வு மிகவும் வலுவாக இருந்துவிடுகிறது. அதனால் மக்கள் மற்ற நம்பிக்கைகளையும், கொள்கைகளையும் மறந்துவிடுகிறார்கள். எந்த ஒரு கட்சியையோ அல்லது கொள்கையையோ எவராவது சார்ந்திருந்தாலும், குஜ்ஜார்களாக அவர்கள் ஒரே மனிதனாக ஒன்று திரள்கிறார்கள். அவர்களுடைய சாதி நலனுக்காக எல்லாவற்றையும் தியாகம் செய்யத் தயாராகிறார்கள்.

நான் உறுதி எதுவும் தரவில்லை. உண்மையை வெளிப்படுத்தும் எனது முயற்சிகளைக் காத்துவந்தேன். என்னால் முடிந்த அளவுக்கு எனது குரலை உயர்த்தினேன். தீவிரவாதிகள் இப்போது ஒவ்வொரு ஆண்டும் அதே கோவிலின் முகப்பில் உள்ள பாரியாபஜாரில் நடைபெறும் விழாவை தடுக்கத் திட்டமிட்டுள்ளார்கள் என்பது என்னுடைய கவனத்துக்குத் தெரியவந்தது. உண்மை அறியும் குழுவுக்கு நான் இந்த நடவடிக்கையைத் தெரிவித்து, ஒரு முஸ்லீம் வழிதவறி கோவிலுக்குள் சென்றுவிட்டால்கூட அவரது உயிர் ஆபத்துக்குள்ளாகிவிடும் என்று எனது அச்சத்தைத் தெரிவித்தேன். சாவாய்போஜ், எல்லா இடங்களிலும் இருந்து வந்து குவிந்துவிட்ட இரத்த தாகம் கொண்ட குண்டர்களின் காவல்கோட்டமாக ஆகிவிட்டது.

சில காவலர்களும், ஊடகத்தினரும் ஏற்கனவே அடிக்கப்பட்டிருக்கிறார்கள். இது ஒட்டுமொத்தமாக ஒரு பயங்கரவாத சூழலாக உள்ளது. இதனோடு போராடுவதில் நான் மட்டும் தனியாக உள்ளதாக உணர்ந்தேன். எதிர்விளைவுகள் தெளிவாக உள்ளன. ஆனால் எதிர்விளைவுகளைப் பற்றி யார் கவலைப்படுகிறார்கள்? எப்போதும்போல் அந்த உணர்வுகளால் முட்டுக் கொடுக்கப்பட்ட நான், என்ன நடக்கும், பார்த்துவிடுவோம் என்றிருந்தேன். ஆனால் எதுவும் நடக்கவில்லை. ஒருவேளை பொதுமக்களால் விரும்பப்படாத எனது நிலை வளர்ந்திருக்கக்கூடும். மேலும் நான், 'இந்துக்களுக்கு எதிரானவன்' என்று சான்றளித்து கௌரவப்படுத்தப்பட்டேன்.

நீண்ட நாட்களுக்கு முன்பு அல்ல, இன்றுவரை சாவாய்போஜ் கோவிலின் பூசாரிகள் தலித்துகள் என்று

சொல்லப்பட்டது. ஆனால் கடந்த பத்தாண்டுகளுக்கும் மேலாக தலித்துகள் படிப்படியாக நீக்கப்பட்டுள்ளார்கள். கோவில்களிலேயே மிகவும் பெரியதான இங்கும்கூட சில பத்தாண்டுகளுக்கு முன் தலித் பூசாரிகள் நீக்கப்பட்டுள்ளார்கள். பழங்காலத்திலிருந்தே கோவிலில் அவர்களுக்குள்ள உரிமைகளை நிலைநாட்டும் அரச குடும்பத்தின் ஆவணங்களை தலித் பூசாரிகள் வைத்திருந்தாலும்கூட இப்போது தலித்துகள் வழிபடுவதற்குக்கூட கோவிலுக்கு உள்ளே நுழைய முடியாது.

மசூதியை இடித்தபிறகு, அந்தக்கோவிலின் முகப்பை புனிதப்படுத்த மரபு ரீதியாக அஷ்வமேத யாகம் நடத்த முடிவு செய்யப்பட்டது. உண்மையான குதிரை அங்கு பலியிடப்படப் போவதில்லை. வெல்லத்தில் செய்யப்பட ஒரு குதிரையின் பிம்பம் அந்த தியாக வேள்வித்தீயில் உண்ணக் கொடுக்கப்படும், அல்லது வெள்ளியில் செய்யப்பட்ட ஒரு பிம்பம் பிராமணர்களுக்கு பரிசாக அளிக்கப்படும். தலித்துகள் இந்தத் திருவிழாக்களில் வெளிப்படையாகவே அவமானப்படுத்தப்பட்டார்கள். சமரசப்படுத்தும் எல்லா முயற்சிகளுக்கும் பிறகும்கூட, வேள்வித்தீயை சுற்றி அமர தலித்துகள் அனுமதிக்கப்படவில்லை. ஒரு குறிப்பிட்ட கண்டேஸ்வரி பாபா முன்னிலையில் இந்த யாகத்தை நடத்தும் பிராமண பூசாரிகளால் இந்தத்தடை வெளிப்படையாகவே அறிவிக்கப்பட்டது. தலித்துகள் யாகத்தில் பங்கேற்பதற்கு நான் எப்போதும் ஆதரவாளன் அல்ல என்றாலும், 'எல்லா இந்துக்களும் சகோதரர்கள்' என்று கூறிக்கொள்பவர்கள் இந்து சடங்குகளில் தலித்துகள் பங்கேற்க அனுமதிப்பார்களா? என்று பார்ப்பதற்கு இது ஒரு சோதனையாகும் என்று கருதினேன். இங்கே, உள்ளே அனுமதிக்கவேண்டும் என்று தலித்துகள் கேட்டுக்கொண்டிருந்தபோது, எல்லா இந்துத்துவவாத அமைப்புகளும் இதை வெளிப்படையாகவே எதிர்த்தன. பூசாரிகளோ எங்களுக்கு சாபம் கொடுத்துக் கொண்டிருந்தார்கள்.

மூடநம்பிக்கைகளிலிருந்து விடுபட்டவர் என்று கருதப்படும் கண்டேஸ்வரி மகாராஜாவிடம் நேரடியாகப் பேசுவது என்று முடிவெடுத்தேன். அசிந்துக்கு புறப்பட்டேன்.

மிகவும் ஒளிமிகுந்தவர் இந்த கண்டேஸ்வரி பாபா, அவரது பெயருக்கு முன்னால் நன்மதிப்புக் குறிப்பான ஸ்ரீ ஸ்ரீ, 1008 மற்றும் பூஜ்யபாத என்ற அடைமொழிகள் இருக்கும். அவரது கால்களில் பல ஆண்டுகள் தொடர்ந்து நிற்பவர் என்று

அறியப்பட்ட இந்த பாபா ஒரு வார்த்தைகூட உதிர்ப்பதில்லை என்று சபதம் ஏற்றவர். இவரது பக்தர்கள் இவரை நிறைந்த மரியாதையுடன் 'தாதா' (கொடுப்பவர்) என்று அழைப்பார்கள். பனேரா வட்டத்திலுள்ள தண்டாபாய்ரா கிராமம் முதல் சாவாய்போஜ் வரை உள்ள பகுதிகளில் இவர் நடத்திய எல்லா யாகங்களிலும் வெற்றிகரமாக தலித்துகளை விலக்கி வைத்தவர்.

எனது தோழர்களோடு அவரைச் சந்திக்க வந்திறங்கினேன். 'பார், அவர் பேசமாட்டார். ஆனால் எப்படியும் சந்திப்பார். அவர் சைகைகளில்தான் பேசுவார்' என்று எங்களுக்குத் தெரிவிக்கப்பட்டது. ஜக்புராவிலிருந்து வந்த எனது நண்பன் கிரிதாரி மக்வால் மற்றும் நான் சில மற்ற தோழர்களோடு இந்த உரையாடலில் முன்னேறிச்செல்ல முடிவெடுத்தோம். ஆனால், உண்மையில் பாபாஜி ஒன்றும் பேசவில்லை. தீ போன்ற சிவந்த கண்களுடன் எங்களை கீழ்நோக்கி வெறித்துப்பார்த்தார். அவருடைய பக்தர்கள் எங்களுக்கு தெரிவித்தார்கள்: 'அவர் விரும்பினால், அந்தக்கணத்திலேயே எங்களைச் சாம்பலாக்கிவிடுவார்' என்று. சாம்பலாவதற்கான ஒரு வலிமையான விருப்பத்தை நான் உணர்ந்தேன். எனவே, நான் அறிவித்தேன்: 'ஒன்று தலித்துகள் இந்த யாகத்தில் பங்கேற்பார்கள் அல்லது சாம்பலாகப் போவார்கள். மூன்றாவது மாற்று இல்லை. நீங்கள் இந்த வேள்வித் தீயில் எங்களைத் தூக்கி வீசுவீர்களோ அல்லது மந்திரங்களைப் பயன்படுத்துவீர்களோ, நாங்கள் தலித்துகள் இந்த யாகத்தில் கட்டாயம் பங்கேற்போம். அது நடக்காவிட்டால், சாம்பலாக மாற்றப்படுவதில் நாங்கள் மகிழ்ச்சி அடைகிறோம்.'

இந்த பரிதாபத்துக்குரிய மனிதர், தன்னைத்தானே சாம்பலால் பூசிக்கொண்டவர் எவ்வாறு எங்களை சாம்பலாக்க முடியும்? நல்லது, இந்த வாதப்பிரதிவாதத்தின் ஒட்டுமொத்த முடிவு, இந்தச்செய்தி நீள அகலத்தில் எல்லா இடங்களுக்கும் பரவியது. இந்த யாகத்துக்கு வருகை மிகவும் குறைவாக இருந்தது. இந்த வகையில் அஸ்வமேத யாகத்தின் குதிரை 'கலியுகா' நடுவழியில் நிறுத்தப்பட்டது. மதம்சார்ந்த மக்கள் மற்றும் எல்லா கபடவேடதாரிகளும் இரண்டு கம்புகளைப்போல குறுக்கே வைக்கப்பட்டார்கள்.

38
யாகங்களைத் தடுத்தல்

2009இல், தண்டா பார்யா கிராமத்தில், கண்டேஸ்வரி பாபா முன்னிலையில் நடத்தப்பட்ட யாகத்தில் அதே சாதிப்பாகுபாடு தலித்துகள் மீது மீண்டும் காட்டப்பட்டது. அந்தப் பெரிய மனிதருக்கு இங்கே ஒரு ஆசிரமம் இருந்தது. அது தலித்துகள் தாங்களாக முன்வந்து அளித்த உழைப்பால் விரும்பிக்கட்டிக் கொடுக்கப்பட்டது. யாகத்துக்கான விறகுகள் தலித்துகளிடமிருந்து எடுக்கப்பட்டன. அவர்கள் நிதியாகவும்கூட உதவினார்கள். ஆனால், அந்த 108 தீக்குழிகளுக்குள் யாகத்துக்குரிய படையல்களைப் போடவேண்டிய நேரம் வந்தபோது, அதில் பங்கேற்க ஒரு தலித் இணை கூட அனுமதிக்கப்படவில்லை. அந்த கிராமத்தின் தலித்துகள் ஒரு புகாருடன் நிர்வாகத்தை அணுகினார்கள். ஆனால் யாரும் அங்கு இல்லை. பின்னர் அவர்கள் என்னிடம் வந்தார்கள். அங்கே நான் சென்றேன். நிர்வாகத்தையும், பாபாஜியையும் விட திறந்த மனதோடு அந்த இடத்தை அடைந்தேன். அவர்கள் தங்கள் உணர்வில் வந்தார்கள். யாகத்துக்கு எதிரான சக்திகள் வந்துவிட்டார்கள். மொத்த நிகழ்ச்சிக்கும் இடையூறு நேர்ந்துவிட்டது, என்று அவர்கள் உணர்ந்தார்கள். எனவே அவர்கள் அவசர அவசரமாக ஒரு சமரசத்துக்கு வர ஒரு குழுவை அமைத்தார்கள். அந்தக்குழு பனேரா துணைக்கோட்ட அலுவலகத்தில் சந்தித்தது. அதாவது ஒரு அரசு வளாகத்தில். 108 தீக்குழிகளில் எட்டு தீக்குழிகள் தலித் இணையர்களுக்கு அவர்களது வழிபாட்டு படையலை தர அனுமதிக்கப்பட வேண்டும் என்ற முன்மொழிவை நான் செய்தேன், இது நேரடியாக நிராகரிக்கப்பட்டது. எழுதப்பட்ட ஒரு மாற்று முன்மொழிவு, தலித்துகளுக்கு தனியாக குழிகள்

அமைக்கப்படும். தலித்துகள் எஞ்சியுள்ள பக்தர்களோடு உணவு உண்ண அனுமதிக்கப்பட மாட்டார்கள், என்று சத்தமாக படிக்கப்பட்டது. மூத்த நிர்வாக அலுவலர்கள் முன்னிலையில், ஓர் அரசு அலுவலகத்தில், ஒரு நிர்வாக அலுவலரால் தலித்துகளை அவமதிக்கும் இந்த முன்மொழிவு சத்தமாகப் படிக்கப்பட்டது என்னைச் சீற்றம்கொள்ள வைத்தது. நான் நேரடியாக நிர்வாகத்துடன் பேசினேன். இப்படி ஒரு நிகழ்ச்சி பொது இடத்தில் நடந்து வெளிப்படையாக இவ்வாறு பாகுபாடு காட்டுவது முறையா? என்று கேட்டேன். அந்த யாகத்தில் பங்கேற்பதில்லை என்று நான் முடிவு செய்துவிட்டேன். ஆனால், அந்த நிகழ்ச்சியை ஏற்பாடு செய்தவர்களுக்கு எதிராக எஸ்சி/எஸ்டி வன்கொடுமைத் தடுப்புச்சட்டத்தின் பிரிவுகள் கொண்டுவரப்படவேண்டும் என்று கோரினேன். சூழ்நிலை மோசமானது. யாகக்குழு உடனடியாக கலைக்கப்பட்டு அங்கிருந்து செல்லவேண்டும், யாகம் ரத்து செய்யப்படுகிறது என்று நிர்வாகம் கூறியது. பின்னர் அந்த யாகக்குழு மனமில்லாமல் தலித்துகளை பங்கேற்க அனுமதிக்க ஒப்புக்கொண்டது. ஆனால் அப்போது தலித்துகள் கோபமாக இருந்தார்கள். ஏற்க மறுத்தார்கள். இந்த யாகம் பொது நிலத்தில் நடத்தப்படக்கூடாது என்று நாங்கள் வற்புறுத்தினோம்.

இறுதி முடிவாக, யாகம் நடைபெற்றது. ஆனால், சில நபர்களின் தனியார் நிலத்தில் முந்தைய யாகத்துக்கு செய்யப்பட்ட தயாரிப்புகளும், கொடியும் சிறிது நேரம் அங்கே இருந்தன, கொடி சில கலகக்கூறுகளால் கிழிக்கப்படும்வரை. பாபா மாவட்ட ஆட்சியர் அலுவலகத்துக்குச் சென்றார். அங்கே கண்ணீர்விட்டுக் கதறினார். அவரது ஆதரவாளர்கள் ஆத்திரமடைந்தார்கள். சிவசேனா அதிரடிப்படையின் மாவட்டத் தலைவர் கோவிந்த் முண்டே என்னை தொலைபேசியில் அழைத்தார். மறைமுகமாக அச்சுறுத்தினார். - "பழையகாலங்களில் ராட்சசர்களும், பேய்களும் யாகங்களை நிறுத்தப் பயன்படுத்தப்பட்டன. இன்று கலியுகத்தில், உங்களைப் போன்றவர்கள் யாகங்களைத் தடுக்கிறீர்கள்." எல்லாக் காலங்களிலும் இல்லாத வகையில் முதல்முறையாக அங்கே தாதாவின் கண்களில் கண்ணீர்!

நான் அவரைப் பொறுமையாகக் கவனித்தேன். மேலும் கூறினேன்: "நீங்கள் என்னைப் பேய் என்றோ அல்லது வேறு எந்தப் பெயரிலுமோ அழைக்கலாம். அதில் எனக்கு

வேறுபாடு எதுவும் இல்லை. உங்கள் தாதாவின் கண்களில் உள்ள கண்ணீரைப் பொருத்தவரையில், அவரைப்போன்ற மக்களால் நூற்றுக்கணக்கான, ஆயிரக்கணக்கான எனது தலித் சகோதரர்களும், சகோதரிகளும் அவர்களுடைய கண்களில் கண்ணீர் சிந்துகிறார்கள். யாருடைய கண்ணீரை நான் கவனத்தில் எடுத்துக்கொள்வது? யாருடன் நான் சேர்ந்து அழுவது? தாதா அல்லது பாபாவின் கண்ணீரைப்பற்றி எனக்குக் கவலையில்லை. எனது மக்களின் கண்ணீரில் நான் அதிக கவனம் செலுத்துகிறேன். இந்த யாகம் ஓர் அரசு நிலத்தில் நடத்தப்படக் கூடாது. வேறு எங்காவது நடத்திக்கொள்ளுங்கள். அதைப்பற்றி எங்களுக்குக் கவலை இல்லை.''

பின்னர் நான் தொலைபேசியை வைத்துவிட்டேன்.

இதற்குப்பிறகு யாகக்குழுவின் புரவலரும், நன்கறியப்பட்ட, செல்வாக்குமிக்க பாஜக தலைவரிடமிருந்து, ''இந்த யாகத்துக்கு எதிரானவர்கள் சுட்டுக்கொல்லப்பட வேண்டும்'' என மிரட்டல்கள் வந்தன. இந்த சவாலை நான் திருப்பி அனுப்பினேன். ''எங்களது துப்பாக்கிகளும்கூட உயிருள்ள குண்டுகளை கொண்டிருக்கின்றன. மரத்துாள்களை அல்ல. நாங்கள் திரும்பி உட்கார்ந்துகொண்டு கொல்லப்படுவதற்காக காத்திருக்கிறோம் என்று நீங்கள் நினைக்கிறீர்களா? நாங்களும் கூட தயார். ஒரு நேரத்தை, குறித்துக் கொள்ளுங்கள். நமது வலிமையை நாம் சோதித்துக்கொள்வோம்.''

அவர் கட்டாயம் நினைத்திருப்பார், குண்டுகளைப்பற்றி குறிப்பிட்டதுமே, நாங்கள் அரண்டு போய்விடுவோம் என்று. ஆனால் அவர் உண்மையான பின்தள்ளலுக்கான சாத்தியம் இருப்பதைப் பார்த்ததும் அமைதியாகப் பின்வாங்கிவிட்டார்.!

பொதுநிலத்தில் யாகம் நடைபெறுவதை நாங்கள் அனுமதிக்கவில்லை.

இந்த வரிசையில் இன்னொரு யாகம் திலோலி கிராமத்தில் பாபா பாகநாத்தால் நடத்தப்பட்டது. அங்கும்கூட தலித்துகள் எல்லா வேலைகளையும் செய்ய வைக்கப்பட்டார்கள். அதன்பிறகு அவர்கள் சாப்பிட மட்டும் வரலாம். யாகத்தில் கலந்துகொள்ள முடியாது என்று கூறப்பட்டார்கள். அந்த கிராமத்தின் மக்கள்தொகையில் 60% பேர் தலித்துகள். படித்த, சுதந்திரமான, அணிதிரட்டப்பட்ட பாபா சாஹேப் அம்பேத்கர் நல்லெண்ணக் குழுவில் இணைந்துள்ளவர்கள். அவர்கள் இந்தப் பிரச்சனையை பொதுவுக்குக் கொண்டு வந்தார்கள். வலுவாக

எதிர்த்தார்கள். கள நிலவரத்தை பரிசீலிக்கவும், தலித்துகளின் போராட்டத்துக்கு கூட்டுப்பொறுப்புணர்வை வெளிப்படுத்தவும் நான் அங்கு சென்றேன். நான் அங்கே வழக்கறிஞரும், தலித் உரிமைகள் மையத்தின் தலைவருமான பி.எல். மிம்ரோத் மற்றும் ஓய்வுபெற்ற ராஜஸ்தான் நிர்வாகப்பணிகள் அலுவலரும், வருவாய்த்துறை விஷயங்களில் நிபுணரும், தானே ஒரு வால்மீகியுமான கோபால் தாஸுடன் சென்றேன்.

நாங்கள் வலுச் சண்டைக்கு வரும் பாபாவைச் சந்தித்தோம். அவர் ஒரு முழுமுட்டாள்.

அவர் கூறினார்: ‘தாழ்ந்த சாதியைச் சார்ந்த மக்கள் யாகத்தில் உட்காரக்கூடாது. இதுதான் எங்கள் நம்பிக்கையும் தர்மமும் ஆகும். ஆனால் அவர்கள் இன்னும் வலியுறுத்தினால், அதை அவர்கள் பஞ்சகௌயத்தை- மரபுரீதியான மாட்டுச்சாணம், மாட்டுச்சிறுநீர், பால், நெய், தயிர் ஆகியவற்றின் கலவையை - உறிஞ்சிய பிறகு செய்யலாம்’.

அதாவது நாங்கள் யாகத்தில் கலந்துகொள்வதற்கு முன், மாட்டுச்சாணத்தை உண்பது, மாட்டுச் சிறுநீரைக் குடிப்பது ஆகியவற்றின் மூலம் எங்களை நாங்கள் புனிதப்படுத்திக்கொள்ள வேண்டுமாம். நாங்கள் கோபம் கொண்டோம். எந்த ஒரு சுயமரியாதையுள்ள, மற்றும் புத்திசாலியான மனிதனையும் ஒரு மிருகத்தின் கழிவுகளை திண்ணவேண்டும் என்று எதிர்பார்ப்பது மனிதத்தன்மையற்றது என்று நாங்கள் பிரகடனம் செய்தோம். உங்களைப் போன்ற மக்கள் வேண்டுமானால் இதைச் செய்யலாம், என்று நாங்கள் தெரிவித்தோம். கீழே படுத்துக்கொண்டு நாங்கள் அதைச் செய்யமாட்டோம், என்று நாங்கள் கூறினோம்.

நாங்கள் பாபாவின் ஆதரவாளர்களால் சூழப்பட்டோம். ஆனால் நாங்கள் நேரடியாகச் சவால் விட்டோம், “இது நீங்கள் எவ்வாறு தலித்துகளை மதிக்கிறீர்கள் என்பதைக் காட்டுமானால், எந்த ஒரு சூழ்நிலைகளின் கீழும் இந்த யாகத்தை நடத்த நாங்கள் அனுமதிக்க மாட்டோம்.”

பின்னர் அவர்கள் போய் விட்டார்கள்.

அடுத்தநாள் நான் ஜெய்பூருக்குச் சென்று அந்த நேரத்தில் முதலமைச்சராக இருந்த அசோக் கெல்லாட்டை சந்தித்தேன். நான் அவரிடம் நேரடியாக, “இது உங்கள் ஆட்சி, எனவே,

தலித்துகள் மாட்டுச்சாணத்தை சாப்பிட்டாக வேண்டுமா?" என்று கேட்டேன். அவரும் மற்ற மூத்த அலுவலர்களும், இந்த வகையான பாகுபாடும், அவமானப்படுத்துதலும் தலித்துகள் மீது செய்யபடுகின்றனவா என்று திகைத்துப் போனார்கள். நீதி நிலைநாட்டப்படும் என்று எனக்கு உறுதி அளித்தார்கள். முதலமைச்சர் கெல்லாட் இந்தப் பிரச்சனையை மிகுந்த அனுதாபத்தோடும், புரிதலோடும் எடுத்துக்கொண்டார். அதைக் கையாள ஒரு அலுவலரை நியமித்தார். துணைக்கோட்ட அலுவலரோடும், மாவட்ட நிர்வாகத்தோடும் இந்த வாதப்பிரதிவாதத்தை தீர்த்துக் கொள்ள, தலித்துகள் கலந்துகொள்வது கட்டளை உரிமை என்று அதை தெளிவுபடுத்தினார்கள். இந்த நேரத்தில் சவர்ண இந்துக்கள் வேண்டுகோள் விடுத்தும்கூட தலித்துகள் யாகத்தில் பங்கேற்க மறுத்துவிட்டார்கள். 'பாகுபடுத்தும் மனப்பான்மையை நாங்கள் சகித்துக்கொள்ள மாட்டோம். எங்களுடைய எல்லா சக்திகளோடும் அதை எதிர்ப்போம்' என்று தலித்துகள் தெளிவுபடுத்தினார்கள்.

'அது ஒரு தனிப்பட்ட, குடும்ப யாகம். பொதுவான ஒன்று அல்ல' என அறிவிக்குமாறு அமைப்பாளர்கள் நிர்ப்பந்திக்கப்பட்டார்கள். இந்த யாகத்தின் முடிவில் பூசைகளின் புனிதப்படையல்கள் ஒரு மண்பானையில், கலசத்தில் போடப்பட்டு, ஊர்வலமாக எடுத்து செல்லப்பட வேண்டும். ஆனால், இது ஒரு குடும்ப யாகம் என்று அறிவிக்கப்பட்டு விட்டதால், கிராமத்திலிருந்து எந்த ஒரு பெண்ணும் ஊர்வலத்தில் கலந்துகொள்ளவில்லை. சடங்கு பூர்வமாக பெண்கள்தான் கலசங்களை தங்கள் தலையில் சுமந்து செல்லவேண்டும். இப்போது பூசாரிகள் இதைச் செய்ய வேண்டியதாகி விட்டது. மக்கள் அவர்களைப் பார்த்து சிரிக்கத் தொடங்கினார்கள். – 'ஓ! அந்த பண்டிதர்களைப் பாருங்கள், அவர்கள் கலசங்களை அவர்கள் சொந்தத் தலைகளின் மீது சுமந்து செல்கிறார்கள்!' அவமானத்தை சந்தித்த பூசாரிகள் அவர்களது ஊர்வலத்தின்போது கலசங்களை ஒரு டிராக்டர் மீது வைத்து எடுத்துச்செல்ல நிர்ப்பந்திக்கப்பட்டார்கள்.

எனவே, எங்கள் தலையீட்டின் காரணமாக இந்த யாகமும்கூட ஒரு தோல்விதான். ஐந்து பெரிய யாகங்களும் பல சிறியவைகளும் தகர்க்கப்பட்டன. அதற்காக நாங்கள் பல அவமானங்களைச் சந்தித்தோம். அப்போது 'ராட்சசன்', அல்லது 'பேய்' என்ற பட்டங்களை நான் பெற்றேன். 'இந்தப் பெயர்களால் நமது முன்னோர்கள் எவ்வளவுமுறை அடிக்கடி

அழைக்கப்பட்டிருப்பார்கள்?' என்று சிந்தித்தவாறே இந்த புதிய கௌரவத்தை நான் அமைதியாக ஏற்றுக்கொண்டேன். இதில் பெரிய பிரச்சனை என்ன?

யாகங்கள் போன்ற சடங்குகளில் எனக்கு நம்பிக்கை இல்லை அல்லது தலித்துகள் இவற்றில் பங்கேற்பதால் அவர்களுடைய சூழ்நிலை மிகச்சிறிய அளவுக்காவது மாறிவிடக்கூடும் என்றும் நான் நினைக்கவில்லை. இருந்தபோதிலும், சில தலித்துகள் அத்தகைய பொது நிகழ்சிகளில் பங்கேற்க விரும்பினால் அது அவர்களின் அரசியல் சாசன உரிமை. அதை அவர்கள் அடைவதற்கு நான் அவர்களுடன் தோளோடு தோள் நின்று போராடுவேன். இப்போதும், எதிர்காலத்திலும்.

இந்த பாபாக்களைப் பொருத்தவரை, அவர்களைப் பற்றிய உறுதியை நான் ஒருபோதும் கொடுத்ததில்லை. அல்லது அவர்களிடம் இருப்பதாகக் கருதப்படும் ஆன்மிக சக்திகளுக்கு நான் அஞ்சியதும் இல்லை. இத்தகைய பாபாக்களைப் பற்றி நான் அடிக்கடி கேள்விகளை எழுப்பியிருக்கிறேன், அதை நான் தொடர்ந்து செய்வேன். நமது நாடு ஒப்புவமையில்லாத வகையில் முட்டாள்தனங்களை ஆதரித்துவருகிறது. இங்கே ஓர் இளைஞன் ஒரு ஜோடி பாதக்குறடுகளை அல்லது செருப்புகளைத் தாங்கி நிற்க முடிவு செய்து விடுகிறான். அவன் செருப்பு பாபா என அழைக்கப்படுகிறான். அங்கே இன்னொருவன், ஆண்டுக்கணக்கில் குளிக்காதவன். முகத்தையோ, அல்லது வாயையோகூட கழுவிக்கொள்ளாதவன், இந்த ஒட்டுமொத்த உலகத்தின் அழுக்கையும் தன்மீது வைத்துக்கொண்டு வாழ்கிறான். அவனுக்குப் பெயர் ஔகத்பாபா. பம்பைபரட்டை பாபா! இதுமட்டுமா? இன்னும் ஒருவன் வண்ணங்களைப் பூசிக்கொண்டு திரியும் வகையைச் சார்ந்தவன். அவன் பெயர் ரங்கீலீபாபா! பெண்பித்தன் என்றறியபட்ட இன்னொருவன் ரந்திஷா பாபா என அழைக்கப்படுகிறான். ரந்தி என்பது பாலியல் தொழிலாளி என்று பொருள்படும் குரூரமான கெட்ட வார்த்தை. பல பாபாக்களும் தங்கள் முடிகளை சிக்கலானதாக சடாமுடியாக வளர்த்துக் கொள்கிறார்கள். மற்றவர்கள் நிர்வாணமாகத் திரிகிறார்கள். இந்த நாகா பாபாக்கள் கும்பமேளாவின்போது நூற்றுக்கணக்கில் நிர்வாணமாகக்கூடி தரிசனம் தருகிறார்கள். மற்ற புனித யாத்திரிகர்கள் தண்ணீருக்குள் இறங்கும்முன், ஆறுகளின் புனித சங்கமத்தில் சாஹிஸ்நான் என்று நிர்வாணமாக

ராஜகுளியலில் ஈடுபடுகிறார்கள். இந்த கேவலமான 'நங்கா தௌத்' அல்லது நிர்வாணப் பாய்ச்சல் ஒரு மதிப்புமிக்க ஆற்றில் நிகழ்வதை இந்த உலகத்தால் வேறு எங்குதான் காணமுடியும்?

யோகா குரு என்ற பட்டத்தைப் பெற்றிருந்த யோகிராஜ் இதை முற்றிலும் அவனது மூச்சைக்கொண்டு அவன் வயிற்றை உப்பவும், வடியவும் செய்த இத்தகைய வேலைகளால்தான் பெற்றான். அரசனுக்கு ஆலோசகர் இந்த மதிநுட்பம் வாய்ந்த 'ராஜரிஷி' என்ற தகுதியை அடைந்தான். மக்களை வாத்துக்குஞ்சுகளின் சாற்றை லிட்டர் அளவுக்கு குடிக்கக்கூறி, அதன்மூலம் ஏராளமான செல்வத்தை குவித்துக்கொண்டு ஆட்சிமண்டலத்தில் அலைந்துதிரிந்தான். அதன்பிறகு அங்கே இன்னொரு சாமியார் மக்களை அவர்களது சொந்த சிறுநீரைக் குடிக்க அறிவுரை கூறிக்கொண்டிருந்தான். அங்கே ஒரு ஆசிரமத்தில் அவனது மகன்களும் இருந்தார்கள். அவர்கள் விந்துவை பதனப்படுத்தும் அறிவுரைகளை செய்துகொண்டிருந்த வேளையில் பாலியல் தாக்குதல்கள், கற்பழிப்பு ஆகிய பெரும் குற்றச்சாட்டுகளால் சிறையில் அடைக்கப்பட்டார்கள். அங்கே ஒரு நித்யானந்தா இருந்தான். அவன் 'நித்ய' ஒவ்வொரு நாளும் 'ஆனந்தா' மகிழ்ச்சியை பாலுறவில் அனுபவித்துக் கொண்டிருந்தான். 'உங்கள் சொந்தப் பணத்தை எடுத்துக்கொள்ளுங்கள். யாராவது ஒருவனின் உட்குழு உண்மையானதாக இருக்கிறது' என்பதை முழக்கமாகக் கொண்டவனும் இருந்தான். இன்னொருவன் கப் பஞ்சாயத்துகளின் நிலத்தில் சொர்க்கத்தையே கட்டிக்கொண்டான். சாதிக்குழுக்கள் அவர்களது நற்பெயரை தீவிரமாகக் காப்பாற்றிக் கொண்டிருக்கின்றன. ஆதரவற்ற பசுக்களின் பெயரால் பணத்தை சம்பாதித்துக்கொண்டு அங்கே ஒருவன் நாடு முழுவதும் அலைந்து திரிந்து கொண்டிருக்கிறான். தாயத்துகளை விற்றுக்கொண்டும், பேயோட்டும் சடங்குகளை செய்துகொண்டும் சிலர் தங்கள் வாழ்க்கையை நடத்திக் கொண்டிருக்கிறார்கள்.

நமது புதுமை நிறைந்த நாடு, மேலும் அதன் இயல்பை மீறிய நம்பமுடியாத வாழ்க்கைக் கோலங்கள்.

இந்த முழு நாடும், பாபாக்கள் மற்றும் பண்டிதர்கள், முல்லாக்களும் மௌலவிகளும், கிரந்திகளும், ராகிகளும், முனிவர்களும், பெண்துறவிகளும், சன்னியாசிகள், பாதிரியார்கள், அருட்தந்தையர்கள், லாமாக்கள் மற்றும்

கர்மபாலர்கள், பிக்ஷுக்கள் என ஒவ்வொரு நம்பிக்கையையும் கொண்ட புனிதமான ஆண்களாலும் பெண்களாலும் நிறைந்திருக்கிறது.

எல்லா நீண்ட நாட்களிலும், பெரிய கூடாரங்களின் கீழ், அவர்கள் நல்ல மனப்பான்மை, மதநூல்களிலிருந்து மெய்யான அறிவுரைகள் பற்றிய வழிகாட்டுதல்களை அளித்துவருகிறார்கள். ஆனால் இன்றுவரை, கற்பழிப்புகள், பண்புச்சிதைவுகள், சாதியம், அநீதிகள், ஒடுக்குமுறைகள், ஊழல்கள், பொய்கள், மோசடிகள், கொலைகள் கண்ணுக்கெட்டிய தூரத்தில் முடிவுக்கு வருவதாகத் தெரியவில்லை. தனது ஆன்மிக மேட்டிமைக்காக தனது முதுகில் தானே தட்டிக்கொண்டிருக்கும் நமது நாடு இந்த உலகிலேயே மிகப்பெரிய கபடவேடதாரியாகும். விலங்குகள் வழிபடப்படுகின்றன. பூனைகளும், நாய்களும் அன்புக்குரிய செல்லப்பிராணிகளாக வளர்க்கப்படுகின்றன. அவை தங்கள் எஜமானருடன் ஒன்றாகச் சாப்பிடுகின்றன. ஆனால் தலித்துகள் தொடப்படவும் கூடாது. நாங்கள் மனிதர்களாகவே கருதப்படுவதில்லை. ஆனால் நாங்கள் இந்துத்துவாவின் சனாதன தர்மத்தால் மாபெரும் தியாகங்களை செய்துகொண்டிருக்கும்போது, எங்கள் தேசியப்பற்றை நாங்கள் நிரூபிக்கவேண்டும் என்றும், நமது நாட்டை இந்த உலகிலேயே மிகவும் சிறந்த நாடு என்று புகழவும் வேண்டும் என்றும் எதிர்பார்க்கப்படுகிறோம். நாங்கள் எங்கள் கால்சட்டையை காக்கி அரைக்கால் சட்டைகளாக மாற்றிக்கொள்ளவேண்டும், ஆர்எஸ்எஸ் வழிபாட்டுப் பாடலை, 'நமஸ்தே சதா வத்சலே ஹிந்து பூமே' என்று இரவும் பகலும் பாட வேண்டும். எங்களுக்கு எதைக்கொடுத்தாலும், அதைப் பணிவோடு ஏற்றுக்கொண்டு, அமைதியாக இருக்கவேண்டும், இது சாத்தியமா? நிச்சயமாக இல்லை. எப்போதும் இல்லை, என்ன விலைகொடுக்க வேண்டியிருந்தாலும் இல்லை. எங்களை ராட்சசர்கள் என்றோ அல்லது இந்து வெறுப்பாளர்கள் என்றோ அல்லது தர்மத்தின் எதிரிகள் என்றோ அழைத்துக்கொள்ளுங்கள். அதைப்பற்றி எங்களுக்குக் கவலை இல்லை.

எங்கள் மக்களின் குரல்களை எழுப்புவதையும், எங்களது முழுவலிமையோடு வெளிப்படையாக பேசுவதையும், நாங்கள் தொடர்வோம். இந்த உறுதிப்பாடு காலத்துடன் கூடவே வளரத்தான் செய்யும்.

39

சட்டத்தின்முன் சமத்துவம்

எனது தோழர்களும், சகநண்பர்களும் குலாந்திரி மசூதி இடிக்கப்பட்டதை வெளிப்படுத்துவதிலும், விமர்சிப்பதிலும் எனது பங்குபற்றி சில கேள்விகளைக் கொண்டிருந்தார்கள். இந்தத் தலைப்பில் வெளிவந்த 2001 செப்டம்பர் மாத 'டைமண்ட் இந்தியா' சிறப்பிதழ் மிகப்பெரிய வாதப்பிரதிவாதங்களை உருவாக்கியது. நான் இந்துக்களிடம் பணம் பெற்றுக்கொள்வதாகவும், அதன்பின் அவர்களுக்கு எழுதுவதாகவும் குற்றம் சாட்டப்பட்டேன். இந்த வாதம் ஏற்கத்தக்கது என்று என்னுடைய தோழர்களில் சிலர் பார்த்தார்கள். எனவே அவர்கள் தங்களுடைய பொருளாதார நன்கொடைகளை நிறுத்திக்கொண்டார்கள். கூட்டாக இருந்ததிலிருந்து விலகிக்கொண்டார்கள். ஆனால், பெரும்பான்மையானவர்கள் என்னுடன் இருந்தார்கள். நாங்கள் அதன்பிறகு, மதவாதத்துக்கு எதிராகவும், எல்லா மத சமுதாயங்களிலும் வளர்ந்துவரும் தீவிரவாதத்தின்மீது கவனத்தை ஈர்க்கவும், அந்தப்போக்கைத் தாக்கியும் ஒரு சிறப்பிதழைக் கொண்டுவந்தோம். அது பரவலாகப் படிக்கப்பட்டதுடன் பாராட்டவும் பட்டது. ஆனால் மதவாதம், சாதியவாதம், மற்றும் ஊழல்கள் மீதான எங்கள் தாக்குதல்கள் வலுவாக வளர்ந்தபோது, எங்களது வளஆதாரங்களை மெதுவாகத் திணறவைக்கும், சத்திகள் துல்லியமாக வெளிப்பட்டன. நாங்கள் விளம்பரங்களை ஏற்றுக்கொள்ளாமல், பத்திரிகை சந்தாக்கள் மூலமே சமாளித்து வந்தோம். ஆனால் இப்போது சங்-கில் இணைந்துள்ளவர்கள் எங்களை இந்து எதிர்ப்பாளர்கள் என்று அறிவித்துவிட்டதால், புதிய சந்தாக்கள் வருவது சிரமமாக இருந்தது. அதை நாங்கள்

இரண்டாம் ஆண்டின் முடிவுவரை மிகப்பெரும் சிரமத்துடன் வெளியிட்டு வந்தோம்.

அந்தப் பத்திரிகையின் முதலாம் ஆண்டு விழாவைக் கொண்டாட நாங்கள் மனோக் சௌக்கில் கவிஞர்களின் சந்திப்பை ஏற்பாடு செய்யத் திட்டமிட்டோம். அழைக்கப்பட வேண்டியவர்களின் பட்டியலை நாங்கள் தயாரிக்கத் துவங்கியபோது, முன்னாள் கவிஞர் சங்கர் சிங்-கை அழைக்கவேண்டும் என எங்களுக்குத் தோன்றியது. அவர் தகவல் அறியும் உரிமைக்கான தேசிய கருத்தரங்கில், 'சோரி வாடோ கானோன் ஹோஹ்யா ரே' என்ற பாடலை எழுதியவர்; பாடியவர். கன்சிங் ரத்தோர், பரஸ் லௌஹர் மற்றும் நான் அவரைச் சந்திக்க தேவ்துங்கிரி சென்றோம். எம்கேஎஸ்எஸ் தலைமையிடம் அங்குதான் இருந்தது. ஆனால் நாங்கள் அதை அடைந்தபோது, ஒரு 'தலைமையகமாக' ஆழ்ந்து மனதில் பதியத்தக்க எந்த ஒன்றையும் நாங்கள் காணவில்லை. இரண்டு மிகச்சிறிய மண் கட்டமைப்புகள், அதில்தான் அவர்கள் வாழ்ந்து வந்தார்கள். நாங்கள் சங்கர்ஜியைப் பற்றிக் கேட்டபோது, அவர் சீக்கிரமாக வந்து கொண்டிருக்கிறார், காத்திருங்கள் என்று நாங்கள் கூறப்பட்டோம். எனவே நாங்கள் மூன்று பேரும் காத்திருந்தோம். இன்னும் சரியாகச் சொல்வதானால், நான் மிகவும் சிறுபிள்ளைத்தனமானவனாக உணர்ந்தேன். இவர்களைப்பற்றி எனது நண்பர்களுக்கு மிகவும் அதிகமான கட்டுக்கதைகளைக் கூறியிருந்தேன். ஆனால் இங்கே, எனது புகழ்ச்சிகளுக்கு எதுவுமே பொருந்தவில்லை! முன்னாள் இந்திய ஆட்சிப்பணி அலுவலரான அருணா ராய், மூத்த விமானப்படை அலுவலரின் மகன் நிகில் டே மற்றும் புகழ்பெற்ற கலாச்சார செயல்பாடாளர் சங்கர் சிங் – இவர்கள் உண்மையிலேயே இங்கு வாழ்கிறார்களா? இந்த மண்குடிசைகளில்? நான், எனது நண்பர்கள் எவ்வாறு நினைப்பார்களோ என்று வியந்துகொண்டே, உண்மையில் கீழே விழுந்து விட்டவன் போல உணர்ந்தேன். 'நம்மை இவன் எங்கே கொண்டு வந்திருக்கிறான், இந்த மண் குடிசைகளுக்கு! இவர்களை எவ்வளவு மகத்தானவர்களாக கட்டமைத்து இவன் கூறினான். ஆனால் இங்கே எந்த மகத்துவத்தின் அறிகுறிகளும் இல்லையே!'.

மேலும் இந்தக்கணத்தில், இதயத்தை வருத்தும் ஒரு காட்சி திறந்து கொண்டது. அங்கே முன்னாள் கவிஞர் சங்கர்

சிங்கும், அவருக்கு முன்னால் நிகில் டேவும் தண்ணீர்ப் பானைகளுக்கு ஆதரவாக, தங்கள் தலைகளில் துணிச்சுருள்களை சும்மாடுகளாக சுற்றிக்கொண்டு எங்களை நோக்கி நடந்து கொண்டிருந்தார்கள். யார் இந்த மக்கள்? இவர்கள் எங்களைப் போலவே இருக்கிறார்கள். நான் இவர்களை மிகவும் வித்தியாசமான சிறப்புமிக்கவர்கள் என்று கருதினேன். ஆனால் இவர்கள் சாதாரணத்தை விடவும் குறைவாக இருக்கிறார்களே. எப்படியோ, நாம் இப்போது இங்கே இருக்கிறோம். நமது அழைப்பிதழைக் கொடுக்க நாம் முடிவு செய்துவிட்டோம். அவர்கள் ஏற்றுக்கொண்டால் அது நல்லது; இல்லாவிட்டால் அது இன்னும் நல்லது. அவர்கள் தங்கள் பானைகளை இறக்கிவைத்த உடனே, நாங்கள் எங்களது நிகழ்ச்சியைப் பற்றியும், நாங்கள் ஏன் இங்கே இருக்கிறோம் என்பதையும் கூறினோம். நாங்கள் ‘டைமண்ட் இந்தியா’வை வெளியிடுபவர்கள் என்பதை அறிந்து அவர்கள் சிலிர்த்துப் போனர்கள். அவர்கள் மிகவும் அன்புடன் ஓர் உணவுக்காக தங்கியிருக்குமாறு எங்களை அழைத்தார்கள். அதனால் அங்கு இல்லை என்று சொல்வதற்கான கேள்வியே இல்லை. ரொட்டிகளும், எளிய பருப்பும் அந்த மண் அடுப்புகளில் செய்யப்பட்டன. எங்களுக்கு நாங்களே உதவிக்கொள்ள வேண்டியிருந்தது. இங்கே ஒவ்வொருவரும் அவர்களது சொந்தவேலையைச் செய்கிறார்கள், என்று நாங்கள் கூறப்பட்டோம். பின்னர் எங்கள் சொந்தத் தட்டுகளையும் நாங்களே கழுவினோம்.

சமூக செயல்பாட்டாளர்கள் உண்மையில் வித்தியாசமானவர்கள். நான் முன்பு அவர்களைப்பற்றி சில கருத்துகளைக் கொண்டிருந்தேன். விமானங்களில் சுற்றிலும் பறப்பவர்கள். ஆனால் ரப்பர் செருப்புகளை அணிந்திருப்பார்கள். ஆங்கிலத்தில் பேசிக்கொண்டிருப்பார்கள். பல நாட்களுக்கு குளிக்கமட்டார்கள். எல்லாவகையான துணிகளையும் அணிந்து கொள்வார்கள். அவர்களை நான் ஒருபோதும் புரிந்துகொண்டதில்லை. அவர்களில் நடுத்தர வர்க்கத்தைச் சார்ந்தவர்கள், தங்கள் சொந்த வர்க்கத்தினரிடம் குற்றம் கண்டுபிடிப்பதையே தங்கள் வாழ்நாள் முழுதும் செய்து கொண்டிருக்கிறார்கள். ஆனால் உண்மையில் அவர்கள் வர்க்கத்தைச் சார்ந்த அவர்களையே நம்புகிறார்கள். வாழ்க்கையில் முன்னேற அவர்களுக்கு மட்டுமே உதவுகிறார்கள். அதனால், இந்தியாவின் சமுதாயக்கூறு

இரண்டு முகங்களைக் கொண்டது மற்றும் அடிக்கடி மாறிக்கொள்வது. தீக்கோழிகளைப் போல, தங்கள் தலைகளை தங்கள் நடவடிக்கைகளுக்குள்ளேயே புதைத்துக்கொண்டு வாழ்பவர்கள். கபடவேடம் போடுவதில் அவர்களுக்கு சமமாக யாரும் இல்லை. தாங்களாகவே பசியைத் தாங்கிக் கொள்ளமாட்டார்கள்; மேலும் பசியைப்பற்றி எப்போதும் அறியாதவர்கள். ஆனால் பசியைப்பற்றி உணர்ச்சிகரமாக உரைகளை நிகழ்த்துபவர்கள். ஒரு தட்டு உணவு மூவாயிரம் ரூபாய் விலையுள்ள விடுதிகளில் பசியைப்பற்றி கருத்தரங்குகள் நடத்துபவர்கள். மாற்றத்தைப்பற்றி பேசுபவர்கள். ஆனால் ஒரு துளிகூட தங்களை மாற்றிக் கொள்ளாதவர்கள். அவர்கள் சம்பந்தப்படாத எல்லாவிதமான விஷயங்களிலும் அவர்கள் தலையிடுபவர்கள். அதிகமாக பேசுபவர்கள், ஆனால் அதன்படி செயல்பட நேரமில்லாதவர்கள் இந்தப் புரட்சியாளர்கள்! இவை சமுதாயக்கூறுகளில் உள்ள செயல்பாட்டாளர்களைப் பற்றி நான் கொண்டிருந்த சில கருத்துகள். ஆனால், சமுதாய மாற்றங்களைப் பற்றிய உண்மையான கருத்துகளைக் கொண்டிருப்பவர்கள் அனைவரும் இடதுசாரிகள்.

தேவ்துங்கிரிக்கு வருவதற்குமுன் நிதியுதவி அளிக்கப்பட்ட அமைப்பு அல்லது NGO என்னும் அரசுசாரா அமைப்பு மற்றும் நிதியுதவி அளிக்கப்படாத மக்கள் இயக்கமான அரசியல்திரட்டு ஆகியவற்றுக்கிடையில் உள்ள வேறுபாடுகள் பற்றி எனக்கு எதுவும் தெரியாது.

ஆனால், இங்கே ஒவ்வொன்றும் நான் என்ன நினைத்தேனோ அதற்கு எதிர்மாறாக இருந்தது. இந்த மக்கள் மகத்தானவர்களாகத் தோன்றினார்கள். ஆனால் இங்கே அவர்கள் பெரும்பாலான வேலைகளை தாங்களே செய்துகொண்டார்கள். நான் எனக்குள் நினைத்துக்கொண்டேன். இந்த மண்குடிசை வெறும் காட்சிக்கு மட்டும்தான். அவர்கள் உண்மையில் வேறு எங்கோ வசிக்கிறார்கள். ஆனால் அதைப்பற்றி நாம் ஏன் கவலைப்படவேண்டும்? நாம் கவிதை திருவிழாவுக்கான அழைப்பிதழை அவர்களுக்கு கொடுக்கவேண்டும். திரும்பிச் செல்லவேண்டும், அவ்வளவுதான்.

2002 ஜனவரி 26 அன்று, மாண்டலில் ஏற்பாடு செய்யப்பட்டிருந்த கவிதைத் திருவிழாவுக்கு எம்கேஎஸ்எஸ் உரிய நேரத்துக்கு வந்துவிட்டது. கவிதை வாசிப்புக்குமுன் அவர்கள் கஜானா (பொக்கிஷம்) என்ற நாடகத்தை நடத்தினார்கள். அவர்கள்

சோரி வாடாவைப் பாடினார்கள். அங்கே இரவு முழுவதும் தங்கினார்கள். நிகழ்ச்சிகளை நடத்திய மற்ற கவிஞர்களைவிட இவர்களைக்கண்டு பார்வையாளர்கள் சிலிர்த்துப் போனார்கள். சங்கர்ஜியிடம் முன்பட் (பெரியவாயன்) என்ற ஒரு பொம்மை இருந்தது. இந்த பொம்மையின் மூலம் அவர் பல தீவிரமான கருத்துகளை வெளிப்படுத்தினார். மொத்தத்தில் அவை அனைத்தும் மாபெரும் வெற்றிகளாக அமைந்தன.

அடுத்தநாள் காலை நாங்கள் அவர்களை மாண்டலுக்கு அருகில் இருந்த பகுதியில் உள்ள மக்களைச் சந்திக்க அழைத்துச் சென்றோம். அந்த மக்கள் பில்வாரா ஜவுளித் தொழில்துறை ஆலைகளின் அலகுகளிலிருந்து வெளியேற்றப்படும் மாசுபடிந்த தண்ணீரால் தொல்லைபட்டுக் கொண்டிருந்தார்கள். அந்த ஆலை நூல் இழைகளை இரசாயனம் கலந்த தண்ணீரில் பதப்படுத்திக் கொண்டிருந்தது. மாலையில் நாங்கள் ராஜஸ்தான் திரைப்பட நட்சத்திரம் ராஜ் ஜாங்கிட்-ஆல் குலாப்புரா கவிதை திருவிழாவுக்கு அழைக்கப்பட்டிருந்தோம். அங்கே எம்கேஎஸ்எஸ் அணி மாண்டலில் நடத்தியதுபோல் நடத்தவேண்டியிருந்தது. அங்கு நாங்கள் சென்ற நேரத்தில் சில அரசியல் நடவடிக்கைகள் கிளறிவிடப்பட்டிருந்தன. ஒரு மக்கள் பிரதிநிதி, இந்த மக்கள் ஊராட்சித்தலைவர் முதல் வட்டார வளர்ச்சி அலுவலர் வரை ஒவ்வொருவரும் ஊழல் பேர்வழிகள் என்று கூறுகிறார்கள். அவர்கள் இங்கே நிகழ்ச்சியை நடத்த அனுமதிக்க முடியாது. அவர்கள் பயணச் செலவுகளை பெற்றுக்கொண்டு போகட்டும் என்று புகார் செய்திருந்தார். அதற்குப் பதிலாக நகரத்தின் நடுவில் அவர்கள் ஒரு பொது இடத்தைக் கண்டுபிடித்து 'கஜானா'வை நடத்தினார்கள். 'சோரி வாடெ'வைப் பாடினார்கள். அதற்குப் பிறகுதான் அவர்கள் சென்றார்கள். அவர்கள் தங்கள் முழக்கங்களில் ஒன்றை மீண்டும் மீண்டும் எழுப்பினார்கள்: "நியாயா சமண்டா ஹோ ஆதார், அய்சார் ச்சேங்கே ஹம் சன்சார்" - "எங்கே நீதியும் சமத்துவமும் பாதாளத்திலோ அங்கே புதிய உலகைக் கட்டுவோம்" இந்த முழக்கம் கவர்ச்சிகரமானதாகவும், ஒன்றுதிரண்டவர்களின் அச்சமின்மையை, உறுதிப்பாட்டை, சுயநலமின்மையை அழுத்தமாகக் கூறுவதாகவும் நான் பார்த்தேன்.

நான் எனக்குள் நினைத்துக்கொண்டேன்: 'இந்த மக்களுடன் வேலைசெய்யும் வாய்ப்பை ஒரு நாள் நான் பெறுவேன்.'

அந்த வாய்ப்பும் மிகவிரைவாக வந்தது. ராஜஸ்தான் அரசு ஊராட்சிகளில் சமூக தணிக்கையை நடத்திக்கொண்டிருந்தது. அங்கே, வளர்ச்சிக்காக பெரும்பணம் செலவிடப்பட்டிருந்தது. அந்தத் தணிக்கை மாண்டலில் பாகௌர் ஊராட்சியில் நடத்தப்பட்டது. இந்த நிகழ்ச்சிப்போக்கின் போது எம்கேஎஸ்எஸ்-ஐ நான் நன்றாக அறிந்திருந்தேன். பின்னர் சமூகத்தணிக்கைகள் ராஜ்சமந்த் கிராமங்களில் – லசானி, பகானா, ஃபராரா, மற்றும் ஜாலோன் கி மதார் ஆகியவற்றில் நடைபெற்றன. அவற்றின் செய்திகளைச் சேகரிப்பதற்காக நான் அவர்களுடன் பயணம் செய்தேன். அப்போதுதான் நான், தரையோடு எவ்வளவு நெருக்கமாக இந்த மக்கள் இருக்கிறார்கள் என்று உணர்ந்துகொண்டேன். அவர்கள் பேசுவது போலவே செயல்படுகிறார்கள். அவர்கள் பெருந்தன்மையாக சமூக மாற்றத்தைக் கொண்டுவர விரும்புகிறார்கள். அவர்களால் தெரிவிக்கப்பட கொள்கைகளின்படி வாழ அவர்கள் முயற்சிக்கிறார்கள். அவர்களிடையே தீண்டாமையோ அல்லது சாதிப் பாகுபாடுகளோ இல்லை. அவர்கள் சிறிதளவு காந்தியைப் பற்றியும் பேசுகிறார்கள். ஆனால் அவர்கள் கடும் கொள்கைப்பிடிப்புள்ள 'தோழர்கள்.' உண்மையில் அவர்கள் அம்பேத்கர் மற்றும் பெரியார், பூலே மற்றும் கபீர், பற்றியும்கூட பேசினார்கள். மிகவும் தன்மையான மக்கள். மக்களின் பெயரால் அதிகாரம்மிக்கவர்கள் செலவுசெய்யும் பணம் பற்றிய வெளிப்படைத் தன்மையை அவர்கள் தகவல் அறியும் உரிமையைப் பயன்படுத்திக் கோருகிறார்கள்.

இந்தக் காலகட்டத்தில் நான் அருணா ராயை பலமுறை சந்தித்தேன். அவருடன் இரண்டுமணி நேர நேர்காணலையும் நடத்தினேன். அவர் என்னிடம் அவரது தந்தை இயக்கத்தில் பெரியாருடன் இருந்தார் என்றும், கே.ஆர். நாராயணனும் தனது தந்தையும் மிக நெருக்கமானவர்கள் என்றும் கூறினார். நான் அவரிடம் கேட்டேன்: 'எவ்வளவு காலம் இந்த இட ஒதுக்கீடு நீடிக்கும்?' இந்த விஷயத்தில் அவருடைய தெளிவைக்கண்டு நான் மிகவும் ஈர்க்கப்பட்டேன்.

இப்போது நான் எம்கேஎஸ்எஸ்ஸுடன் எனது நட்புறவை வளர்த்துக் கொண்டேன். எனது மனம் இப்போது பத்திரிகையிலிருந்து வெளிவந்து செயல்பாட்டுத் தன்மையின்பால் ஈர்க்கப்படுகிறது. வெறுமனே எழுதுவதால் மட்டுமே எனது பொறுப்புகள் நிறைவேறிவிட்டன என்று

கருதமுடியுமா? என்று நான் ஆச்சரியப்படத் துவங்கினேன். நான் என்ன எழுதுகிறேனோ, அதை செய்முறைமூலம் மெய்ப்பித்துக் காட்டவேண்டும். நான் எதை போதிக்கிறேனோ, அந்தக் கொள்கைகளின்படி வாழ்ந்து காட்டவேண்டும். இதுவரை அப்படியில்லை. நான் உணர்ந்தேன், தர்ணா பற்றிய செய்திகளை சேகரிப்பதோடு அவற்றில் கலந்துகொள்வதையும் நான் துவங்கிவிட்டேன். அதேபோல உணர்ச்சியூட்டும் முழக்கங்களிலும் பங்கேற்றேன். வெறுமனே பேனாவை உந்திக்கொண்டிருந்த பத்திரிகைத்தனத்திலிருந்து விரைவாக நான் முஷ்டியில் விரல்கள் இறுக்குபவனாக, மற்ற முஷ்டிகளோடு சேர்ந்து காற்றில் உயர்ந்து அலைந்து வீசி, எனது குரல் வலிமையடைந்து, மற்றவர்களோடு இணைந்து, 'இன்குலாப் ஜிந்தாபாத்! மற்றும் ஜெய் பீம், ஜெய் ஜெய் பீம்! என்று முழங்குபவனாக வெளிப்பட்டேன்.

இந்த வழியில், ஆர்எஸ்எஸ்-ஸில் துவங்கி, எம்கேஎஸ்எஸ்-ஸை அடைந்துவிட்டேன். எனது காவி நெற்றிக்கட்டை பலநிறங்கள் கொண்ட ஒன்றாக மாற்றியமைத்துக் கொண்டேன். மேலும், ஒரு ஆர்எஸ்எஸ் சுயம்சேவக்காக இருந்ததிலிருந்து, ஒரு ஸ்வயம்சேவியாக, ஒரு குடிமைச்சமுதாய செயல்பாட்டாளனாக ஆகிவிட்டேன்.

40

குஜராத்தில் காவி தலிபான்களின் படுகொலைகள்

அரசின் சமூகத்தணிக்கையின் போது நடைபெற்ற பொதுவிசாரணைக்குப் பிறகு, தேவ்துங்கிரிக்கு நாங்கள் திரும்பிவந்தபோது, கோத்ராவில் ஒரு ரயிலுக்குத் தீ வைக்கப்பட்டது மற்றும் அறுபது இராமரின் சேவகர்கள் அதில் இறந்துவிட்டார்கள் என்று கேள்விப்பட்டோம். இந்த நிகழ்ச்சியால் ஒவ்வொருவரும் மிகவும் கவலைப்பட்டோம். அந்த நடவடிக்கையைக் கண்டித்தும், இழப்புக்கு உள்ளான குடும்பங்களுக்கு அனுதாபம் தெரிவித்தும் எம்கேஎஸ்எஸ் ஒரு அறிக்கையை வெளியிட்டது. குற்றவாளிகளுக்கு மிகவும் கடுமையான தண்டனை வழங்கவேண்டும் என்றும் கேட்டுக்கொண்டது. இந்த அறிக்கையை நான் வடிவமைத்தேன்; அது எல்லா உள்ளூர்ப் பத்திரிகைகளிலும் வெளிவந்தது.

அந்த நாளில் இந்த நிகழ்ச்சியைத் தொடர்ந்து குஜராத்தில் சிறுபான்மை முஸ்லீம்களைக் குறிவைத்து கொன்றுகுவிக்கும் ஓர் இனப்படுகொலை துவங்கியது. அதில் குஜராத் அரசும் சங்-கின் பல்வேறு அமைப்புகளும், அரசு நிர்வாகமும் சம்பந்தப்பட்டிருந்தன. இரண்டாயிரத்துக்கும் மேற்பட்ட மக்கள் கொல்லப்பட்டார்கள். அது ஒரு கலவரம் அல்ல. ஏனென்றால் ஒரு கலவரத்தில் இரண்டு தரப்புகளும் ஒரு மோதலில் ஈடுபடுவார்கள். இது முன்கூட்டியே திட்டமிடப்பட்ட மற்றும் முறைப்படுத்தப்பட்ட படுகொலை. ஒரு சமுதாயத்தையே முற்றிலும் துடைத்தெறியும் ஒரு முயற்சி. அரசு இதை கோத்ராவுக்கான ஒரு நியாயமான எதிர்நடவடிக்கை எனப் பெயரிட்டது. மிகவும் வெட்கத்துக்குரிய வகையில் இந்த இரத்தம் சிந்தப்பட்டதை இயல்பாக்கியது.

அந்த நேரத்தில் முதலமைச்சராக இருந்த நரேந்திர மோடியின் பங்கு பற்றியும் கேள்விகள் எழுப்பப்பட்டன; பிரதமர் அடல்பிகாரி வாஜ்பேயி கூட, ‘ராஜதர்மம்’ அல்லது ஆட்சியாளரின் கடமைப்பொறுப்பு மோடியால் உயர்த்திப்பிடிக்கப் படவில்லை’, என்று ஓர் அறிக்கையை வெளியிட்டார். அரசு ஒரு சமுதாயத்தைச் சார்ந்த மக்களுக்கு எந்த வகையில் அவர்கள் விரும்புகிறார்களோ, அந்த வகையில் தங்கள் கோபத்தை வெளிப்படுத்த முழு சுதந்திரம் அளிக்கப்பட்டது. அரசின் மூத்த அலுவலர்கள் முதல் கட்சியின் கீழ்மட்ட உறுப்பினர் வரை, இந்த வன்முறையில் ஒவ்வொருவரும் ஈடுபட்டனர். முதலமைச்சர் மோடியின் மூத்த அமைச்சர்களில் ஒருவர் மயா கோட்னானி படுகொலைகள் ஒன்றில் தானே பங்கேற்றார். 2012இல் நீண்டகால சிறை தண்டனை விதிக்கப்பட்டார். (ஆனால், 2018இல் குஜராத் உயர்நீதிமன்றத்தால் அவர் விடுவிக்கப்பட்டார்) சங்-கின் பல சுயம்சேவக்குகள், பாஜகவின் செயல்பாட்டாளர்கள், காவல் நிலையங்களில் இருந்த காவலர்கள், நிர்வாக மற்றும் காவல்துறை அலுவலர்கள், கீழ்நிலை நிர்வாகிகள் அனைவரும் அவர்களது மாநிலத்தலைவரின் பாராட்டுகளைப் பெறுவதற்காக இந்தப் படுகொலைகளில் பங்கேற்றார்கள். இந்தச் சாவின் நடனம் எந்தவிதமான சோதனையும் செய்யப்படாமல் மாநிலம் முழுவதும் மூன்று நாட்கள் அரங்கேற்றப்பட்டது. காந்தியின் குஜராத், கோட்சேவின் குஜராத்தாக மாற்றப்பட்டது. வெறிபிடித்த இந்துக் கும்பல்கள் முஸ்லீம் வீடுகள் மற்றும் தொழில் நிறுவனங்களின் பட்டியல்களை வைத்துக்கொண்டு அவற்றைக் குறிவைத்து திட்டமிட்ட வகையில் கொள்ளையடிக்கவும், எரிக்கவும் செய்தன.

அகமதாபாத்திலுள்ள ஒரு வீட்டுவசதி சங்கத்தில், குல்பர்க் சங்கத்தில், முன்னாள் காங்கிரஸ் எம்.பி, ஈசான் ஜாஃப்ரி பலமுறை உதவிகேட்டு நரேந்திர மோடிக்கே கூட தொலைபேசியில் அழைப்பு விடுத்தும், டெல்லிக்கு சோனியா காந்தியிடம் முறையீடு செய்த பின்னும் இரத்த தாகம் கொண்ட ஒரு இந்துக் கும்பலால் வெட்டி வீழ்த்தப்பட்டு எரிக்கப்பட்டார். காவல்துறை ஆணையர் ஜாஃப்ரியிடம் அவருக்கு பாதுகாப்பு அளிக்கப்படும் என்று உறுதியளித்ததாகவும், அவர் வெளியே சென்றதும் ஜாஃப்ரி உடனடியாகத் தாக்கப்பட்டார் என்றும் கூறப்பட்டது. காவி தலிபான்கள் எல்லா காவல்

நிலையங்களையும், உதவிகேட்டு காவல் நிலையத்துக்கு வந்த ஒவ்வொரு தொலைபேசி அழைப்பையும் கைப்பற்றிக்கொண்டு உதவி அளிக்காமல் இறப்பை அளித்தார்கள். குஜராத்தில் நரோடா பாத்தியாவிலிருந்து, அண்டையில் உள்ள மிகச்சிறிய சுற்றுபுறம்வரை, மசூதிகளும், கல்லறைகளும், அழிக்கப்பட்டன அல்லது சாம்பல்களாக எரிக்கப்பட்டன. காவி இந்து தீவிரவாதிகளால் முஸ்லீம் குடியிருப்புகளில் பெட்ரோல் குண்டுகள் வீசப்பட்டன. எரிவாயு சிலிண்டர்கள் வெடிக்க வைக்கப்பட்டன. அப்பாவிகள் கத்திகளாலும், வாள்களாலும் வெட்டப்பட்டார்கள். உயிருடன் எரிக்கப்பட்டார்கள். ஒரு கட்டத்தில் அவர்கள் கிணற்றுக்குள் தள்ளப்பட்டார்கள். அது சேற்றால் நிறைந்திருந்தது. மிக உயர்ந்த ஒழுக்கமும், கட்டுப்பாடும் கொண்ட கலாச்சாரம் நிறைந்த இந்து வலதுசாரி தேசியவாத செயல்பாட்டாளர்கள் பொது இடத்தில் பெண்களை கூட்டுக்கற்பழிப்பு செய்தார்கள். கருவுற்ற பெண்களின் வயிறுகளை கிழித்துத் திறந்து வாளின் முனையில் கருவை குத்தி இழுத்து அவற்றை துண்டுகளாக வெட்டுவதற்குமுன் காற்றில் உயரத்தில் வீசினார்கள். அந்த வன்முறை அச்சம்தருவதாகவும், விளக்க முடியாததாகவும் இருந்தது. நாடு இந்த அறிக்கைகளால் அதிர்ச்சி அடைந்தது. ஆழ்ந்து வெட்கப்பட்டது. நாட்டின் அடித்தளமே அசைக்கப்பட்டது. இந்தியா இதுவரை அறிந்துள்ள கொடூரமான, மிகவும் கொடுங்கோன்மையான ஆட்சியாளர்கள் முதல் ஹிட்லர் வரை மனதில் வந்தார்கள்.

சம்பந்தப்பட்ட குடிமக்கள் தீர்ப்பாயம் குஜராத் முழுவதும் பொதுவிசாரணைகளை ஏற்பாடு செய்து நடத்தியது. மாநிலம் எங்கும் பயணம் செய்து பாதிக்கப்பட்டவர்களை நேரில் சந்தித்தது, நான் இவற்றில் கலந்துகொண்டேன். ஷா ஆலாம் மற்றும் ராம்ரஹீம் நகர் நிவாரண உதவி முகாம்களையும் நான் பார்வையிட்டேன்.

அங்குள்ள அச்சுறுத்தும் சூழ்நிலைகளைப் புரிந்துகொள்ள முயற்சித்து, இந்துக்கள், தலித்துகள், முஸ்லீம்கள், ஆதிவாசிகளை நான் சந்தித்துப் பேசினேன். மிகவும் வலி நிறைந்த சூழல் முஸ்லீம்களுடையது. அதிகமான வன்முறைகள் தலித்துகளாலும், ஆதிவாசிகளாலும் நடத்தப்பட்டன. அவர்களில் பலரும் காவல்துறையினரின் குண்டுகளாலும், அதேபோல பொது வன்முறையாலும் கொல்லப்பட்டார்கள். வலதுசாரி பிரிவு சக்திகளின் வேட்டையாடும் திட்டம் வெற்றிபெற்றுவிட்டது.

முஸ்லீம்களும், தலித்துகளும், ஆதிவாசிகளும், தங்களுக்குள் ஒருவரோடொருவர் சண்டையிட்டுக் கொண்டு இறந்துவிட்டார்கள். வன்முறையில் முஸ்லீம்கள் ஆயிரக்கணக்கில் கொல்லப்பட்டார்கள். நூற்றுக்கணக்கான தலித்துகளும், ஆதிவாசிகளும் காவல்துறை துப்பாக்கிச்சூட்டில் இறந்துவிட்டார்கள். அதேநேரத்தில் இந்த வன்முறையை யார் தூண்டிவிட்டார்களோ, அவர்கள் பாதுகாப்பாக இருந்தார்கள். இன்றும்கூட, இந்தக்குழுவினர் இதே வலதுசாரி சக்திகளால் ஒருவருக்கொருவர் எதிராக நிறுத்தப்பட்டுள்ளார்கள். அவர்கள் இரு பிரிவினரும் அந்த நரகம் போன்ற சுழல்களில் வாழ்ந்தாலும், ஒருவரை ஒருவர் கன்னங்களிலும், தாடைகளிலும் கடித்துக் கொள்கிறார்கள்.

இரண்டு குழுவினரும் ஒரு சந்தேக மேகத்தின் கீழ் வாழ்ந்து கொண்டிருக்கிறார்கள். ஒன்றின் திறமை இன்னொன்றினோடு இடைவிடாமல் சந்தேகிக்கப்படுகிறது. நாட்டுப்பற்றைப் போலவே இரண்டும் ஆழமாக மகிழ்ச்சியின்றி இருக்கின்றன. ஆனால், மதத்தை யார் ஒரு தொழிலைப் போல நிர்வகிக்கிறார்களோ அவர்கள், ஒரு சமுதாயத்தின் ஏழைகளை இன்னொன்றின் ஏழைகளை அதன் பகைவர்களாகக் கருதி தாக்கவைப்பதில் வெற்றியடைந்திருக்கிறார்கள். தலித்துகள் தங்களைத் தூய்மையான இந்துக்கள் என்று நிரூபிக்க, முஸ்லீம்களுக்கு எதிரான கலவரங்களிலும், வன்முறைகளிலும் முன்னணிப் பாத்திரத்தை வகிக்கிறார்கள். அவர்கள் தாக்குதலுக்கு உள்ளாகும் மதசிறுபான்மையினர் பெருமளவுக்கு அவர்களது சொந்த சமுதாயத்தைச் சார்ந்த தலித்துகள் இந்துயிசத்திலிருந்து வெளியேறி, சமத்துவத்தை எதிர்பார்த்து மதம் மாறியவர்கள்தான் என்று எவ்வாறு புரியவைப்பது? அவர்கள் மற்றொருவரைக் கொல்லும்போது, அவர்கள் தங்கள் சொந்த இரத்தத்தையே சிந்த வைக்கிறார்கள் என்பதையும் அவர்களைத் தூண்டிவிட்டவர்கள் அந்தக்காட்சியை மகிழ்ச்சியோடு அனுபவிக்கிறார்கள் என்பதையும் எவ்வாறு காணச்செய்வது? விஹெச்பி அல்லது பஜ்ரங் தள் அல்லது ஆர்எஸ்எஸ் தலைவர்களில் எவராவது ஒரு கலவரத்தில் தங்கள் உயிரை இழந்திருக்கிறார்களா? அயோத்தியிலும்கூட கொல்லப்பட்டவர்களில் பெரும்பான்மையினர் தலித்துகளாகவும், இதர பிற்படுத்தப்பட்ட சாதியினராகவும் தானே இருந்தார்கள்?

சங்-கில் இணைக்கப்பட்ட அமைப்புகளின் பொறுப்பாளர்களில் யார் மதிக்கப்படுகிறார்களோ, யார் புகழோடு இருக்கிறார்களோ அவர்கள் எல்லாம் சாவர்ண இந்துக்களாகவும், யாரெல்லாம் அவர்களால் தூண்டிவிடப்பட்ட கலவரங்களில் இறந்துபோகிறார்களோ அவர்களெல்லாம் தலித்துகள், இதர பிற்படுத்தப்பட்ட சாதியினராகவும் இருக்கிறார்கள். பனியா சேட் தனது கடையில் வசதியாக அமர்ந்திருக்கிறார். பிராமண பண்டிதர் ஒரு கோவிலில் ஆன்மிகத்தை உயர்த்திப் பிடித்துக் கொண்டிருக்கிறார். அதேவேளையில் அவர்களால் இறந்துபோகுமாறு தள்ளிவிடப்பட்டவர்கள் தலித்துகள், ஆதிவாசிகள் பிற்படுத்தப்பட்ட சாதியினர். இந்த சாதாரண உண்மையைக்கூட அவர்களால் புரிந்துகொள்ள முடியவில்லை என்றால் அவர்கள் எப்படிப்பட்ட முட்டாள்கள்?

குஜராத்திலிருந்து திரும்பிவரும்போது நான் ‘டைமண்ட் இந்தியா’வுக்கு “தலிபானி இந்துக்களே, கவனியுங்கள்” என்று ஒரு தலையங்கம் எழுதினேன். அந்த இதழ் குஜராத்தை குவிமையம் கொண்டு, கோத்ரா முதல் அந்த மாநிலம் முழுவதும் விரிந்துபரவி நடைபெற்ற படுகொலைகளை விவரித்திருந்தது. ஆட்சியாளர்களிடம் நான் கோரினேன்: அவர்களுடைய அரசியல் கொள்கைகளால் அவர்களது பாதுகாப்பின்கீழ் இதற்குமுன் கற்பனைகூட செய்திராத குற்ற நடவடிக்கைகளை எவ்வாறு செய்ய முடிந்தது? தேவகியின் எட்டாவது குழந்தை தன்னைக் கொன்றுவிடும் என்று தெரிந்திருந்த கம்சன் கூட, அவளது கர்ப்பத்தைக் கிழித்துத் திறக்கவில்லை. இன்னும், இரவும், பகலும் யாரெல்லாம் ‘ஜெய்கிருஷ்ணா’ என்று பஜனை செய்து கொண்டிருந்தார்களோ, அவர்களால் கம்சன்கூட கனவு கண்டிராதவாறு அப்பாவிகள் உயிரோடு எரிக்கப்பட்டார்கள். பொதுஇடங்களில், பெரும்கூட்டத்தின் முன்னிலையில் பெண்கள் கூட்டுக்கற்பழிப்பு செய்யப்பட்டார்கள் – இதுதான் அவர்களின் இந்துயிசமா? நான் கேட்டேன்.

‘எந்தக்காலத்திலும், எப்போதும் இந்துயிசம் சகிப்புத்தன்மை கொண்டதாக, சமத்துவ உணர்வு கொண்டதாக, வன்முறையற்றதாக இருந்திருக்கவில்லை - குறிப்பாக தலித்துகளையும் சூத்திரர்களையும் பொருத்தவரையில்’ என்று நான் கூறிக்கொண்டே இருந்தேன். சாவர்ண இந்துக்களின் பயங்கரத்துக்கு எவ்வளவு பயந்தார்களோ, அந்த அளவுக்கு

குண்டுகளை வெடிக்கச்செய்யும் தலிபான் தீவிரவாதிகளுக்குக்கூட எந்த ஒரு தலித்தும் பயப்படவில்லை. பழங்கதைகளும், புராணங்களிலிருக்கும் கதைகளும், இந்து சமுதாயத்தில் ஆழமாக வேரோடியிருந்த தலித்துகள், சூத்திரர்கள், ஆதிவாசிகள் மற்றும் பெண்களை நோக்கிய பழங்கால வன்முறைகளுக்கு சாட்சியங்களாக விளங்குகின்றன, - சூத்திர முனிவர் சம்புகன் கொல்லப்பட்டதிலிருந்து, புத்திசாலியான மாணவர் ஏகலைவன் தனது கட்டைவிரலை தனது குருவுக்கு தட்சணையாக கொடுக்க தந்திரம் செய்யப்பட்டதிலிருந்து, தேவர்களாலும், கடவுள்களாலும் எண்ணற்ற பெண்கள் கற்பழிக்கப்பட்டது வரை. இன்றைய இந்துத்துவா கதாநாயகர்கள் இந்தக் காலடித் தடங்களைத்தான் பின்பற்றுகிறார்கள்.

யாரெல்லாம் சாதி அவமானங்களையும், தீண்டாமைக் கொடுமைகளையும் அனுபவித்தார்களோ அந்த ஒவ்வொரு தலித்தும், ஆதிவாசியும் சாதிவெறி இந்துக்களை தலிபான்களைப் போல, கொடூரமான ஒடுக்குமுறையாளர்களைப் போல பார்க்கிறார்கள் என்று நான் எழுதினேன். இதுவரையில்லாத மிக அதிகமான வலியை ஏற்படுத்துவதாகவும், துப்பாக்கிக் குண்டுகளையும், வெடிகுண்டுகளையும்விட தாங்கமுடியாததாகவும் இருக்கிறது உன் சாதி என்ன? என்ற கேள்வியும், அதை அறிந்து கொண்டவுடன் நடத்தைக் கோலத்தில் ஏற்படும் திடீர் மாற்றமும். இதைப் புரிந்துகொள்ள வேண்டுமானால் அதை அனுபவித்துத்தான் பார்க்கவேண்டும். அதைப்பற்றி கேட்பது அல்லது படிப்பது எந்தப் புரிதலையும் தராது.

இந்து தலிபான்கள் என்று அடையாளப்படுத்தப்பட்டது சங்கிகளுக்கு கோபமூட்டியது. எனக்கு ஒரு பாடம் புகட்டுவதாகவும், எனது வளைவை நிமிர்த்தி நேராக்குவதாகவும் அச்சுறுத்தும் செய்திகளை நான் பெறத் துவங்கினேன். நான் மன்னிப்புக்கோரும்படி கூறப்பட்டேன். ஆனால் அவற்றையெல்லாம் செய்ய நான் மறுத்துவிட்டேன். அதற்குப்பிறகு விஷயங்கள் மோசமாகின. நாங்கள் எங்கள் பில்வாரா அலுவலகத்திலிருந்து வெளியே தூக்கியெறியப்பட்டோம். எங்களது ஆதரவாளர்களில், அரசு ஊழியர்களாக இருந்தவர்கள் தங்கள் எல்லா ஆதரவுகளையும் விலக்கிக் கொண்டார்கள். அது கிட்டத்தட்ட டைமண்ட் இந்தியாவை வெளியிடுவதையும், விநியோகிப்பதையும்

சாத்தியமில்லாததாக ஆக்கிவிட்டது. அது இந்த இதழுக்குப்பிறகு இழுத்துமூட வேண்டியதாகி விட்டது.

எனது நண்பர்கள், நான் பத்திரிகையை கொண்டுவருவதைவிட, சண்டைகளில் ஈடுபடுவதில்தான் அதிக ஆர்வம் கொண்டிருப்பதாக உணர்ந்தார்கள். இல்லாவிட்டால், குஜராத்தின் பேரழிவுகள் பற்றி ராஜஸ்தானில் ஒரு சிறப்பிதழ் கொண்டுவர வேண்டிய அவசியம் என்ன? அவர்கள் மன்னிப்புக் கேட்கும்படி வற்புறுத்தினார்கள். ஆனால், தோல்வியை ஒப்புக்கொள்வது, மன்னிப்பு கேட்பது- என்னால் கற்பனைகூட செய்யமுடியவில்லை. அழுத்தத்துக்கு முன் பணிந்துபோக நான் ஒருபோதும் கற்றுக்கொண்டதில்லை. எனது பெற்றோர்கள் அநீதியோடு ஒத்துப்போக எனக்குக் கற்றுத்தரவில்லை. நான் எவ்வாறு மன்னிப்பு கேட்கமுடியும்? பணிந்துபோவதைவிட, அதற்குமாறாக, உயிர்வாழ்வதிலிருந்து வெளியேறி விட்டேன் என்று முத்திரை குத்தப்படலாம். யாருடைய கைகள் அப்பாவி மக்களின் இரத்தத்தில் உறைந்துகிடக்கின்றனவோ அவர்களிடம் மன்னிப்பு கேட்பதா? இந்த மக்கள்தான் ஒரு சமுதாயத்தைக் குறிவைத்து படுகொலைகளை நடத்தியவர்கள், பெண்களைக் கற்பழித்தவர்கள், சூறையாடியவர்கள், கொள்ளையடித்தவர்கள், வீடுகளை இடித்தவர்கள், வழிபாட்டுத்தளங்களை அழித்தவர்கள் எல்லா மனிதத்தன்மையயும் அவமானபடுத்தியவர்கள் – மன்னிப்பு கேட்பதற்கு இவர்களில் ஒருவனா நான்? இந்த கபடவேட சாதிவெறி மற்றும் மதவெறி சக்திகளிடம் ஒளிவுமறைவின்றி நேருக்குநேர் மன்னிப்புக்கேட்க மறுப்பதில் எனக்கு பயமில்லை, நான் தெளிவாக இருக்கிறேன்.

எது வெறுப்பைக் கற்றுத்தந்ததில்லையோ, எது எந்தவொரு வன்முறையிலும் சம்பந்தப்பட்டதில்லையோ, அந்த ஆர்எஸ்எஸ் போன்ற ஒரு தேசிய உணர்வுகொண்ட, நாட்டுப்பற்றுமிக்க அமைப்புக்கு எதிராக இத்தகைய குற்றச்சாட்டுகளை நான் சுமத்துவது நியாயமல்ல என்று பலர் கூறுகிறார்கள். சங்கின் எந்த ஒரு ஷாகாவும் மற்ற மதங்களை விமர்சிப்பதில்லை என்று அவர்கள் கூறுகிறார்கள். இத்தகைய மக்கள் ஒன்று சங்-கின் குருட்டு ஆதரவாளர்களாக இருப்பார்கள்; அல்லது தலித் மற்றும் முஸ்லீம்களுக்கு எதிரானவர்களாக தீவிரமாக செயல்படுபவர்களாக இருப்பார்கள். எனது சொந்த அனுபவத்திலிருந்து என்னால் சந்தேகத்துக்கு இடமில்லாமல் உங்களுக்குச் சொல்லமுடியும், சங் மற்றவற்றோடு பகைமையை

மேம்படுத்துவதில் மட்டுமல்ல, சாவுக்கு வழிவகுக்கும் ஆயுதங்களில் பயிற்சியையும்கூட அளித்துவருகிறது. ஒருவேளை இந்த நடவடிக்கைகள் அன்றாட ஷாகாக்களில் வெளிப்படையாக நடப்பதில்லை என்றாலும், பயிற்சி முகாம்கள் போன்ற மற்ற தருவாய்களிலும், இவை போன்றவைகளிலும் நடந்துகொண்டுதான் இருக்கின்றன.

ஷாகாக்களில் கம்புகளைப் பயன்படுத்தும் பயிற்சிகள் வெளிப்படையாகவே அளிக்கப்பட்டன. அதே நேரத்தில் OTC என்ற அலுவலர் பயிற்சி மையங்களில் (Officer's Training Camps) முதல், இரண்டாம் மற்றும் மூன்றாம் ஆண்டுகளில் கத்தி, வாள் மற்றும் துப்பாக்கிகளில் 'தற்காப்பு' என்ற பெயரில் பயிற்சிகள் அளிக்கப்படுகின்றன. அயோத்தி இயக்கம் நடைபெற்றுக் கொண்டிருந்தபோது, கரசேவை துவங்குவதற்கு முன், லால்பாபா பிரேம்தாஸ்ஜி மஹாராஜ் பெட்ரோல் குண்டுகளை தயாரிப்பதிலும், மோலொட்டோவ் காக்டெய்லிலும் அவரது ஆசிரமத்துக்கு பின்னால் உள்ள பில்வாராவின் RIICO பகுதி 3இல் பயிற்சி அளித்தார். நான் அங்கே இருந்து பயிற்சி பெற்றேன். அந்தப்பயிற்சி கலவர சூழ்நிலைகளில் பயன் நிறைந்தவையாகும். அது - கலவரம் - எதிர்பார்க்கப்பட்டது.

சங் உண்மையில் பாதியளவு இராணுவ அமைப்பாகும். அது இந்து சமுதாயத்தை ஆயுதம் தாங்கியதாகவும், இராணுவ மயமாக்கப்பட்டதாகவும் மேம்படுத்துகிறது. சங்-உடன் இணைக்கப்பட்டுள்ள தனிநபர்களால் தேசம் தழுவிய அளவில் வன்முறைகள் நிகழ்த்தப்பட்டன என்பதற்கு அரசிடம் இப்போது நிரூபணங்கள் உள்ளன. அபிநவ் பாரத் என்ற பெயரில் 2006இல் சுயம் சேவக்குகள் நாட்டின் பல பகுதிகளில் குண்டு வெடிப்புகளை நிகழ்த்தினார்கள்.

நீதிபதி ஹோஸ்பெட் சுரேஷ், நீதிபதி பி.பி. சாவந்த், சமூக செயல்பாட்டாளர் அருணா ராய் மற்றும் டீஸ்டா செடல்வாத் ஆகியோர் முன்னிலையில் நடைபெற்ற சம்பந்தப்பட்ட குடிமக்கள் தீர்ப்பாயத்தின் விசாரணைகள் எனது கோபத்தின் தீப்பிழம்புகளை விசிறிவிட்டன. எவ்வாறு அந்த நிர்வாகம், நீரோவைப்போல, அமைதியாக வேறுபக்கம் பார்த்துக்கொண்டிருந்தது, அந்த மாநிலமே எரிந்துகொண்டிருந்தபோது? எவ்வாறு ஒரு இந்துவால் இவ்வளவு கெட்டவனாக இருக்கமுடியும்? ஆனால் அவர்கள் இருந்தார்கள், அவர்கள் செய்தார்கள். ஒரு சமுதாயத்தையே

துடைத்தெறிய நன்கு திட்டமிட்ட வகையில் அது நடந்தது. எல்லா ஆதாரங்களும், சாட்சியங்களும் மறைந்துவிட்டன.

இவ்வாறுதான் ஓர் 'அதிர்வூட்டும்' ஆட்சி, குஜராத்துக்குள் முதலாளிகளின் கூட்டங்களைக் கொண்டுவந்து அவர்களின் பேராசைகளை விதைக்கவும், சில ஆண்டுகளுக்குப்பிறகு இந்த ஒட்டுமொத்த நாட்டிலும் அறுவடை செய்து கொள்ளவும் மலர்ந்திருக்கிறது. சமூக ஊடகங்களில் கூலிதரப்பட்ட நண்பர்களின் வேலைகள் மூலமாகவும் பெருநிறுவனங்களின் கட்டுப்பாட்டில் உள்ள அச்சு மற்றும் மின் ஊடகங்களின் மூலமும் அந்த இனப்படுகொலையின் இயக்குநர் இந்த நாட்டைத் தலைமை தாங்குகிறார். இரத்தம் தோய்ந்த கைகள் செங்கோட்டையின் மதிலரண்களைத் தாங்கி நிற்கின்றன, ஆகஸ்ட் 15 அன்று அந்த வீராவேசப் பேச்சுகளை நாம் கேட்டபோது! மேலும் இந்த மரணவியாபாரிகள் தான் நமது எதிர்காலம், சமாதானத்தைப்பற்றி, சமரசங்களைப்பற்றி, சகவாழ்வைப்பற்றி, மற்றும் சகோதரத்துவத்தைப்பற்றி பேசுகிறார்கள். கலியுகத்தின் கதாநாயகன் காந்தி நகரிலிருந்து புறப்பட்டுவிட்டர், அவர் தன்னை டெல்லியில் உள்ள ரெய்சினா ஹில்லில் பாதுகாப்பாக வைத்துக்கொண்டுள்ளார்- இனி டெல்லி குஜராத்தாக மாறுவதை யாரால் தடுத்து நிறுத்தமுடியும்?

போர்க்குரல்கள் காதுகளை துளைக்கின்றன. காலங்கள் கொடூரமானவை. ஏதாவது ஒன்று நடக்கட்டும் என்று காத்திருப்பதும், நடுநிலையாளராக இருப்பதும், ஒருவரின் வாழ்க்கையை சுமந்துகொண்டிருப்பதும் - இவையல்ல விருப்பத் தேர்வுகள். நமது நம்பிக்கைகளும், நமது நடத்தைக்கோலங்களும் மிகவும் கடுமையாக சோதிக்கப்படும் நேரம் இதுதான். நாம் உண்மையானவர்களாக, நிலையுறுதி கொண்டவர்களாக சிலிர்த்தெழாவிட்டால், வரலாறு ஒருபோதும் நம்மை மன்னிக்காது.

41
இதோ, ஹரேஷ்பாய் பட் பேசிக்கொண்டிருக்கிறார்

நான் குஜராத்திலிருந்து திரும்பிவந்தபிறகு, ஒரு மிகநீண்ட காலத்துக்குப் படுகொலைகளைப்பற்றி நான் கேட்ட கதைகளும், அச்சமூட்டிய நிகழ்ச்சிகளும் அவற்றின் காட்சிகளும் என்னோடு உலாவிக் கொண்டிருந்தன. மக்கள் எவ்வாறு இவ்வளவு கொடூரமானவர்களாக இருக்க முடியும், மதத்தின் பெயரால் மற்ற மனிதர்களை வெட்டி வீழ்த்திவிட்டு? நம்பிக்கையின்றி எனது மனம் கதறித்துடித்தது. இதற்கிடையே ராஜஸ்தான் அடுத்த குஜராத்தாகப் போகிறது என்ற அச்சுறுத்தல்கள் வரத்துவங்கி விட்டன. விஹெச்பியின் தலைவர்கள் அசோக் சிங்கால், பிரவீன் தொகாடியா மற்றும் குஜராத் இனப்படுகொலையின் போது பஜ்ரங் தள்-ன் தேசிய இணை ஒருங்கிணைப்பாளராக இருந்த ஹரேஷ் பாய்பட் ஆகியோர் வெளிப்படையாகவே அத்தகைய அறிவிப்புகளைத் தந்துகொண்டிருந்தார்கள்.

2003 ஏப்ரல் 18 அன்று, குஜராத் இனப்படுகொலைக்கு எதிராக, அமைதிக்காக நாங்கள் ஒரு சைக்கிள் பேரணியைத் துவக்கினோம். எங்கள் வழியெங்கும், ராஜ்சமந்த் மாவட்டம், பீம் வட்டம் தேவ்துங்கிரி கிராமத்திலிருந்து, தேவ்கர் மற்றும் கரேடா கிராமம் வரை - இருந்த மக்களிடம் கையெழுத்துகளை திரட்டினோம். இந்த இடங்களையெல்லாம் பதினைந்து நாட்களில் கடந்து வந்துவிட்டோம். நாங்கள் சில துண்டுப்பிரசுரங்கள் அச்சிட்டோம், சுவர்களில் முழக்கங்களை வண்ணம் தீட்டினோம், மக்களின் மனசாட்சியை தட்டி எழுப்ப எங்களால் முடிந்த அனைத்தையும் செய்தோம். இதற்கிடையில், ஆர்எஸ்எஸ் திரிசூல் தீக்ஷாவை ராஜஸ்தான் முழுவதும் நடத்திக் கொண்டிருந்தது. அதில் பங்கேற்றவர்கள்

சடங்காச்சார முறைகளில் திரிசூலங்கள் அளிக்கப்பட்டார்கள். அது கூர்முனைகொண்ட, ஆயுதமாக பயன்படுத்தப்படும் ஆற்றல் கொண்டது. பதினைந்து முதல் இருபத்தைந்து வயதுவரை உள்ள இந்து இளைஞர்கள், இத்தகைய ஆடம்பர விழாக்கள் மூலம் வன்முறைத் தாக்குதல்களில் பங்கேற்க பயிற்சி அளிக்கப்பட்டார்கள். பேச்சுகள் விஷத்தைக் கக்கின, இரத்தத்தை சிந்தவைக்க தூண்டின. இவைதான் அந்த நாளின் வழக்கம், ஒழுங்கு.

பில்வாராவில் ஹரேஷ் பட், ராஜ்சமந்தில் பிரவீன் தொகாடியா, பீம்-இல் சிவசேனா அதிரடிப்படையின் குலம் சங்க்லா, இவர்கள் அனைவரும் முஸ்லீம்களுக்கு எதிராக தீவிரமான ஆத்திரத்தை ஊட்டிக்கொண்டிருந்தார்கள். அந்த நேரத்தில் எனது கட்டுரைகளில் ஒன்றான, "இதோ, ஹிரேஷ் பாய் பட் பேசிக்கொண்டிருக்கிறார்" என்ற தலைப்பில் ஸ்ரீபிரகாஷ் சர்மாவால், 'திருஷ்டி' பத்திரிகையில் வெளிடப்பட்டது. அது வெளிப்படையாக, 'இந்து தீவிரவாதத்தின் எழுச்சியும், அதன் ஆபத்துக்களும்' பற்றியது.

சங்-கில் இணைக்கப்பட்டவர்களால் நான் மேலும், மேலும் கோபங்களை அடைந்து கொண்டிருந்தேன். அவர்களுடைய எல்லா நடவடிக்கைகள் பற்றியும் ஒரு நெருக்கமான கவனிப்பை வைத்திருந்தேன். விஹெச்பி மற்றும் பஜ்ரங் தள் கூடுகைகளை நான் ஆவணப்படுத்தி வந்தேன். எங்கெங்கு சாத்தியமோ அங்கு ஒலிப்பதிவுகளையும் செய்தேன்.

வெவ்வேறு இடங்களில் நடைபெற்ற பிரவீன் தொகாடியாவின் பொதுக்கூட்டப் பேச்சுக்களில் நாங்கள் கலந்துகொண்டோம். அவற்றைப் பதிவுசெய்தோம். இந்தப் பதிவுகளை மாநில அரசுக்கு அனுப்பி அவரைக் கைதுசெய்யக் கேட்டுக்கொண்டோம். இதையேதான் பீம்-இல் முஸ்லீம்களுக்கு எதிராக வன்முறையைத் தூண்டிவிட்ட கலுராம் சங்க்லாவுக்கும் செய்தோம். அவர் இங்கே வெளிப்படையாக முஸ்லீம்களுக்கு ஒரு பாடம் புகட்டவேண்டும், என்று அறிவித்தார். வாள்களையும் விநியோகித்தார். எங்கள் தோழர் தீவிர செயல்பாட்டாளர் கீமரம் கடாரியா இதை ஆவணப்படுத்துவதில் அச்சமற்ற ஒரு பாத்திரத்தை வகித்தார். இந்த எல்லா ஆதாரங்களின் அடிப்படையில் பின்னர் நாங்கள் கலுராம் சங்க்லாவுக்கு எதிராக ஒரு வழக்கைப் பதிவு செய்தோம்.

இந்த மேடைக் கதாநாயகன் தனது வெற்றுப் பெருமைகள் மற்றும் ஆரவாரங்களுடன் உடனடியாக வளைந்து கொடுத்தான். பீம்-இல் இருந்து பறந்துவிட்டான். ஆனால் காவலர்களால் பிடிக்கப்பட்டு கைது செய்யப்பட்டான். அதற்குப்பிறகு அவனது விஷம்தோய்ந்த பேச்சுகளை நாங்கள் நீண்டகாலம் கேட்கவில்லை. பிரவீன் தொகாடியாவும், ஹரேஷ்பாய் பட்டும் பொதுக்கூட்டங்களில் பேசுவதைத் தொடர்ந்தார்கள். திரிசூல் தீக்ஷாக்களை நடத்தினார்கள். மிகவும் விஷமத்தனமான விஷயங்களைப் பேசினார்கள்; வன்முறையைத் தூண்டிவிட்டார்கள். ஆனால், நிர்வாகம் ஒரு ஊமை பார்வையாளராக இருந்தது. அந்த நிர்வாகத்திலும்கூட, பலர் தங்கள் கால்சட்டைகளுக்குக்கீழே சங்கி அரைக்கால் சட்டைகளை, பொது இடத்தில் தெரியாதபடி, அணிந்திருந்தார்கள். இத்தகைய இரகசிய சங்கிகளை நீங்கள் எல்லா இடங்களிலும் பார்க்கலாம். ஆர்எஸ்எஸ் திட்டமிட்ட வகையில் அதன் ஆட்களை எல்லாக் களங்களிலும் - ஊடகம், கல்வி, அரசியல், நிர்வாகம் என பதியம் செய்துள்ளது. இப்படித்தான் பிராமணீயம் நூற்றுக்கணக்கான ஆண்டுகளாக அதன் திட்டத்தை பொதுவெளிகளில் அமைதியாக ஊடுருவுவதன் மூலம் வெற்றிபெறச் செய்து வருகிறது.

டாக்டர் பிரவீன் தொகாடியாவின் விஷம் தோய்ந்த பேச்சுக்கள் இன்றைக்கும்கூட பதட்டத்தை உருவாக்கும் ஆதாரமாக இருக்கின்றன. குஜராத் வன்முறைகளின்போது, முஸ்லீம்களுக்கு எதிராக வன்முறையைத் தூண்டிவிட்டபோது, தொகாடியாவின் பங்கு மிகவும் அதிர்ச்சி தருவதாக இருந்தது என்று மருத்துவர்களின் சங்கமான 'மருத்துவ நண்பர்கள் வட்டம்' அவரது மருத்துவர் பட்டம் ரத்து செய்யப்பட வேண்டும் என்று கோரியது. டாக்டர் தொகாடியாவின் நடவடிக்கைகள் இந்திய மருத்துவக் குழுவால் தெளிவுபடுத்தப்பட்டவாறு தவறான நடத்தைகளின்கீழ் வரும். மேலும் அவை, இந்தியன் பீனல் கோடு பிரிவு 151(ஏ) மற்றும் பிரிவு 153 (பி)ன் கீழ் தண்டனைக்குரிய குற்றங்களாகும் என வாதிட்டார்கள்.

குஜராத் பற்றி எரிந்து கொண்டிருந்தபோது, காயம்பட்ட மற்றும் இறந்துகொண்டிருந்த மக்கள் பெரும் எண்ணிக்கைகளில் மருத்துவமனைகளுக்கு கொண்டு வரப்பட்டார்கள். தொகாடியா மருத்துவர்களை தனது மருத்துவமனையில் ஒன்றுகூட வைத்தார். வேலை செய்வதிலிருந்து விலகி அப்பால் நிற்க

ஊக்கப்படுத்தினார். இவ்வாறு முஸ்லீம் நோயாளிகளுக்கு அவர்களுடைய சேவை தேவைப்பட்டபோது அவர்களை மருத்துவமனைகளுக்கு அப்பால் வைத்திருந்தார் என்று மருத்துவ நண்பர்கள் வட்டம் சுட்டிக்காட்டியது.

2002 டிசம்பர் 14 அன்று, ஒரு செய்தியாளர் கூட்டத்தில் அவர், "மதரஸாக்கள் தீவிரவாதத்தின் ஆய்வுக்கூடங்களாக மாறிவிட்டன. அங்கே மாணவர்களுக்கு முஸ்லீம் அல்லாதவர்களை கொல்ல கற்றுக்கொடுக்கப்படுகிறது. நாமும் நமது சொந்த ஆய்வுக்கூடங்களை ஏன் அமைத்துக் கொள்ளக்கூடாது? நாங்கள் இந்த நாடு முழுவதையும் ஒரு ஆய்வுக்கூடமாக மாற்றுவோம். ராஜஸ்தான் உண்மையில், ஏற்கனவே இந்த வகையில், திரிசூல் தீக்ஷா, முஸ்லீம்கள் மற்றும் சிறுபான்மையினரைக் குறிவைப்பதோடு ஒரு ஆய்வுக்கூடமாகத்தான் உள்ளது" என்றார்.

தொகாடியா தனது பேச்சுகளில் அரசியல் சாசனத்தில் இடம்பெற்றுள்ள மதச்சார்பின்மையைக் கேலிசெய்தார். மதச்சார்பற்ற மக்களை அவர் கழுதைகள் என முத்திரை குத்தினார். அவர்களை இத்தகைய அவமதிக்கும் பெயர்களால் அழைத்தார். இந்த நாட்டில் மூன்று வகையான தலிபான்கள் இருக்கிறார்கள் என்றார். முதலாவதாக ஜிகாதி தலிபான், மூத்த சகோதரனின் நீண்ட குர்தாவையும் சிறிய சகோதரனின் குட்டை பைஜாமாவையும் அணிந்திருப்பான். (வட இந்திய முஸ்லீம்களின் ஆடைகள்) இரண்டாவதாக, அரசியல் தலிபான், வாக்குகளுக்காக முஸ்லீம்களை திருப்திப்படுத்துபவன், அவர்களுடைய அடிமையாக வாழ விரும்புபவன். மேலும் மூன்றாவதாக, மதச்சார்பற்ற தலிபான். அவர்கள் முன்னால் ஒரு கழுதையையும், ஒரு பசுவையும் நீங்கள் நிறுத்தினால், அவர்கள் கழுதையை வழிபடுவார்கள் என்றார். இந்த தலிபான்கள் எல்லாரையும் நமது நாட்டிலிருந்து வேரோடு பிடுங்கி, வெளியே வீச வேண்டும் என்ற கிளர்ச்சியூட்டும் அழைப்பை விடுப்பதை தொகாடியா வழக்கமாகக் கொண்டிருந்தார்.

ராஜஸ்தான் வளர்ந்துவரும் ஒரு பதட்டநிலையில் இருந்தது.

நாங்கள் வைத்திருந்த எல்லா ஆதாரங்களையும் அசோக் கெல்லாட்டின் அரசின்முன் வைத்தோம். திரிசூல் தீக்ஷாவை தடைசெய்யுமாறும், தொகாடியாவைக் கைது செய்யுமாறும் அவரை கேட்டுக்கொண்டோம். அமைதியையும்,

நல்லிணக்கத்தையும் விரும்பும் எல்லாரிடமும் இருந்து அரசின் மீதான அழுத்தங்கள் வந்து குவிந்தன. இறுதியாக அஜ்மீரிலிருந்து- அங்கே திரிசூல் தீக்ஷா நடந்து கொண்டிருந்தது. தொகாடியாவைக் கைதுசெய்ய அரசு தைரியத்தை வரவழைத்துக் கொண்டது.

மேடையில் ஒரு சிங்கம்போல கர்ஜித்த தொகாடியா, காவல்துறை கண்காணிப்பில் இருந்தபோது மிகவும் வித்தியாசமான நபராக இருந்தார். அங்கே வருகைதந்த பத்திரிகையாளர்கள், அவருடைய எல்லா ஆரவார கொந்தளிப்புகளும் காணாமல் போய்விட்டன. அவரது விஷம்தோய்ந்த நாக்கு மரத்துப்போய்விட்டது. அவரது கண்களில் கண்ணீர் பெருகுகிறது என்று கூறினார்கள். காக்கி அரைக்கால் சட்டைகளையும், கறுப்பு குல்லாக்களையும் அணிந்துகொள்வது, கம்பை ஏந்தி நிற்பது, மேடையிலிருந்து மக்களை நோக்கி நெருப்பைக்கக்குவது ஆகியவற்றின் மூலம் எவர் ஒருவரும் தைரியசாலி ஆகிவிட முடியாது. தைரியம், ஆயுதங்களிலிருந்தோ அல்லது ஆர்எஸ்எஸ் சீருடையிலிருந்தோ அல்லது 'ஹரஹர மஹாதேவா' அல்லது 'ஜெய்காரா பஜ்ரங்கி' என்று ஒருவனின் நுரையீரலிலிருந்து உச்சஸ்தாயியில் கூச்சலிடுவதிலிருந்தோ வருவதில்லை. கூட்டத்தில் எவர் வேண்டுமானாலும் தைரியசாலியாக இருக்கலாம். உள்ளூர் தெரு நாயைப்போல. அது தனது அண்டை வீட்டிலிருந்து ஒரு சிங்கம்போல குரைக்கிறது; ஆனால் நமக்குத்தெரியும் அவர்கள் எத்தகைய கோழைகள் என்று. வெற்று ஆரவாரமிடும் கதாநாயகர்கள்! ஆபத்துகளிலிருந்து அவர்கள் கால்களுக்கு நடுவில் வாலை இடுக்கிக்கொண்டு எப்படி ஓடுவார்கள் என்பதை நான் எனது சொந்தக்கண்களால் பார்த்திருக்கிறேன். தலித் மற்றும் ஆதிவாசிகளின் பொருளியல் ரீதியான கடப்பாடுகள் அவர்களிடம் இல்லை என்றால் அவர்கள் இந்த நாட்டிலிருந்து வெகுகாலத்துக்கு முன்பே ஓடிப்போயிருப்பார்கள். அது வெறும் கோழைகளின் இராணுவம். எந்தவகையிலும், இந்த உலகெங்கும் உள்ள மதஅடிப்படைவாதிகள் மக்கள்கூடும் கும்பல்களில்தான் மிகச்சிறந்த தைரியசாலிகள். ஆனால், தனிநபர்களாக இருக்கும்போது அவர்கள் கோழைகள். அவர்கள் பலவீனமான பிரிவினரையும், சிறுபான்மையினரையும் தாக்குவதன் மூலம் கதாநாயகர்கள் ஆகிறார்கள்.

குலாம் சங்க்லா, தொகாடியா மற்றும் அவர்களைப் போன்ற அனைவரும் எங்களது ஓய்வில்லாத முயற்சிகளால் சிறையில் அடைக்கப்பட்டார்கள். அதற்குப்பிறகு அவர்கள் பிணையில் வெளியே வந்தார்கள். எவ்வாறோ அவர்கள் கொஞ்சகாலம் அமைதியாக இருந்தார்கள். அண்மையில்தான் அவர்கள் தங்கள் நாக்குகளை பயன்படுத்துவதற்கான சக்தியை மீண்டும் பெற்றார்கள். அது இந்தமதவாத வலதுசாரி பிரிவினரை எதிர்கொள்ள நாங்கள் கையாண்ட எதிர்மறை தந்திரங்களால் மட்டும் அல்ல; திரிசூலங்களுக்கு மாற்றாக அன்பை மலர்களாக விநியோகிப்பது போன்ற உடன்பாடான உத்திகளை கட்டமைத்ததாலும்தான். ராஷ்ட்ரிய சத்பவன பரிஷத் (மத ஒற்றுமைக்கான தேசியக் குழு) தலைவர் நடிகர் ராஜ் ஜாங்கிட் இந்த செயல்முறைகளில் முக்கியப்பங்கு வகித்தார். நாங்கள் ஒரு பாதயாத்திரையில் பங்கெடுத்துக்கொண்டோம். அம்பேத்கர் ஜெயந்தி- பிறந்தநாளான 2004 ஏப்ரல் 14 அன்று பில்வாராவில் துவங்கிய நீண்ட பயணம், தொழிலாளர் தினமான மே 1 அன்று பீம் வட்டத்தில் உச்சகட்டத்தை அடைந்தது. 'வேலை உரிமை'க்காக எம்கேஎஸ்எஸ்-ஆல் துவக்கப்பட்ட இந்தப் பேரணியில் நாங்கள் முழக்கங்களை எழுப்பினோம்.

"வாள் அல்ல; திரிசூலம் அல்ல,
எங்களுக்கு வேண்டும்
வாழ்வதற்கான உரிமை;
வேலை செய்வதற்கான உரிமை"

இந்தக்காலகட்டத்தில் ஆர்எஸ்எஸ் மற்றும் விஹெச்பி ஆட்கள் என்னிடம் மிகவும் கோபம் கொண்டிருந்தார்கள். அங்கே வெளிப்படையான வாதங்கள் அங்குமிங்கும் தள்ளிக்கொண்டு நடைபெற்றன. இருந்தபோதிலும் உடல்ரீதியான தீவிரமான தாக்குதல்கள் இடம்பெறவில்லை. ராஜஸ்தானில் தீக்ஷா தடைசெய்யப்படும்வரை, நாங்கள் எங்கள் எதிர்ப்பில் 2003 ஏப்ரல் 8 வரை மிக உறுதியாக இருந்தோம். வேலைசெய்யும் உரிமைக்கான பிரச்சனையாக மாற்றியமைக்கப்படும் வரை நாங்கள் வாள்களும் திரிசூலங்களும் வழங்கும் வெறுப்பு நிறைந்த நிகழ்ச்சிகளுக்கு எதிரான போராட்டங்களை தொடர்ந்து செய்துவந்தோம். வேலை உரிமைக்கான போராட்டம் தேசிய ஊரக வேலை வாய்ப்பு உறுதிச்சட்டம் பிறப்பிக்கப்படுவதில் முடிந்தது.

42

திரிசூலிய இந்துராஷ்ட்ராவில் ஆதிவாசிகளும் தலித்துகளும்

திரிசூல் தீக்ஷா அதன் உச்சத்தில் இருந்த காலகட்டத்தில், மாண்டலில் உள்ள பஜ்ரங் தள் அமைப்பின் உயர்மட்டத் தலைவர் முகேஷ் பார்கவா என்னிடம், அங்கே திரிசூல் தீக்ஷா நடைபெற்றுக் கொண்டிருந்தபோது மிக ஆரவாரமான ஒரு சாதிப் பாகுபாடு நிகழ்ச்சி இடம்பெற்றது எனக்கூறினார். அந்தச் சடங்கு மாண்டல் பேருந்து நிலையத்துக்கு அருகில் உள்ள நீல்கண்ட மஹாதேவ மந்திர் என்ற சிவன் கோவிலில் நடந்துகொண்டிருந்தது. நக்கேஷோபா யத்ரா என்ற வெற்றி ஊர்வலத்துக்காக இளம் இந்து இளைஞர்கள் வந்துகொண்டிருந்தார்கள். ஒவ்வொருவரும் சடங்கு பூர்வமாக சிவலிங்கத்தின் மீது புனித நீரை ஊற்றினார்கள். ஒரு திரிசூலம் அளிக்கப்பட்டார்கள்.

திடீரென்று அங்கே ஒரு கொந்தளிப்பு ஏற்பட்டது. மூன்று இளைஞர்கள் கோவிலுக்குள் நுழைவதிலிருந்து பூசாரியாலும், மற்றவர்களாலும் தடுக்கப்பட்டார்கள். அவர்கள் தலித்துகள், வால்மீகிகள். அவர்கள் திரிசூலம் கொடுக்கப்பட்டார்கள். ஆனால், சடங்குபூர்வமாக புனித நீரை ஊற்றும் ஜலாபிஷேகத்தை செய்ய கோவிலுக்குள் நுழையமுடியாமல் தடுக்கப்பட்டார்கள். எந்த ஒரு பஜ்ரங் தள், விஹெச்பி மற்றும் சங் செயல்பாட்டாளர்களும் அவ்வாறு நடக்காமல் தடுக்க அங்கே இல்லை. முகேஷ் பார்கவா இதனால் ஆழ்ந்த அதிர்ச்சி அடைந்தார். இதை எதிர்த்து பஜ்ரங் தள்-ஐ விட்டு விலகிவிட்டார். அவர் தான் ஒரு

தலித்தாக இல்லாவிட்டாலும், அவர் பெருமையுடன் இந்து சகோதரர்கள் என்று அழைத்த சக செயல்பாட்டாளர்கள் சந்தித்த உபசரிப்புகளால் அதிர்ச்சியடைந்தார். மேலும் இந்த நிகழ்ச்சி அவரை ஒட்டுமொத்தமாக சங் கருத்தியலை கைவிடச்செய்து விட்டது. பார்கவா பின்னர் மதவாதத்துக்கு எதிரான எங்கள் போராட்டங்களிலும், ஒருமைப்பாட்டையும், நல்லெண்ணத்தையும் மேம்படுத்தும் எங்கள் முயற்சிகளிலும் இணைந்துகொண்டார்.

இந்த நிகழ்ச்சியின் வெளிச்சத்தில், நான் சங் அமைப்புகளுக்கு எனது எழுத்துகளில் சவால்விடத் துவங்கினேன். ஏற்கனவே அவர்கள் எங்களை நோக்கி இத்தகைய அவமதிப்பையும் ஏளனத்தையும் தந்துகொண்டிருக்கும்போது, வரப்போகும் திரிசூலம் தாங்கிய இந்து ராஷ்ட்ராவில் தலித்துகளுக்கும், ஆதிவாசிகளுக்கும் அவர்கள் அளிக்கப்போகும் இடம் எது என்று தெரிந்துகொள்ள அவர்களது திட்டம் என்ன என்று கேட்டேன். உங்களுடைய வன்முறையை நிகழ்த்துவதற்கு மட்டுமே நாங்கள் பயன்படுத்தப்படப் போகிறோமா? கலவரங்களில் சாகவும் கொல்லவும் மட்டும் தானா? இந்த அணு ஆயுதக் காலத்தில், நாங்கள் எதைப் பயன்படுத்துகிறோமோ அந்த கம்புகளாலும், திரிசூலங்களாலும் என்ன பயன்? அவர்களது சொந்தக்குழந்தைகள் ஆங்கிலவழியில் கான்வெண்ட் பள்ளிகளில் படிக்கும்போது, ஏன் எங்களுக்கு இந்தி, இந்து, இந்துஸ்தான் என்ற முழக்கங்களைத் தருகிறீர்கள்? மனித இனம் சந்திரனை அடைந்துவிட்டது, செவ்வாயைச் சுற்றிவருகிறது, இந்த நேரத்தில் அவர்களுடைய ஷாகாக்களில் புராண கற்பனைப் பழங்கதைகளைப் போதிப்பது ஏன்? இந்த அறிவியல் யுகத்தில் அவர்கள் ஏன் முந்தைய காலத்தின் திரிசூலங்களையும், பழங்கால தலிபான் மனப்பாங்குகளையும் ஆயுதங்களாக முன்நிறுத்துகிறார்கள்?

இந்தக் கேள்விகளுக்கு பதிலளிக்க சங்கிகளுக்கு இங்கே எந்த ஒரு வழியும் இல்லை. தலித்துகளுக்கும், ஆதிவாசிகளுக்கும், அவர்களால் அழைக்கப்படும் இந்து ராஷ்ட்ராவில் அவர்களால் கொடுக்கப்பட சிந்திக்கும் பாத்திரம் பற்றிய எனது கேள்விக்கு உண்மையில் அவர்களிடம் பதில் இல்லை.

2003 மார்ச் 7, 8 மற்றும் 9 தேதிகளில் நாக்பூரில் நடைபெற்ற ஆர்எஸ்எஸ் கூட்டத்தைப்பற்றி நான் ஆய்வு செய்தேன். அதில் அகில் பாரதிய பிரதிநிதிக் சபாவில் முப்பத்து ஆறு

உறுப்பினர்கள் உள்ளார்கள். இதுதான் சங்-கின் தேசிய செயற்குழு. 36 உறுப்பினர்கள் கொண்ட அதன் தேசிய செயற்குழுவில், 26 பேர் பிராமணர்களாகவும், 5 பேர் வைசியர்களாகவும், 3 பேர் சத்திரியர்களாகவும் 2 பேர் பிற்படுத்தப்பட்ட சாதியினராகவும் (சூத்திரர்கள்) உள்ள நிலையில், கேட்க அருவருப்பான கம்மியகுரலில் ‘சமூக நல்லிணக்கம் எதிர்கால இந்து ராஷ்ட்ராவின் இடுப்பில் உள்ளது’ என்று சங் தானாகவே அழுதது. தலித் அல்லது ஆதிவாசி உறுப்பினர் ஒருவர்கூட இல்லை. அவர்களுடைய இந்துராஷ்ட்ராவில் தலித்துகள் மற்றும் ஆதிவாசிகளின் பங்கேற்பு இவர்கள் கைகளில்தான் உள்ளது என்பது மிகவும் தெளிவாயிற்று. இதைவிட மிகவும் சிறந்தது மதச்சார்பற்ற இந்தியா. அதில், ஆதிவாசிகளுக்கும், தலித்துகளுக்கும் குறைந்தபட்சமாக 7.5% மற்றும் 2.5% இடஒதுக்கீடுகள் உள்ளன. தலித்துகளுக்கு எவ்வித இடமோ அல்லது பங்கோ இல்லாதபோது, தலித்துகளாகிய நாங்கள் இந்துராஷ்ட்ராவில் எதற்காகப் பங்கேற்கவேண்டும்? ‘இந்து-இந்து பாய் பாய்’ என்ற மோசடியான முழக்கத்துக்குப் பதிலாக சங்-கும் அதன் இணைப்பு உறுப்புகளும் அவர்களது செயற்குழுவில் - எத்தனை சுயம்சேவக்குகள், எத்தனை பிரச்சாரக்குகள், எத்தனை உறுப்பினர்கள் தலித்துகள் மற்றும் ஆதிவாசிகள் என்ற உண்மையான அம்சங்களை இன்றே தேசத்தின்முன் அறிவிக்கவேண்டும். பதில் எதிர்மறையாக இருக்குமானால், அது, இவர்கள் இன்னும் தீண்டாமையைக் கடைப்பிடிக்கிறார்கள் என்பதற்கும், அவர்களது விவசாய நிலங்களில் பல தலைமுறைகளாக செய்வதுபோல், வெறுமனே எங்களை கூலி கொடுக்கப்படாத தொழிலாளர்களாக பயன்படுத்தவே விரும்புகிறார்கள், என்பதற்கும் நிரூபணம் ஆகிவிடும். தங்களுக்கு சமமான மனிதர்களாகக்கூட கருதுவதில்லை.

ஆர்எஸ்எஸ் சீருடையான கன்வேஷை பெருமையுடன் அணிந்துகொள்ளும் இந்த தலித்துகளும், ஆதிவாசிகளும் தங்களைக் கடமை உணர்வுள்ள சுயம்சேவக்குகளாக நிரூபித்துக்கொள்ள கடுமையாக வேலை செய்து வருகிறார்களே, அவர்களுக்காக, தங்கள் தொண்ணூறுக்கும் மேலான ஆண்டுகள் நிலைத்திருப்பில், ஆர்எஸ்எஸ் சாதிக்கும், தீண்டாமைக்கும் எதிராக ஒரேஒரு போராட்டத்தையாவது நடத்தியிருக்கிறதா? சாதியை ஒட்டுமொத்தமாக ஒழிக்கும்

இந்தப் பிரச்சனையை ஆர்எஸ்எஸ் ஏன் ஒருபோதும் எழுப்பியதே இல்லை? தலித்துகள், தங்கள் கௌரவத்துக்காக, கோவில்களுக்குள் நுழையும் உரிமைகளிலிருந்து அங்கு யாகங்கள் நடத்துவது, தங்கள் வீட்டுத் திருமணங்களில் சடங்குமுறை சார்ந்த குதிரையில் சவாரி செய்வது, அல்லது அவர்களது சொந்த வீடுகளுக்கு வெளியே எளிய கட்டிலின்மீது எளிமையாக, அமர்ந்திருப்பது போன்றவற்றுக்காக அன்றாடம் போராடிக்கொண்டிருக்கும்போது, அந்தப் போராட்டங்களின்போது சங் எங்கே இருந்தது? எந்தக் கோழிக்கூண்டுக்குள் அது தன்னைத்தானே மறைத்துக் கொண்டது?

கங்கை முதல் புஷ்கரம் வரையான புனிதத் தலங்களில் குளிப்பதற்காக, தனித்தனி சாதிகளுக்கு, தனித்தனி பாதைகள் என்ற நடைமுறைகள் ஏன் இன்னும் முடிவுக்கு கொண்டுவரப்படவில்லை? ஒவ்வொரு சாதிக்கும் ஒவ்வொரு கிராமத்திலும் தனித்தனி சுடுகாடுகள் எதற்காக? பசு பாதுகாப்புக்காகவும், எலிகளை, காளைகளை, பாம்புகளை மற்றும் இவை போன்றவைகளை வழிபடுவோருக்காகவும் இயக்கங்களை துவக்கி நடத்திவரும் இந்த சங்கிகள், தலித்துகளைப் பற்றியோ, அவர்களும் மனிதர்கள்தான் என்றோ, அவர்களது சமத்துவத்துக்கான போராட்டங்கள் பற்றியோ ஒருமுறையாவது சிந்தித்துப் பார்த்தது உண்டா? ஒருபோதும் இல்லை. மேலும் அவர்கள் இன்றுவரை சாதிய அமைப்பு முறையைப் பாதுகாப்பதற்காக வெட்கமின்றி நின்றுகொண்டிருக்கிறார்கள். அவர்கள் வேலைகளில், பதவி உயர்வுகளில் இடஒதுக்கீட்டை எதிர்க்கிறார்கள். மேலும் அவர்கள் எஸ்சி/எஸ்டி வன்கொடுமை ஒழிப்பு பாதுகாப்பு சட்டத்தை முடிவுக்குக் கொண்டுவர விரும்புகிறார்கள். இந்த சங்-கிலும், அது கட்டும் இந்துராஷ்ட்ராவிலும் - அங்கே தலித்துகளுக்கும், ஆதிவாசிகளுக்கும் எவ்வாறு எந்த ஒரு இடமாவது இருக்கமுடியும்?

43

விலங்குகள், தலித்துகள் மற்றும் சக்வாரா குளம்

ராஜஸ்தானின் தலைநகரான ஜெய்பூருக்கு மிகநெருக்கத்தில் உள்ள ஒருபகுதியான தூதுவில் உள்ள ஒரு கிராமம் சக்வாரா. சக்வாராவில் குடியிருப்பவரான பாகுலால் பைர்வா ஒரு நீண்டகால விஹெச்பி உறுப்பினர். அவர் கரசேவையில் பங்கெடுத்துக் கொண்டவர். சங் அமைப்பால் ஊட்டப்பட்ட மாயைகளிலிருந்தும் அதன் மீதான மயக்கத்திலிருந்தும் விடுபட்ட பாகுலால், அம்பேத்கர் சிந்தனைகளால் கிளர்ச்சியடைந்தார். அவரது கண்களையும் அதேபோல் மற்ற தலித் கிராமத்தினர் கண்களையும் திறந்துவிட்ட ஒரு நிகழ்ச்சியைப்பற்றி உங்களுக்கு நான் கூறியாகவேண்டும். என்ன நடந்தது என்றால், அந்த சக்வாரா கிராமத்தில் உள்ள ஒரு குளத்தில் எல்லாவகையான விலங்குகளும்- பசுக்கள், நாய்கள், பன்றிகள், பூனைகள், ஆடுகள், எருமைகள் என எல்லாமும்- குளித்தன. பாகுலாலும்கூட அதில் ஒரு முக்குளிப்பு போடத் துணிந்தார். அவர் நினைத்தார்: "நான் ஒரு விஹெச்பி தீவிர செயல்பாட்டாளன், அர்ப்பணிப்பு உணர்வுகொண்ட ஒரு கரசேவகன், இராமர் கோவிலுக்காக எனது உயிரையே கொடுக்கத் தயாராக உள்ளவன்." இதே இந்த கிராமத்தின் மக்களோடு அயோத்திக்குப் பயணம் மேற்கொண்டவர். மேலும் எந்தவகையிலும் எல்லா இந்துக்களும் சமமானவர்கள் என்று கருதியவர், நல்லது. ஆனால் அவரது எல்லா மாயைகளும், 2001 டிசம்பரில் அந்த கிராமத்தின் சாவர்ண இந்துக்கள் அவர்மீது ரூ.51,000/ அபராதத்தை, ஒரு தலித்தாக இருந்துகொண்டு பொதுக்குளத்தில் குளித்ததற்காக விதித்தபோது, ஓய்வெடுத்துக்கொண்டன.

பாகுலால் இந்த சட்டப்பூர்வமற்ற, அநீதியான முடிவுக்கு எதிராக, இது இந்த கிராமத்தில் உள்ள அனைவருக்கும் பொதுவான ஒரு குளம். அதில் விலங்குகள்கூட குளித்துவருகின்றன, என்பதைச் சுட்டிக்காட்டி எதிர்த்தார். ஆனால், ஒற்றை இந்துத்துவவாத அமைப்புகூட இதை எடுத்துக் கொள்ளவில்லை. தனது சக்தி முழுவதையும் இழந்துவிட்ட பாகுலால், ஜெய்பூரில் உள்ள தலித் உரிமைகள் மையத்தை தொடர்புகொண்டார். இந்தப்பிரச்சனை தலித் உரிமைகள் மற்றும் மனித உரிமைகள் குழுக்களால் எடுத்துக்கொள்ளப்பட்டது. மிகவிரைவில் பாகுலாலுக்கு நியாயம் கிடைக்க அவை போராட்டத்தையும் நடத்தின.

நாடு முழுவதும் ஐநூற்றுக்கும் மேற்பட்ட மக்கள், சக்வாரா தலித்துகள் ஒரு பொதுக்குளத்தில் குளிப்பதற்கான உரிமைக்காக ஒரு பேரணியைத் துவக்கினார்கள். 2002, செப்டம்பர் 21 அன்று நடைபெற்ற இந்தப்பேரணியில் நானும்கூட ஒரு அங்கமாகப் பங்கேற்றேன். இந்து தலிபான்கள் பயங்கரவாதத்தைக் கட்டவிழ்த்து விடுவதில் எந்த அளவுக்கு ஆற்றல்மிகுந்தவர்கள் என்பதற்கு அந்த நாள் ஒரு சான்றாக இருந்தது. கம்புகளையும் மற்ற ஆயுதங்களையும் ஏந்திய தாக்குதல் நடத்தக்கூடிய சுமார் நாற்பதாயிரம் இந்துக்கள், ஆயுதமில்லாத தலித்துகளின் அமைதியான பேரணியை நோக்கி, ‘ஜெய்ஸ்ரீராம்’, மற்றும் ‘கல்யாண் தானிகி ஜெய்’ என்று கர்ஜித்துக்கொண்டே முன்னேறினார்கள். அவர்களது நோக்கம் தெளிவாக இருந்தது. அந்த இரண்டு சமமமற்ற பிரிவினருக்கு நடுவே காவலர்கள் மட்டும் நின்றுகொண்டிருந்தார்கள். நாங்கள் மாதோராஜ்புராவில் தடுத்து நிறுத்தப்பட்டோம்

அந்த சூழ்நிலையின் தீவிரத்தன்மையை உணர்ந்துகொண்ட தலித்துகள் அவர்களது பேரணியை முடித்துக்கொள்ள முடிவு செய்தார்கள். தங்களது எண்ணத்தை நிறைவேற்றிக்கொள்ள முடியாததால் ஆத்திரம்கொண்ட வெறிபிடித்த இந்துத்துவா கும்பல், நிர்வாகத்தின் மீதும், காவலர்கள் மீதும் திரும்பியது. தங்கள் உயிருக்காக ஓடிக்கொண்டிருந்த மூத்த காவல்துறை அலுவலர்களைக்கூட அவர்கள் விட்டுவைக்கவில்லை. தடியடியும், காவல்துறையின் துப்பாக்கிச்சூடும் தொடர்ந்தது. நூற்றுக்கும் மேற்பட்டோர் காயமடைந்தார்கள்.

அந்த தலித் சத்பவன பேரணி தோல்வியில் முடிந்தது.

இந்த ஒட்டுமொத்த செயல்முறைகளிலும் தலித்துகளுக்கு ஆதரவாக ஒருவார்த்தை கூட, ஆர்எஸ்எஸ்-ஸிலிருந்து வெளியிடப்படவில்லை. மாறாக, இந்த தலித் பேரணி இந்து சமுதாயத்தைப் பிளவுபடுத்த வெளிநாட்டவர்களால் பின்னப்பட்ட ஒரு சதிவலை என்று சங் அறிவித்தது. தலித் பேரணியை தாக்குவதற்காக வந்த கும்பல் கிராமப்புற அளவிலான சங் மற்றும் அதில் இணைக்கப்பட்ட செயல்பாட்டாளர்களால் வழி நடத்தப்பட்டது. நீதிக்கான தலித்துகளின் போராட்டத்தை தோற்கடிக்கும் நடவடிக்கை சங்கின் முழு ஆதரவையும் பெற்றிருந்தது என்பதற்கு இது ஒரு ஆதாரமாகும். மானுட நேயத்துக்கான சக்திகளை தோற்கடிப்பதில் மனுவாதிகள் வெற்றிபெற்று விட்டார்கள். எனவே பாகுலால் பைர்வா இந்துவாக ஏற்றுகொள்ளப்படாதது மட்டுமல்ல, வாழும் ஒரு மனிதன் என்றுகூட அங்கீகரிக்கப் படவில்லை. அவருடைய தகுதி விலங்குகளை விடவும் கீழானதாகக் கருதப்பட்டது.

சில மனிதர்களை விலங்குகளைவிடக் குறைவானவர்கள் என்று பார்ப்பது சங்கிகளின் பழமையான வழக்கம். இதற்கு ஒரு நல்ல எடுத்துக்காட்டாக விளங்குவது ஹரியானாவின் ஜஜ்ஜாரில் நடைபெற்ற ஒரு நிகழ்ச்சி. அங்கே 2002இல் பசுவை வெட்டிக்கொன்றார்கள் என்ற சந்தேகத்தில் ஐந்து தலித்துகள் காவலர்கள் முன்னிலையிலேயே உயிருடன் எரித்துக் கொல்லப்பட்டார்கள். தலித்துகள் உண்மையில் இறந்துபோன ஒரு பசுவின் தோலை உரித்துக் கொண்டிருந்தார்கள்; அது அவர்கள் சாதி வழக்கப்படியான ஒரு தொழில். அங்கே நடந்த இந்த நிகழ்ச்சிக்கு எதிராக பெருத்த ஒரு கிளர்ச்சி நாடுமுழுவதும் நடைபெற்றது. இதற்கு பதிலளிக்கும் வகையில் விஹெச்பியின் தேசியப் பொதுச்செயலாளர் ஆச்சாரயா கிரிராஜ் கிஷோர் கூறினார்: அவர் வெளிப்படையாகவே அறிவித்தார்: ‘ஒரு பசுவின் உயிர் ஐந்து தலித்துகளின் உயிர்களைவிட மிகவும் அதிக மதிப்புடையது’.

அதுதான் எந்த அளவுக்கு தலித் உயிர்களை அவர்கள் மதிப்பிடுகிறார்கள் என்பதைக் காட்டுகிறது. அவர்கள் ஒரு பசுவின் சிறுநீரைக் குடிப்பார்கள். அது அவர்களுக்கு புனிதமானது. ஆனால் ஒரு தலித்தால் கொடுக்கப்பட்ட தண்ணீரைக்கூட தொடமாட்டார்கள். அவர்களுடைய செல்லநாய்களும், பூனைகளும் அவர்களோடு உண்ணலாம்;

அவர்கள் தூங்கும் அதே படுக்கையில் அவர்களுடன் தூங்கலாம், அவர்கள் பயணம் செய்யும்போது அவர்களுடைய குளிரூட்டப்பட்ட காரில் அவர்களுடன் பயணம் செய்யலாம். ஆனால் தலித்துகளுடன் உட்காராமல் தனியாக இருப்பார்கள். ஒரு தலித்தின் நிழல்கூட தங்கள்மீது விழுவதை அவர்கள் அனுமதிக்கமாட்டார்கள். எந்த வகையான மதம் இது? இதில் யார் அசுத்தத்தை உருவாக்குகிறார்களோ அவர்கள் மதிக்கப்படுகிறார்கள். யார் அசுத்தத்தை தூய்மைப்படுத்துகிறார்களோ அவர்கள் கீழானவர்களாக கருதப்படுகிறார்கள்! உற்பத்தியில் ஈடுபடாத இந்த மக்கள் பெரும் நூல்களிலிருந்தும், பழைய நூல்களிலிருந்தும் இன்னிசை பாடுகிறார்கள். அவர்கள் கடைகளில் அமர்கிறார்கள், அவர்களது வாடிக்கையாளர்களை ஏமாற்றுகிறார்கள். மேலும் பொய்க்குமேல் பொய் பேசுகிறார்கள். இவர்கள் மேம்பட்டவர்கள் என்று கருதப்படுகிறார்கள். ஆனால் சிந்தனையில், எழுத்துகளில், செயல்களில் இவர்கள் கீழானவர்களாக, மற்றவர்களின் உழைப்பில் வாழ்பவர்களாக உள்ளார்கள். ஒரு மதம் கடும் உழைப்பை மதிக்கவில்லை, ஆனால் சோம்பேறித்தனத்தை மதிக்கிறது! பொய்களையும் ஏமாற்றுத்தனங்களையும் அடிப்படையாகக்கொண்ட ஒரு மதம் பெண்களை, ஏழைகளை, தலித்துகளை, ஆதிவாசிகளை சுரண்டுகிறது!

ஒவ்வொருநாளும் பெண்கள் அவமதிக்கப்படுகிறார்கள்; ஒடுக்கப்படுகிறார்கள்; அவர்கள் தங்களுடைய விருப்பங்களுக்கு எதிராக திருமணம் செய்விக்கப்படுகிறார்கள். ஒவ்வொருநாளும் அவர்களுக்கு விருப்பம் இல்லாமலேயே ஆண்மையின் தேவை என்று சொல்லப்படுபவைகளுக்கு அவர்களது கணவர்களுக்கு தங்களைக் கொடுக்கிறார்கள். அது விந்து வெளியேறும்வரை என வரையறுக்கப்படுகிறது. ஒவ்வொரு வகையிலும் மிகச்சிறிய விதிமீறல்களுக்குக்கூட அவர்கள் கட்டுப்படுத்தப்படுகிறார்கள்; தண்டிக்கப்படுகிறார்கள். ஆனால் அதே எல்லா நேரங்களிலும் இந்த மதம், ‘எங்கே பெண்கள் வழிபடப்படுகிறார்களோ, அங்கே கடவுள் வசிக்கிறார்’ (யாட்ரா நாரியாஸ்டு புஜ்யாண்டேரமாண்டே டட்ரா தேவதா) என்று இன்னிசை பாடுகிறது! இது ஒரு மதம்தானா? அல்லது சமுதாயத்தின் பலவீனமான பிரிவினரை சுரண்டுவதற்கான ஒரு நீதியற்ற அமைப்பு முறையா? இந்த, ஆழமான அநீதியுடைய

ஓர் ஏற்பாட்டை ஒரு மதம் என்று அழைப்பது, உண்மையான மதங்களையும், ஆன்மிகத் தன்மையையும் ஒட்டுமொத்தமாக அவமானப்படுத்துவதாகும்.

இதைப்பற்றி நினைக்கும்போதெல்லாம் "இந்தியாவின் தலித்துகளுக்கு ஓர் எச்சரிக்கை" என்ற டாக்டர் அம்பேத்கரின் வார்த்தைகளை நான் அடிக்கடி நினைவுகூர்கிறேன். "இந்து ராஜ்யம் ஓர் உண்மையாக நிச்சயம் ஆகிவிடுமானால், அது கட்டாயம் இந்த நாட்டுக்கு மாபெரும் துன்பமாக ஆகிவிடும் என்பதில் எந்த சந்தேகமும் இல்லை. இந்துக்கள் என்ன சொல்கிறார்கள் என்பது ஒரு விஷயமல்ல. இந்துயிஸம் சுதந்திரத்துக்கு, சமத்துவத்துக்கு, சகோதரத்துவத்துக்கு ஒரு பெரும் அச்சுறுத்தலாகும். அது ஜனநாயகத்துடன் ஒத்தியங்க முடியாதது. இந்து ராஜ் என்ன விலைகொடுத்தேனும் தடுக்கப்பட்டாக வேண்டும். இலட்சக்கணக்கான சூத்திரர்களும், பிராமணரல்லாதவர்களும், அல்லது இலட்சக்கணக்கான தீண்டத்தகாதவர்களும் இந்து சமுதாயத்தின் ஜனநாயகமற்ற மிகமோசமான விளைவுகளால் துன்பப்படவில்லையா?"

டாக்டர் அம்பேத்கருக்கு இந்து தேசம் என்பதன் பொருள், தலித்துகளின், சூத்திரர்களின், பெண்களின் மீது பிராமணர்கள் ஆதிக்கம் செலுத்தும் ஒரு தேசம்.

44

பாசிசத்தின் காலடிகளின் அணுகுமுறை

2005 மார்ச் முதல் பில்வாரா மதவாதத்தின் நெருப்பில் பற்றி எரிந்தது. குஜராத் வன்முறைகளுக்குப்பின், விஹெச்பியால் திட்டமிட்ட முறையில் துவக்கப்பட்ட திரிசூல் தீக்ஷா நிகழ்ச்சிதான் இந்த நெருப்பை பற்றவைத்தது. 2002இல் பாஜக சட்டமன்றத் தேர்தல்களில் வெற்றிபெற்றது. முதலமைச்சர் வசுந்திரா ராஜே சிந்தியா திரிசூல் விநியோகத்தின்மீது காங்கிரஸ் விதித்த தடையை நீக்கினார். சிறுபான்மை சமூகத்துக்குச் சொந்தமாக வெவ்வேறு இடங்களில் இருந்த தொழில்களும், நிறுவனங்களும் குறிவைக்கப்பட்டன. 1960இல் நிறுவப்பட்ட இமானுவேல் இண்டர்நேஷனல் மிஷன் நடத்திவரும் ஒரு பள்ளியின் வேலையைக் களங்கப்படுத்துவதை, ஹக்கீக்வத் (உண்மைத்தன்மை) என்ற புத்தகம் கோடாவில் துவக்கிவைத்தது, மற்ற சிறுபான்மை நிறுவனங்களுக்கு எதிராகவும்கூட பதட்டமான சூழ்நிலையும், பேரச்சமும் வளர்ந்து வந்தன. பிப்ரவரியில் அந்தப்பள்ளி மதமாற்றத்தில் ஈடுபட்டதாக தவறாக குற்றம்சாட்டப்பட்டது. பள்ளியின் ஒரு பேருந்து சங் செயல்பாட்டாளர்களால் தாக்கப்பட்டது.

2005 மார்ச் 1 அன்று, எனது வீட்டிலிருந்து வெறும் ஐந்து கி.மீ தூரத்தில் உள்ள கர்ஜால்லியா கிராமத்தில், ராம்கோபால் சர்மாவின் மகன் சத்ய நாரயண் சர்மா, ஃபாரூக் மற்றும் பில்கிஸ் என்ற இரண்டு முஸ்லீம் இளைஞர்களால் கொல்லப்பட்டான். சத்யநாராயண் ஆர்எஸ்எஸ் நடத்தும் ஆதர்ஷ் வித்யா மந்திர் பள்ளியின் ஒன்பதாம் வகுப்பு மாணவன். அவன் சங்-கின் உள்ளூர் ஷாகாவையும்கூட நடத்தி வந்தான். அவனது கொலை மக்களின் கோபத்தைக் கிளறியது. தெருக்களில்

ஆயிரக்கணக்கானவர்கள் திரண்டார்கள். முஸ்லீம்கள் கொடூரமாக குறிவைக்கப்பட்டார்கள்.

இந்த பொதுஎதிர்ச்செயல் சங் மற்றும் அதன் இணை அமைப்புகளின் தலைவர்களால் நிர்வகிக்கப்பட்டது. அந்த நேரத்தில் அம்மாநிலத்தின் உள்துறை அமைச்சர் குலாப்சந்த் கட்டாரியா ஒரு சுயம்சேவக். சூழ்நிலை மிகவேகமாக மோசமடைந்தது. பெரும்பாலான முஸ்லீம்கள் தங்களைக் காத்துக்கொள்ள தங்கள் வீடுகளிலிருந்து ஓடினார்கள். மசூதிகளும், தர்காக்களும் தாக்குதல்களுக்காக குறிவைக்கப்பட்டன. அவற்றுக்குப் பின்னால் தங்கியிருந்த சில முஸ்லீம்கள் அடிக்கப்பட்டார்கள். அந்த கிராமத்திலிருந்து வெளியே வீசப்பட்டார்கள். அந்த சுற்றுவட்டாரத்திலிருந்த எந்த ஒரு முஸ்லீமும் பாதுகாப்பாக உணரவில்லை.

நான் தனிப்பட்ட முறையில் இறந்துவிட்ட சத்ய நாராயணையும், அவனது தந்தையையும் எனது சங் நாட்களிலிருந்தே அறிந்திருந்தேன். என்னைப்போலவே அவர் சங்-குக்கு எதிரானவர். அந்தக் குரூரக் கொலையால் நான் வருத்தமடைந்தேன். அந்த இளம்சிறுவனின் கொலைக்கு எதிராக கூர்மையான வார்த்தைகளில் நான் எழுதினேன். மேலும், அவனது பெயரால் நடத்தப்பட்ட வன்முறைக்கு எதிராகவும்கூட. வளர்ந்து வரும் பதட்டங்களுக்கு நடுவே இரண்டு சமுதாயங்களுக்கும் இடையில் இரத்தமயமான எதிர்ச்சண்டைகள் நடைபெற்றன. அது, அந்தப்பகுதியில் உள்ள குற்றக் கும்பல்களோடு தொடர்புபடுத்தப்பட்டது. அங்கு நடைபெற்ற துப்பாக்கிச் சூட்டில் ராஜு பைர்வா என்ற தலித் சிறுவன் முஸ்லீம் கும்பலால் சுடப்பட்ட குண்டுகளால் கொல்லப்பட்டான். அவன் பஜ்ரங் தள்-ளின் உயர்மட்ட அமைப்பாளனாக மாறியவன். அது, மறைந்துவாழும் கீழ்உலக கும்பல்களோடு சம்பந்தப்பட்ட குழுப்போராக இருந்தாலும் அந்தச் சூழ்நிலையில், மதவாத திருப்பத்தை எடுத்தது. பஜ்ரங் தள் ஒரு வன்முறை எதிர்த்தாக்குதலை கட்டவிழ்த்துவிட்டது. மாவட்டம் முழுவதையும் கொளுந்துவிட்டு எரியச் செய்தது.

இவ்வாறு இது பொங்கியெழுந்தபோது, இமானுவேல் மிஷன் பள்ளியின் மாணவன் கிஷன் பூர்பியா அவனது வயலில் ஒரு மரத்தில் தொங்கிக்கொண்டிருப்பது கண்டுபிடிக்கப்பட்டது. மீண்டும் இது ஒரு கொலையாக எடுத்துக்கொள்ளப்பட்டது. அவன் முஸ்லீம்களால் கொல்லப்பட்டான் என்று ஒரு வதந்தி பரப்பப்பட்டது. மூவாயிரத்துக்கு நெருக்கமான எண்ணிக்கையில்

இந்துக்கள் தெருக்களில் வெளிப்பட்டார்கள். மரணத்தின் நடனம் பலமணி நேரம் தொடர்ந்தது. பில்வாராவின் எஸ்.பி. அசோக்ரத்தோட் அந்தக் கலவரத்தை கட்டுப்படுத்த உறுதியான நடவடிக்கைகளை எடுத்தபோது, இந்துத்துவா சக்திகள் அவர்மீது திரும்பின. அந்த தலித் அலுவலர் இந்துத்துவா பிராமண சக்திகளால் சதை கிழிக்கப்பட்டார். மேலும் இப்போது அவர் அவர்களுக்கு எதிராக உறுதியான நடவடிக்கைகளை எடுத்துவருகிறார். மாவட்டம் முழுவதும் இந்துத்துவா மற்றும் முஸ்லீம் குழுக்களுக்கிடையே மோதல்கள் நடைபெற்றுவந்தன. காவல்துறை இதை நீண்டகாலம் கண்டுகொள்ளாமல் இருந்தது.

2005 ஏப்ரல் 5 அன்று, மாண்டலில் ஒரு இமாம்பரா (ஈத்வழிபாட்டுக்காக பயன்படுத்தப்பட்ட கட்டடம்) கதவில் ஒரு காவிக்கொடி காணப்பட்டது. கோபமடைந்த முஸ்லீம் சமுதாயத்தினர் தங்கள் எதிர்ப்பைப் பதிவு செய்ய ஓர் அமைதி ஊர்வலத்தை நடத்தினர். அன்று மாலையே, வண்ணங்களின் திருவிழாவின் ஓர் அங்கமாக பகோத்சவ்– நான்கு கைகளைக்கொண்ட கடவுள் விஷ்ணுவின் உருவம் - சர்புஜநாத் ஆக, சடங்குபூர்வ ஊர்வலமாக அணிவகுத்தது. லகாரா சௌக்கில் அந்த ஊர்வலம் வன்முறையாக மாறியது. முஸ்லீம்களுக்குச் சொந்தமான பதினொரு கடைகளும், இரண்டு வீடுகளும் எரிக்கப்பட்டன. இரண்டு மஸார்கள் (கல்லறை) அழிக்கப்பட்டன; ஒரு மசூதி இடிக்கப்பட்டது. காவலர்களும் தாக்கப்பட்டார்கள். தடியடியும், காவல்துறை துப்பாக்கிச்சூடும் கண்ணையா தாஸ் வைஷ்ணவ் என்ற இந்து இளைஞன் சுட்டுக் கொல்லப்பட்டதில் முடிந்தது. பூசாரி கண்ணையா கோவிலில் பூசை செய்து கொண்டிருந்தபோது முஸ்லீம்களால் சுட்டுக்கொல்லப்பட்டார் என்ற வதந்தி பரப்பப்பட்டது.

இது எரியும் நெருப்பில் எண்ணெய் வார்த்தது போலிருந்தது. மேலும் அந்தப்பகுதி முழுவதும் அருகிலுள்ள கிராமங்களிலிருந்து கும்பலை ஒருங்கிணைத்து, திட்டமிட்ட வகையில் முஸ்லீம்களின் தொழில்கள், வழிபாட்டுத் தலங்கள், வீடுகள் ஆகியவற்றை தாக்கும் வன்முறைச்செயல்களை கூர்மையாக விரைவுபடுத்துவதாகவும் இருந்தது. இந்துத்துவா அமைப்புகளின் தலைவர்களும், பாஜகவின்பால் சாய்மானம் கொண்டுள்ள காங்கிரஸ் தலைவர்களும் காவல் நிலையங்களில் அமர்ந்துகொண்டு காவலர்களை முஸ்லீம் பெரும்பான்மை உள்ள இடங்களுக்குச் செல்லுமாறு இயக்கிக்கொண்டிருந்தார்கள்.

அங்கே காவலர்கள் திடீர் சோதனைகளை நடத்தினார்கள். இரவு ஒன்பது மணிக்கும் காலை இரண்டு மணிக்கும் இடையில் இருபத்தைந்து முஸ்லீம் இளைஞர்கள் காவல்துறையினரால் பிடிக்கப்பட்டு கைது செய்யப்பட்டார்கள்; காவலில் வைக்கப்பட்டு 'பாகிஸ்தான் நாய்கள்' போன்ற வார்த்தைகளால் திட்டப்பட்டார்கள். மிகவும் கடுமையாக அடிக்கப்பட்டார்கள். ஒருவர் தனது கேட்கும் சக்தியை இழந்துவிட்டார். இருவர் எலும்புகள் முறிக்கப்பட்டு வருந்தினார்கள். ஒருவரின் தாடி இழுக்கப்பட்டது; இன்னொருவர் தாகத்துக்கு தண்ணீர் கேட்டபோது அவருக்கு குடிப்பதற்கு சிறுநீர் கொடுக்கப்பட்டது. முஸ்லீம்களின் அண்டை அயலில் இந்த சட்டத்துக்குப் புறம்பான வேட்டை நடந்துகொண்டிருந்தபோது, காவலர்களும்கூட முஸ்லீம் பெண்களிடம் நாகரிகமற்ற முறையில் நடந்துகொண்டார்கள்.

இந்த வகையில், மாண்டல் முஸ்லீம் சமுதாயம்-உடல்ரீதியாகவும், சமூக மற்றும் பொருளாதார ரீதியாகவும் நொறுக்கப்பட்டது.

மாண்டலில் நடந்துகொண்டிருந்தவை இன்னும் புதுமை குறையாமல் இருந்தபோதே, அருகில் உள்ள கரேடா கிராமத்தில், ஐந்து கோவில்களில் 786 என்ற எண் (முஸ்லீம்களின் புனித எண்) எழுதப்பட்டிருப்பது கண்டுபிடிக்கப்பட்டது; பச்சைக் கொடிகளும் இறந்த விலங்குகளின் எலும்புகளும்கூட கண்டுபிடிக்கப்பட்டன. இந்துக்கள் சட்டத்தைமீறி வன்முறையாளர்களாக எழுந்தார்கள். எழுபத்திரண்டு மணி நேரம் கரேடா கடைத்தெரு மூடப்பட்டது. புனிதத்தன்மையை அவமதிக்கும் இந்தச்செயல்கள், அந்த நேரத்தில் கரேடாவில் இருந்த சூஃபி துறவி சைலானி சர்காரால் நடத்தப்பட்டது என்று சங் அமைப்புகள் அறிவித்தன. பாகிஸ்தான் உளவாளிகளுக்கும், குற்றவாளிகளுக்கும் அவர் அடைக்கலம் கொடுத்தார் என்றும், ஆயுதங்களும், வெடிகுண்டுகளும் அவரால் இருப்பு வைக்கப்பட்டுள்ளன என்றும் அவர் உடனடியாக அங்கிருந்து அகற்றப்படவேண்டும் என்றும் அவர்கள் கூறினார்கள். நிர்வாகம் இதைச்செய்யத் தவறுமானால், இந்த விஷயத்தை தங்கள் கைகளில் எடுத்துக்கொள்ளப் போவதாகவும் மிரட்டினார்கள்.

பல நாட்கள் கரேடா பதட்டமாகவே இருந்தது. காவல்துறை சைலானி சர்காரின் ஆசிரமத்தில், தங்கள் மனத்திருப்திக்காக, முழுமையாக சோதனையிட்டார்கள்; ஆனால் அங்கே எந்த ஒன்றும் காணப்படவில்லை. இதற்கிடையில், கரேடா

கோவில்களின் புனிதத்தன்மையை அவமதிக்கும் செயல்களின் சுவடுகள் கரேடாவில் வசிப்பவரும் சிவசேனா தலைவருமான சிந்தியா என அழைக்கப்படும் ராம்ரத்தன் ஜான்வரை அடையாளம் காட்டின. இந்த சதி அம்பலப்படுத்தப்பட்டபோது, இந்துக்கள் அதிர்ச்சியடைந்தார்கள். ஆனால் முஸ்லீம்களுக்கு எதிரான நிலையில், எந்தவகையான வருத்தமும் தெரிவிக்கவில்லை. ஏனென்றால், அந்தச் சூழலை உருவாக்க அவர்களும் உதவி செய்திருந்தார்கள்.

அந்த நாட்களில், பில்வாராவில், கோவில்களில் தெய்வ உருவங்கள் உடைக்கப்பட்டுக் கொண்டிருந்தன; மசூதிகளில் வண்ணங்கள் வீசப்பட்டுக் கொண்டிருந்தன. இவை பொதுவான நிகழ்ச்சிகளாக இருந்தன. இவற்றுக்கு யார் பொறுப்பு என்பது ஒருபோதும் தெளிவுபடுத்தப்படவில்லை. ஒரு முஸ்லீமோடு சேர்த்து எவர் ஒருவரையும் அங்கே பார்க்கமுடியாது என்ற அளவுக்கு சுற்றுச்சூழல் மிகவும் நச்சுத்தன்மை கொண்டதாக இருந்தது. இந்த எல்லா அநீதிகளாலும், ஒடுக்குமுறைகளாலும் நான் ஆழமாகத் தொல்லைப்படுத்தப்பட்டேன். வெளிப்படையாகவே அதை எதிர்த்துப் போராட முடிவு செய்தேன். சங்-கில் இணைக்கப்பட்ட அமைப்புகளின் பங்குபாத்திரத்தை நான் அம்பலப்படுத்த முடிவு செய்தேன். இதற்காக, ‘குடிமக்கள் விடுதலைக்கான மக்கள் ஒற்றுமை’ (*PUCL*)யிலிருந்து வந்த, ‘உண்மை கண்டறியும் குழு’வோடு சேர்ந்து ‘அணுகும் பாசிசத்தின் காலடிச்சுவடுகள்’ என்ற அறிக்கையை தயார் செய்தேன்.

இந்தச் சிறு கையேடு நரகங்கள் எல்லாம் உடைந்து தளர்ந்து விடுவதற்கு முன்பே விரைவாக வெளியிடப்பட்டது.

45

எனது சொந்த நீர்ச்சுழலால் உறிஞ்சப்பட்டேன்

இந்தச் சிறு கையேடு இந்துத்துவா கொள்கைகளை, அதன் சதிகளை, மத வன்முறைகளைத் தூண்டிவிடுவதில் அதன் பங்குபாத்திரத்தையும் அதேபோல, நிர்வாகத்தாலும், காவல் துறையினராலும் வகிக்கப்பட்ட பாரபட்சமான பாத்திரத்தையும் முற்றிலும் அம்பலப்படுத்தியிருக்கிறது. இயல்பாகவே இந்த மூவரும் இந்தக் கையேட்டால் கோபமடைந்தார்கள். இந்துத்துவ அமைப்புகள் சமூக நல்லிணக்கத்தை சீர்குலைப்பதற்கும், இந்து உணர்வுகளை காயப்படுத்துவதற்கும் நான்தான் பொறுப்பு என்று அறிவித்தன. மேலும், எனக்கு எதிராக ஒரு புகாரை காவல்துறைக்கு அளித்து, என்னைக் கைது செய்யுமாறும், அதேபோல அந்த அறிக்கைக்கு தடைவிதிக்குமாறும் கோரின. முதல் தகவல் அறிக்கையைக்கூட பதிவுசெய்யாமல் காவல்துறை என்னை முற்றுகையிடத் துவங்கியது. அச்சகம் சோதனையிடப்பட்டது. கையேட்டின் பிரதிகள் கைப்பற்றப்பட்டன. இத்தகைய அச்சத்தைத் தரும் பின்விளைவுகள் ஏற்படும் என்று அச்சிடுபவர் மிரட்டப்பட்டார். அதிலிருந்து அவர் என்னிடம் ஒருபோதும் பேசுவதில்லை.

இதற்கிடையில், ஓம்பாந்தியா மற்றும் கேவலமான சாதிய மனப்பான்மை கொண்ட பத்திரிகையாளர் பைருலால், பஜ்ரங் தள் மற்றும் புதிதாகத் துவக்கப்பட்ட இந்து தர்மா ரக்ஷா உள்ளிட்ட ஆளும் பாஜகவின் உள்ளூர் தலைமை, எனது தோழர்களை அவர்கள் உண்மையான இந்துக்களாக இருந்தால், என்னைப்போன்ற இந்துவுக்கு எதிரானவர்களைக் கைவிட வேண்டும் என்று கூறி மிரட்டுவதைத் துவக்கியது. ‘அணுகும் பாசிசத்தின் காலடிச்சுவடுகள்’ பிரதிகள்

மாண்டலில் பொது இடத்தில் எரிக்கப்பட்டன. நான் சமூக ரீதியாகவும், பொருளாதார ரீதியாகவும் புறக்கணிக்கப்படேன். மாண்டலுக்குள் காலடி எடுத்துவைப்பதிலிருந்தும் நான் தடுக்கப்பட்டேன். ‘இந்து தர்மா ரக்ஷா பரிஷத்’ என்ற பதாகையின்கீழ், வன்முறையையும் கலவரத்தையும் உருவாக்கும் அதே பேர்வழிகள் ஆயுதங்களோடு எனது கிராமத்துக்கும், எனது வீட்டுக்கும் அணிவகுத்தார்கள். அங்கே, அவர்களுக்கு சமமான முரட்டுத்தனத்தோடும், அச்சமற்ற தன்மையோடும் எனது தந்தை மற்றும் எனது இளைய உறவினர்களால் எதிர்கொள்ளப்பட்டார்கள். அத்தகைய ஒரு தாக்குதலுக்கு அவர்கள் தயாராக இருந்தார்கள். உண்மையில் இந்தக் கோழைகள் சமமானவர்களோடு சண்டையிட ஒருபோதும் தயாராக இருந்ததில்லை. எனவே அவர்கள், என்னை தேசவிரோதி- இந்துவிரோதி, ஒரு தங்கையா (நம்பிக்கைக்கு அப்பாற்பட்ட சாதி) என்று அறிவித்தபின் அங்கிருந்து ஓடத்துவங்கினார்கள்.

கடைசியாக என்மீது ஒரு முறையான புகார் மாண்டல் காவல் நிலையத்தில் பதிவு செய்யப்பட்டது. மாநில உள்துறை அமைச்சர் என்னை உடனடியாகக் கைது செய்யுமாறு வாய்மொழி உத்தரவுகளைக் கொடுத்தார். நான் ஜெய்பூருக்கும் பில்வாராவுக்கும் இடையில் உள்ள பாதையில் இருந்தேன். பத்திரிகை நண்பர் மகேஷ் அகர்வாலிடமிருந்து, “நான் இப்போதுதான் எஸ்.பி.யை சந்தித்தேன், மேலும் காவல்துறை உங்களைக் கைதுசெய்யத் தயாராக உள்ளது. அங்கே ஏராளமான அழுத்தங்கள் மேலேயிருந்து அவ்வாறு செய்ய” என்ற ஒரு செய்தியைப் பெற்றேன். நான் உடனடியாக எனது மக்களை தொடர்புகொண்டேன். எனது நிகழ்ச்சியை மாற்றிக்கொண்டேன். கிஷன்கர்-லிருந்து வெளியேறி, பில்வாரா செல்வதற்குப் பதிலாக நான் ஜெய்பூருக்குத் திரும்பினேன். அங்கே நான் உள்துறை செயலாளர் பி.எஸ்.மெஹ்ராவை சந்தித்தேன். எனது பிரச்சனையை அவர்முன் வைத்தேன். என்னை முழு கவனத்துடன் கேட்டதற்குப்பின், உள்துறை அமைச்சர் தனிப்பட்ட முறையில் எனது பிரச்சனையை பின்தொடர்வதால், என்னை ராஜஸ்தானை விட்டு நீங்குமாறு அறிவுரை தந்தார். ஆர்எஸ்எஸ்-ஸின் தலைமையகமான பாரதிபவனிலிருந்து ‘பன்வர் மெக்வன்ஷி உடனடியாக பிடிக்கப்படவும், சிறைக்கு

அனுப்பப்படவும் வேண்டும். அவர் ஒரு பிரச்சனையாக இருக்கிறார்', என்று நேரடி உத்தரவுகள் வந்தன.

சூழ்நிலை மோசமானதால் எனது நண்பர்கள் என்னிடமிருந்து விலகினார்கள். ஆனால் நான் அருணா ராயைச் சந்தித்து, அவருடன் பேசியபோது, அவர் உடனடியாக மாநிலத்தின் தலைமைச்செயலாளர் அனில் வைஷ்டனும், மனித உரிமைகள் அமைப்புடனும், டெல்லியில் உள்ள நிர்வாக அலுவலர்களுடனும் பேசினார். மேலும் என்னை டெல்லிக்கு நகர்த்தும் செயல்முறைகளையும் துவக்கினார். டெல்லியை அடைந்தபிறகு, என்னைப் பாதுகாப்பாக வைத்துக்கொள்ள நான் நாடுமுழுவதும் இடம்விட்டு இடம் நகர்ந்துகொண்டிருந்தேன்.

டெல்லியில் நான் குல்தீப் நய்யார், ஹர்ஷ் மந்தர், அருந்ததிராய், பாரத் தோக்ரா மற்றும் பிரபாஷ் ஜோஷி ஆகியோரைச் சந்தித்தேன். புகழ்பெற்ற வழக்கறிஞர் பிரசாந்த் பூஷன் எனது வழக்கை மனித உரிமைகள் குழுவின்முன் வைத்தார். ஊடகங்களில் என்னைப்பற்றி அருணா ராய், மம்தா ஜெய்ட்லி, மற்றும் பாரத் தோக்ரா ஆகியோர் கட்டுரைகளை எழுதினார்கள். மூத்த பத்திரிகையாளர் பிரபாஷ் ஜோஷி நிர்மான் விஹாரில் உள்ள அவரது வீட்டுக்கு என்னை அழைத்தார். எனது முழுக்கதையையும் கேட்டார். அவர் என்னை கவனித்துக் கொண்டிருந்தபோது, தனது வாய்க்குள் பூசணித் துண்டுகளை வீசிக்கொண்டிருந்தார். 'சாப்பிடுங்கள் மஹராஜ்' என்று என்னிடம் அவ்வப்போது கூறிக்கொண்டிருந்தார். இந்த இளைஞர் எனக்கு உதவிசெய்ய மாட்டார் என்று நான் நினைத்தேன். அவர் முழுவதுமாக தன்னை மறந்து சாப்பிடுவதிலேயே கவனமாக இருந்தார். ஆனால் நான் அவரது வீட்டைவிட்டு நீங்குவதற்குமுன், அவர் தனது தரைவழித் தொலைபேசியில் குடியரசுத் துணைதலைவர் பைரோன் சிங் செக்காவத்தை அழைத்தார். அவரது பாணி முற்றிலும் தனித்தன்மை வாய்ந்தது. அவர், 'பைரோன் சிங்ஜி, இது உங்கள் பணிவுள்ள வேலைக்காரன் பிரபாஷ் ஜோஷி, உங்கள் சிஷ்யை (ராஜஸ்தான் முதலமைச்சர் வசுந்தரா ராஜே என்ற அர்த்தத்தில்) அங்கே எங்கள் மனிதரை துன்புறுத்திக் கொண்டிருக்கிறார். தயவுசெய்து அவரை, உணர்வுடன் பார்க்கச் செய்யுங்கள்' என்று கேட்டுக்கொண்டார். பிறகு அவர் எனது முழுக்கதையையும் குடியரசு துணைத்தலைவருக்கு விளக்கினார். நான் சிறிதளவு நிம்மதியையும், நம்பிக்கையையும் பெற்றேன். அடுத்த

ஞாயிறு அன்று 'ஜன்சத்தா' பத்திரிகையின் தனது பத்தியில் "ஒரு மெக்வன்ஷி நீர்ச்சுழலுக்குள் சிக்கிக்கொண்டார்" என்ற தலைப்பில் ஒரு சிறுகட்டுரையை (எனது பெயரிலிருந்து பன்வர்-ஐ நீக்கிவிட்டு) எழுதினார்.

இந்தி உலகின் பத்திரிகையாளர்களாலும், இலக்கியவாதிகளாலும், சமூக செயல்பாட்டாளர்களாலும் காட்டப்பட்ட ஒற்றுமையும் ஒருமைப்பாட்டு உணர்வும், தேசிய மனித உரிமைகள் குழு விளக்கங்கள் கேட்டு எடுத்த நடவடிக்கைகளும், எனது வழக்கில் தேசம் தழுவிய அளவில் ஆர்வத்துடன் எடுக்கப்பட்ட நடவடிக்கைகளும் ராஜஸ்தான் அரசைப் பின்வாங்கச் செய்தன. நாடெங்கிலுமிருந்து உரிமைக்கான அமைப்புகள் இதைப்பற்றிப் பேசியபோதும், எனக்கு உதவிசெய்வதில் PUCL முழுமையாக ஈடுபட்டபோதிலும், எது என்னை ஆச்சரியமடையச் செய்தது என்றால், எந்த ஒரு தலித் அமைப்பும், அல்லது தலித் இலக்கியவாதிகளும் எனக்கு ஆதரவாகக் குரல் எழுப்பாததுதான்.

ஆளும் பாஜக, என் மீதான தாக்குதல்கள் தேசிய அளவில் கருத்து வெளியீட்டு சுதந்திரம் மற்றும் ஒரு தலித் இதழியலாளரின் மனித உரிமைகள் என்ற பிரச்சனையாக ஆகிவிட்டது என்பதை உணர்ந்துகொண்டது. ராஜஸ்தானில் உள்ள எந்த ஒரு காவல் நிலையத்திலும் எனக்கு எதிரான முறையான எந்த ஒரு புகாரும் இல்லை என்றும் அங்கே "அணுகும் பாசிசத்தின் காலடித்தடங்கள்" மீது எந்தத்தடையும் இல்லை என்றும் வெளிப்படையாக அறிவித்தாகவேண்டிய நிலைக்கு ராஜஸ்தான் அரசு வற்புறுத்தப்பட்டது.

எனவே அந்த அரசு பின்வாங்கியது; ஆனால் என்னை சமூகவிலக்கம் செய்வது தொடர்ந்தது. அடுத்த மூன்று ஆண்டுகளுக்கு, ஒவ்வொருமுறை நான் மாண்டலுக்குச் செல்லும்போது முதலில் நான் காவல்துறைக்கு தகவல் அளிக்க வேண்டியிருந்தது. காவல்துறை பாதுகாப்புடன் அங்கே செல்ல வேண்டியிருந்தது. கடைகளில் மக்கள் எனக்கு எதையும் தரமாட்டார்கள். மாண்டல் பேருந்து நிலையத்தில் என்னால் ஒரு தேநீரைக்கூட பெறமுடியவில்லை. தினந்தோறும் அச்சுறுத்தல்களை நான் பெற்றேன். எனது நண்பர்களில் பெரும்பாலானோர் ஒரு மனிதனாக இருப்பதைக்கூட நிறுத்திக்கொண்டு, வெறும் இந்துவாக ஆகிப்போனார்கள். பலர் தங்கள் நெற்றிகளில் திலகத்தை

அணிந்துகொள்ளத் துவங்கினார்கள். நான் சமூகத்திலிருந்து ஒதுக்கிவைக்கப்பட்டேன். ‘இந்துயிஸத்தின் எதிரி’ என்றும், ‘தீய முல்லாக்களின் வழக்கறிஞர்’ என்றும் அழைக்கப்பட்டேன். எனது மிக நெருங்கிய இந்து நண்பர்கள்கூட என்னைத் தவிர்க்கத் துவங்கினார்கள். நான் முழுவதுமாகக் கைவிடப்பட்டதாக உணர்ந்தேன்; எனது சொந்த நிழலாலும் கூட.

ஆனால் அந்த கொடூரமான நேரங்களிலும் எனது சில நண்பர்கள் – அருணா ராய், நிகில் டே, MKSS-லிருந்து சங்கர் சிங், ராஜ் ஜாங்கிட், தாரா அலுவாலியா, மஹிபால் வைஷ்ணவ், கங்காசிங் ரத்தோட் ஹமீத் பகவான், யோகேந்திர பன்வர், அலாவுதீன் ‘பேதில்’ பத்ரிலால் மெக்வன்ஷி அபித் ஹுஸ்ஸேன் ஷேக்- என்னுடன் பாறைபோல நின்றார்கள்.

நான் எனது குடும்பத்தாலும்கூட உண்மையில் ஆதரிக்கப்பட்டேன். அந்த நேரத்தில் எனது தந்தையின் துப்பாக்கி, அது உண்மையில் ஒருமுறைகூட சுட்டதில்லை என்றாலும், எப்போதும் குண்டுகளால் நிரப்பப்பட்டிருந்தது. வன்முறையின்மையில் – அகிம்சையில் நாங்கள் முழுமையாக ஈடுபாடு கொண்டிருந்தாலும், கடந்த சில ஆண்டுகள் எங்களை ஆயுதங்களைக் கொண்டிருப்பதன் அவசியத்தை உணரவைத்தன. ஏனென்றால், எங்கள் எதிரிகள் அகிம்சையின் மொழியை புரிந்துகொண்டிருக்கவில்லை. அவர்கள் புரிந்து கொண்டதெல்லாம் கண்ணுக்குக்கண் என்ற பேச்சை மட்டும்தான். அதைப்போலவே நாங்கள் எப்பொழுதும் எங்கள் ஆயுதங்களுக்கு எண்ணெய் தடவி அந்தக் குண்டர்களுக்காக தயாராக வைத்திருந்தோம். இனிமேலும் தொடர்ந்து அவ்வாறே செய்வோம்.

46
சுலியா கோவில் நுழைவும் தலித் இயக்கமும்

எங்கோ ஒரு கிராமத்தில் இருந்த ஒரு ஷாகாவின் செயல்பாட்டாளர், அந்த ஷாகா தொடர்ந்து ஐம்பது ஆண்டுகளாக நடந்துகொண்டிருக்கிறது என்று என்னிடம் கூறினார். கடந்த ஏழு அல்லது எட்டு ஆண்டுகளாக, அந்த கிராமத்தின் தலித்துகள் சேவாபாஸ்தி குடியிருப்பில் வசித்துவந்தாலும், தலித் அரசியலுக்கு இரையாகி விட்டார்கள். அந்த கிராமத்தில் மாருதிக்கு ஒரு கோவில் இருக்கிறது. அங்கே வழிபடுவதையும், பிரசாதங்கள் பெற்றுக்கொள்வதையும், ஒரு குறிப்பிட்ட தொலைவிலிருந்து ஆரத்தி எடுப்பதையும் அவர்கள் வழக்கமாகக் கொண்டிருந்தார்கள். ஆனால் இப்பொழுது தொலைவிலிருந்து கோவில்மீதே சாணத்தை வீசுகிறார்கள்.

அந்த கிராமத்தில் எஞ்சியிருந்த மற்றவர்கள் இவர்கள் மீது ஒரு போரை அறிவித்தார்கள். அந்த கிராமம் இரண்டாகப் பிளவுபட்டது. பதட்டம் அதிகரித்தது. அந்த செயல்பாட்டாளர் மேலும் என்னிடம் கூறினார்: "நமது சுயம்சேவக்குகளால் ஒரு சமரசத்தைக் கொண்டுவர முடியவில்லை, ஏனென்றால், அந்த சிவபாஸ்தியில் எந்த வேலையையும் நாங்கள் செய்ததில்லை. ஏனென்றால், எல்லா சுயம்சேவக்குகளும் தலித் அல்லாதவர்கள். தலித்துகளின் நம்பிக்கைக்கு உரியவர்கள் அங்கு யாரும் இல்லை."

இந்த சூழ்நிலை எவ்வாறு எழுந்தது என்பதுதான் கேள்வி. அன்பு மற்றும் சமத்துவத்தின் அடிப்படையில் இந்து சமுதாயத்தை ஒன்றுபடுத்த துவக்கப்பட்ட இந்த

அமைப்புகள் தொடர்ந்து ஐம்பது ஆண்டுகளாக வேலை செய்திருந்தபோதிலும், எவ்வாறு அது இந்து சமுதாயத்தை உடைப்பதற்கான ஓர் இயக்கத்தால் வெறும் ஏழு அல்லது எட்டு ஆண்டுகளுக்குள் தோற்கடிக்க முடிந்தது?

- ஹெச்.வி சேஷாத்ரி, ஆர்எஸ்எஸ் தலைவர்
"தலித் அந்தோலன் பனாம் சங் கார்யா",
"தலித் அரசியல் X சங்கின் வேலைகள்".
ஒரு துண்டுப்பிரசுரத்தில்

2006 செப்டம்பரில் பில்வாரா மாவட்ட ஆட்சியர் அஜிபாத் சர்மாவை சில வேலைகளுக்காக சந்திக்க நான் அங்கு சென்றேன். மேலும், அங்கே மாண்டலின் முன்னாள் காங்கிரஸ் சட்டமன்ற உறுப்பினர் ஹபீஸ் மொஹம்மதுவை நான் சந்தித்தேன். நாங்கள் பேசிக்கொண்டிருந்தோம். அவரது வீட்டுக்கு என்னை அழைத்துச் சென்றார். அங்கே சூலியா கிராமத்திலிருந்து பெரும் எண்ணிக்கையிலான தலித்துகள் திரண்டிருந்தார்கள். அவர்களில் ஒருவர்கூட என்னைப்பற்றி அறிந்திருக்கவில்லை. அவர்கள் முன்னாள் சட்டமன்ற உறுப்பினரிடம் தங்கள் துயரங்களை பகிர்ந்துகொள்ள வந்திருந்தார்கள். அந்தத் துயரங்களில் நீண்டதும், குறுகியதுமான ஒன்று, அவர்கள் பட்டியலின சாதிகளிடையே, பலாய் என்ற, துணை சாதியிலிருந்து வந்தவர்கள்; கரேடாவில் சூலியாவில் வாழ்ந்துவந்தவர்கள். அங்கே இந்த தலித்துகளின் முன்னோர்கள் ஆயிரம் ஆண்டுகளுக்கு முன்பு சாம்ந்த மாதாவுக்கு ஒரு கோவிலைக் கட்டியிருந்தார்கள். அங்கு பூசாரியும் குருவும், வழிபாட்டின்போது பாடல்களைப் பாடியவர்களும் என எல்லாரும் தலித்துகளே.

சுதந்திரத்துக்கு சற்று முன்வந்த கொடூர பஞ்சத்தில் இந்த தலித்துகள் பட்டினிகிடக்கும் நிலையை அடைந்தபோது, தங்கள் கால்நடைகளை அழைத்துக்கொண்டு, அவர்களது கோவிலை வசதி படைத்த குஜ்ஜார் குடும்பத்தின் கவனிப்பில் விட்டுவிட்டு மால்வாவை நோக்கிப் புறப்பட்டார்கள். சில ஆண்டுகளுக்குப்பிறகு அவர்கள் திரும்பிவந்தபோது குஜ்ஜார் குருவை தங்கள் கோவிலில், தலித் பூசாரியுடன் சேர்ந்து பூசை புனஸ்காரங்களை நடத்துவதை தொடர்ந்து அனுமதித்தார்கள். இரண்டு சமுதாயங்களும் நன்கு ஒற்றுமையாக இருந்தன. ஆரம்பத்தில் அந்தக் கோவிலில் அதிக வருமானம் ஏதும்

இருக்கவில்லை. ஆனால், படிப்படியாக அதிகமான பக்தர்கள் வந்து காணிக்கைகளை அளித்தார்கள்; வருமானம் உயர்ந்தது. மேலும் அந்தக் கோவிலுக்குச் சொந்தமான இருபத்தொன்பது பைக்கா நிலங்களின் விலைமதிப்பும் உயர்ந்தது. அந்த கோவிலிலிருந்து கிடைத்த மொத்த வருமானத்தையும் தனது பைகளில் போட்டுக்கொள்ள குஜ்ஜார் குரு முடிவுசெய்தார். தலித்துகளை முழுவதும் ஒதுக்கிவைக்க ஒரு திட்டத்தை வெளிப்படையாகத் துவக்கினார். அவர் தன்னுடைய பெயரை அதிகாரபூர்வமான பூசாரி என ஆவணங்களில் பதிவு செய்துகொண்டார். அந்த மொத்த நிலங்களையும் எடுத்துக்கொண்டார். தலித் பூசாரி கோவிலின் காணிக்கையாக தனக்குக் கொடுக்கப்பட்ட ஆட்டுக்கறி மற்றும் சிறிதளவு சாராயத்தோடு திருப்திப்பட்டுக்கொள்ள வேண்டியதாகிவிட்டது.

2006இன் நவராத்திரி திருவிழாவின் போது, தலித்துகளை கோவிலிலிருந்து வெளியேற்ற அடுத்த நடவடிக்கைகளை எடுத்தார்கள். தலைமைக் காவலரிலிருந்து துணைக்கோட்ட நீதிபதி மற்றும் அந்த மாநிலத்தின் அமைச்சர்கள் வரை குஜ்ஜார்களாக இருந்ததால், அது ஒரு எளிதான வேலையாக இருந்தது. நவராத்திரியின் முதல்நாளிலேயே குஜ்ஜார் பூசாரி, தலித் பூசாரி ஹஜாரி போபாவையும் மற்ற தலித்துகளையும் உடல்ரீதியாகத் தாக்கினார். அவர்களை கோவிலின் உள் பிரகாரத்திலிருந்து, வெளியே தள்ளினார். மேலும், தாழ்ந்த பலாய் சாதியினர் அன்று முதல் கோவிலின் உள்பகுதிக்குள் அனுமதிக்கப்பட மாட்டார்கள் எனவும் அறிவித்தார்.

தலித்துகள் இதற்குத் தயாராக இருக்கவில்லை. அந்தக் கோவில் அவர்களது முன்னோர்களால் கட்டப்பட்டது; நூற்றுக்கணக்கான ஆண்டுகளாக அவர்கள் அந்தக்கோவிலின் பூசாரிகளாக இருந்து வந்திருக்கிறார்கள். அவர்கள் கரேடா காவல் நிலையத்துக்கு ஒரு புகாருடன் சென்றார்கள். ஆனால் அது விசாரிக்கப் படவில்லை. அவர்கள் மாவட்ட ஆட்சியரிடமும், மூத்த காவல்துறை அலுவலர்களிடமும் சென்றார்கள். ஆனால் அவர்கள் எல்லாரும், இது நிலத்தின் மீதான ஒரு சொத்து மற்றும் காணிக்கைகள் தொடர்பான தகராறு என்றுகூறி, இந்த விஷயத்தை நீதிமன்றத்துக்குக் கொண்டுசெல்லுமாறு தெரிவித்தார்கள். அவர்கள் கூறுவதைக் கவனித்த நான், இதை வெறும் ஒரு சொத்துத்தகராறு என்று தள்ளிவிட முடியுமா? இது ஒரு ஒட்டுமொத்த சமுதயத்தின் கௌரவம் மற்றும் சுயமரியதை

பிரச்சனை அல்லவா? என்று ஆச்சரியப்பட்டேன். அங்கிருந்த தலித்துகளிடம், அடுத்தநாள் அவர்களுடைய கிராமத்துக்கு சில நண்பர்களுடன் வருவதாகவும், அங்குள்ள சூழ்நிலைகள் பற்றிய முழு உணர்வையும் அறிந்து கொள்வதாகவும் நான் கூறினேன். அவர்கள் கூறியதைப்போல விஷயங்கள் மாறியிருந்தால், அடுத்த செயல்முறைகளில் அவர்களுக்கு நான் கட்டாயம் உதவுவேன்.

அடுத்த நாள் அந்த சூலியா கிராமத்தை, பேதில்சாஹேப் மற்றும் சிலருடன் நான் அடைந்தேன். மேலும், அந்தக் கோவிலையும் பார்வையிட்டேன். அந்தக் கோவில் அண்மையில் புதுப்பிக்கப்பட்டிருந்தது; அப்போது முந்தைய தலித் பூசாரிகளின் சிலைகள் அகற்றப்பட்டு, வெளியே வீசப்பட்டிருந்தன. அவர்களை வேருடன் களைவதற்கும், அவர்களுடைய மூதாதையர்களின் சொத்துகளின் அடையாளங்களை அகற்றுவதற்குமான நடைமுறைகள் முன்பே துவக்கப்பட்டுவிட்டன என்பது தெளிவாகத் தெரிந்தது. மேலும் இப்பொழுது பாஜக ஆட்சியின்கீழ் அவர்களுக்காகப் பேசுவதற்கு ஒருவரும் இல்லை.

எனது நண்பர் கிரிதாரி மெஹ்வாலை நான் சந்தித்தேன். இந்த சூழ்நிலையை தலித் விழிப்புணர்வுக்கான ஒரு சக்திமிக்க மக்கள் இயக்கமாக மாற்றுவது எப்படி என்று நாங்கள் விவாதித்தோம். அந்த இரவில் சூலியா கிராமத்தின் நாற்பது தலித் குடும்பங்களின் கூட்டத்துக்கு நாங்கள் அழைப்பு விடுத்தோம். நாங்கள் அவர்களிடம் இந்தப் போராட்டத்தை, முற்றிலும் வருமானத்துக்கும், நிலத்துக்குமான ஒன்றாகவோ, அல்லது நம்பிக்கை பற்றிய ஒன்றாக ஆக்கிவிடுவதாகவோ பார்க்கக்கூடாது என்று வற்புறுத்தினோம். ஏனென்றால், கோவில் நுழைவு அரசியலில் எந்த ஒரு முக்கியத்துவமும் இல்லை என்று நான் பார்த்தேன். எந்தவொரு வழிபாட்டுத் தளத்துக்குள்ளும் தலித் நுழைவுக்காகப் போராடுவது சக்தியை வீணடிப்பதாகும் என தனிப்பட்டமுறையில் நான் நினைத்தேன். சனாதன இந்து தர்மத்தின் முப்பத்துமுக்கோடி தேவர்களும், தேவதைகளும் எந்த ஒன்றையும் தலித்துகளுக்காக செய்ததில்லை. எந்தவொரு ஒற்றை தெய்வத்தின் இதயமும் எங்களது கவலைக்கிடமான சூழ்நிலைக்காக உருகிவிடவில்லை. எந்த ஒன்றும் தனது பக்தர்களிடம், அவர்களும்கூட உங்களைப் போலவே என்னை வணங்குகிறார்கள், எனவே இந்த தலித்துகளையும் உள்ளே சேர்த்துக்கொள்ளுங்கள் என்று கூறியதில்லை.

ஆனால் மதத்தைப்பற்றி எந்தவிதமான கருத்து வேறுபாடுகள் இருந்தாலும், அரசியல் சாசனத்தால் உறுதியளிக்கப்பட்ட அடிப்படை உரிமைகள் எங்களுக்கு மறுக்கப்பட்டால், அது எளிதாக ஏற்றுக்கொள்ளப்படக் கூடியது அல்ல. இந்த விஷயத்தில் அந்த தெய்வம் சுலுவியாமாதாவின் மீதோ, அல்லது கோவில் நிலத்தின் மீதோ அல்லது காணிக்கைகளிலிருந்து கிடைக்கும் வருமானத்தின் மீதோ எனது கவனத்தை நான் குவிக்கவில்லை. அரசியல் சாசனத்தால் எங்களுக்கு உறுதியளிக்கப்பட்ட உரிமைகளை மட்டுமே நான் பார்த்தேன். அவற்றை மீண்டும் திரும்ப வென்றெடுக்க வேண்டியது தேவைப்படுகிறது.

நான் இந்தப் பிரச்சனையை எம்கேஎஸ்எஸ் மத்தியக்குழுவுக்கு எடுத்துச் சென்றேன். நாங்கள் உண்மை அறியும் ஓர் அறிக்கையோடு மாவட்ட நிர்வாகத்தை சந்தித்தோம். அவர்களுக்கு ஏழுநாட்கள் இறுதி எச்சரிக்கை கொடுத்தோம். இப்போது பந்து அவர்கள் மைதானத்தில். இந்தப் பிரச்சனையில், எஸ்சி/எஸ்டி. வன்கொடுமை தடுப்புச்சட்டம் செயல்படுத்தப்பட வேண்டும் என்று அந்த அறிக்கை கோரியது. மேலும், தலித்துகள் அவர்களது கோவிலுக்குள் கௌரவத்துடன் மீண்டும் நுழைவதை உறுதிப்படுத்தும் பொறுப்பை அரசு ஏற்றுக்கொள்ளவேண்டும் என்றும் வலியுறுத்தியது.

கோவில் நுழைவு இயக்கத்தில் பங்கெடுத்துக்கொள்ள வேண்டுமா? என்பது பற்றிய உள்ளார்ந்த சில உடன்பாடின்மைகளுக்குப் பிறகு, எம்கேஎஸ்எஸ் எங்களுக்கு பச்சை சமிக்ஞையை கொடுத்தது. 2006 நவம்பர் 18 அன்று சூலியாவில் ஒரு கூட்டத்துக்கு அழைப்பு விடுத்தோம். அதில் அண்டையிலுள்ள கிராமங்களிலிருந்து ஆயிரக்கணக்கான மக்கள் திரண்டார்கள். தலித் உரிமைகள் மையத்தின் சதீஷ்குமார், எம்கேஎஸ்எஸ்-இன் நிகில் டே, பாஜகவிலிருந்து விலகி பியூசிஎல்-லில் செயல்படும் முன்னாள் பாஜக நாடாளுமன்ற உறுப்பினர் தன்சிங் யாதவ் மற்றும் எஸ்சி/எஸ்டி/ ஓபிசி ஊழியர்கள் சங்கத்தின் தலைவர் ஹனுமன் சிங் நிர்பய் ஆகியோர் உரை நிகழ்த்தினார்கள். 2006 டிசம்பர் 12 க்குள் கோவில்களுக்குள் தலித்துகள் நுழைவதை நிர்வாகம் உறுதிப்படுத்தாவிட்டால், இந்த விஷயத்தை தங்கள் கைகளில் எடுத்துக்கொள்ளப் போவதாக அந்தக் கூட்டம் அறிவித்தது. இந்தப் போராட்டச் செய்தி பரவியதும், ஆர்எஸ்எஸ் இதை கவனத்தில் எடுத்துக்

கொண்டது. விஹெச்பி இந்த விஷயத்துக்குள் குதித்தது. சங்கின் எல்லா அமைப்புகளும் தலித்துகளுக்கு எதிராக எழுந்து நின்றன. சங்கின் செயல்பாட்டாளர்கள் கரேடாவில் வந்திறங்கினார்கள். வளர்ந்துவரும் தலித்துகளின் தீவிரமான விழிப்புணர்வை தணிக்க முயன்றார்கள். இந்தக் கிளைக்கதை, சங்கிகளின் கபடவேடங்களுக்கு அற்புதமான எடுத்துக்காட்டுகள் ஆகும். அது நல்லிணக்கத்தையும், சமத்துவத்தையும் பற்றி பேசுகிறது. ஆனால் தலித்துகள் அவர்களுடைய கௌரவத்துக்காக போராடுவதிலிருந்து தடுக்க தீவிரமாக வேலைசெய்கிறது.

விஹெச்பி மற்றும் பிற அமைப்புகளிலிருந்து ஓர் அணி 2006 நவம்பர் 23 அன்று சூலியாவுக்குள் வந்தது. அவர்களுக்கு சொந்தமாக விற்கப்பட்ட சில தலித்துகளையும் கொண்டுவந்தது. குஜ்ஜார் பூசாரியை கோவிலில் சந்தித்தது. அங்கே தலித்துகளிடம் அவர்கள் பேச முயன்றார்கள். ஆனால், சமரசத்துக்கு இடமில்லாத அத்தகையதொரு அவமதிப்பைப் பெற்றார்கள். அதனால் அவர்கள் திரும்பிச்சென்றார்கள்; தோற்கடிக்கப்பட்டார்கள். பின்னர் அவர்கள் பில்வாராவுக்குச் சென்று ஒரு பத்திரிகையாளர் மாநாட்டுக்கு அழைப்பு விடுத்தார்கள். அதில் சூலியா தலித்துகளின் போராட்டம் பன்னாட்டு நிறுவனங்களால் ஏவிவிடப்பட்ட ஒரு சதி என்று அவர்கள் அறிவித்தார்கள். இந்து சமுதாயத்தை பிளவுபடுத்த சில அந்நிய சக்திகள் சமூகவிரோத சக்திகளுக்கு நிதி அளிக்கின்றன என்றும் அவர்கள் கூறினார்கள். இந்துயிஸத்தின் உரிமையாளர்கள் என்று தனக்குத்தானே பெயர்சூட்டிக்கொண்ட இவர்கள், தலித்துகளின் போராட்டத்தை, கோவிலின் உள்பிரகாரத்துக்குள் பூசாரியைத் தவிர வேறுயாரும் நுழைய முடியாது என்பதால், இது தலித்துகளுக்கு எதிரான பாகுபாடு பற்றிய பிரச்சனையே அல்ல என்று தள்ளுபடி செய்தார்கள்.

இந்தப் பிரச்சாரங்கள் முழுவதிலும் சங் அமைப்புகள் உள்ளொன்று வைத்து, புறமொன்று பேசும் இரண்டக பாணியில் மிகவும் தீவிரமாகச் செயல்பட்டார்கள். ஒருபக்கம், பாஜக, பஜ்ரங் தள், விஹெச்பி, சிவசேனா, எல்லாமும் சூலியா போராட்டத்தை மதிப்பிழக்கச் செய்ய தங்கள் தலித் செயல்பாட்டாளர்களை முன்நிறுத்தினார்கள். மறுபக்கத்தில், உள்ளூர் பாஜக சட்டமன்ற உறுப்பினரும், பாஜக அரசின் அமைச்சருமான கலுலால் குஜ்ஜார் நவம்பர் 28 அன்று ஒரு போலியான கோவில் நுழைவு நிகழ்ச்சிக்கு ஏற்பாடு

செய்தார். அவர்கள் வெளியிலிருந்து சில தலித்துகளை வாடகைக்கு அழைத்து வந்தார்கள். அவர்கள் கோவிலின் முன்பகுதிவரை கொண்டு செல்லப்பட்டார்கள். பின்னர் அவர்களை பத்திரிகையாளர்கள் முன் பேச அழைத்து வந்தார்கள். வாடகைக்கு வந்த தலித்துகள் சூலியாவில் தலித்துகளுக்கு எதிரான சாதிப்பாகுபாடுகள் எதுவும் இல்லை என்று பேச வைக்கப்பட்டார்கள்.

அமைச்சரால் நடத்திக்காட்டப்பட்ட போலி கோவில் நுழைவு நிகழ்ச்சிக்கு முன்பு, மாலையில், பில்வாரா மாவட்டத் தலைமையகத்தில் நடைபெற்ற உயர்மட்ட பேச்சு வார்த்தைகள் முறிந்துவிட்டன. நான் திகைத்து நிற்கும்வகையில், நிர்வாகத்தின், ஒரு மூத்த அலுவலர், அந்தப் ‘பழைய நாட்களில்’, “முன்னதாக” தலித்துகள் அந்தக்கோவிலில் வழிபடுவதை வழக்கமாகக் கொண்டிருந்தார்கள் என்பதற்கு உரிய நிரூபணங்களை அந்தக்கூட்டத்தில் வைக்கமுடியுமா? என எனக்கு சவால் விடுத்தார். அத்தகைய நிரூபணம் எதுவும் இல்லாமல் அவர்களால் எதுவும் செய்ய முடியாது என அவர் கூறினார்.

மாவட்ட ஆட்சியர் மற்றும் இதர அலுவலர்கள் முன்னிலையில் நான் அவருக்குக் கூறினேன்: “‘அந்தப் பழைய நாட்களில்’, ‘முன்னதாக’ தலித்துகள் பிற்பகல்வரை, தங்கள் வீட்டைவிட்டு வெளியே காலெடுத்து வைக்க முடியாது, படிக்க முடியாது, எந்த உரிமையும் இல்லை. அங்கே கோவிலுக்குச் செல்வது என்ற கேள்விக்கே இடமில்லை. எனவே ‘முந்தைய’ நாட்களின் நிரூபணம் எங்களுக்குத் தேவையில்லை. இன்று நாங்கள் தெரிந்துகொள்ள விரும்புவதெல்லாம், டாக்டர் அம்பேத்கரால் உருவாக்கப்பட்ட அரசியல் சாசனம் எல்லா பொது வழிபாட்டுத் தலங்களிலும் நுழைவதற்கான உரிமையை எல்லா தலித்துகளுக்கும் கொடுத்திருக்கிறது. அவர்கள் அவ்வாறு நுழைவதிலிருந்து தடுக்கப்பட முடியாது. நீங்கள் கேட்கும் ‘நிரூபணம்’ இந்தியாவின் அரசியல் சாசனமாக இருக்கிறது. நாங்கள் அதில் நம்பிக்கை கொண்டுள்ளோம். உங்கள் நிர்வாகம் வேறு எதை நம்புகிறது?”

உடனடியாக, மாவட்ட நிர்வாகமும், காவல்துறையும், அரசியல் கட்சிகளின் செயல்பாட்டாளர்களும், சத்தமாகவும், தெளிவாகவும் ஒரு செய்தியைப் பெற்றார்கள். சூலியாவின் தலித்துகள் கோவில் நுழைவுக்காகவோ அல்லது

வழிபடுவதற்காகவோ அல்லது பிரசாதத்துக்காகவோ போராடவில்லை; அவர்கள் சமத்துவத்துக்காகப் போராடினார்கள். கோவில் நுழைவு நாடகத்தை நடத்திக்காட்டுவதன் மூலம் இந்தப் போராட்டத்தை ஓய்வெடுக்க வைக்கமுடியாது. அடுத்த நாள் இந்த நாடகம் நடத்திக் காட்டப்பட்டது. ஆனால், சூலியாவின் தலித்துகள் அதில் கலந்துகொள்ளவில்லை. அதிகாரபூர்வமான கோவில் நுழைவு வெறும் காலியான சம்பிரதாயமாக ஆகிவிட்டது. ஐந்தாயிரத்துக்கும் மேற்பட்ட தலித் மற்றும் ஆதிவாசி ஆண்களும், பெண்களும் அதிரடியாக எல்லா எதிர்ப்புகளையும் தாண்டி சூலியா மாதாவின் கோவிலுக்குள் நுழைந்தார்கள். அது ஒரு வரலாற்றுச் சிறப்புமிக்க வெற்றியாக அமைந்தது.

சூலியாவில் நடைபெற்ற கோவில் நுழைவு, ஒரு சகாப்தத்தின் நிகழ்ச்சி. அந்த பிரச்சாரப்பயணம் மூன்று மாதங்களாக நடைபெற்றது. அதன் செயல்முறைகள் தலித்துகளுக்கு எவ்வாறு ஒன்று திரட்டுவது, எவ்வாறு ஒரு போராட்டத்தை நடத்துவது, என்பதைக் கற்றுக்கொடுத்தது. மேலும் உடனடி வெற்றி, போராட்டங்கள் உண்மையில் வெற்றிபெறும் என்ற பாடத்தையும் கற்றுக்கொடுத்தது.

அந்த இயக்கம் 'தலித், ஆதிவாசிகள், மற்றும் சுமாண்ட்டு உரிமைகள் பிரச்சாரப் பயணம்' (DAGAR) அமைப்பதையும் விளைவித்தது. அது தெற்கு ராஜஸ்தானில் உள்ள இந்த மூன்று சமுதாயங்களையும் ஒன்றாகக் கொண்டுவந்தது. சுமாண்ட்டுகள் குறிப்பிட்ட நாடோடிப் பழங்குடியினர். இந்த சமுதாயங்களின் இளைஞர்கள் சக்தி மிக்க ஓர் இயக்கத்தைக் கட்டினார்கள். அது பில்வாரா, ராஜ்சமந்த், சிட்ரோர்கர்ஹ், உதய்பூர் பாலி, அஜ்மீர், மற்றும் பன்ஸ்வாடா முதலான ஊர்களுக்குப் பரவியது. அங்கே இவர்களின் தலையீட்டால் ஒதுக்கப்பட்டவர்களின் குரல்கள் வலுவடைந்தன.

இதற்கிடையே, சூலியாவில் தலித்துகளின் வெற்றி, அமைச்சர் குலுலால் குஜ்ஜார் மற்றும் பில்வாரா காவல்துறை கண்காணிப்பாளர் கோவிந்த் குப்தா ஆகியோரை மகிழ்ச்சியற்றவர்களாக ஆக்கியது. வளர்ந்துவரும் தலித்துகளின் துணிச்சலையும், நிகழ்ச்சிக்குப் பிறகு நிகழ்ச்சியாக தலித்துகள் ஒடுக்குமுறை, பாகுபாடு மற்றும் அநீதிகளுக்கு எதிராக மேலெழுந்து நிற்கிறார்கள் என்ற அம்சத்தையும் அவர்களால் சகித்துக்கொள்ள முடியவில்லை. சமுதாயத்தின் அதிகார

சமநிலை தடுமாறத் துவங்கியபோது, சங்-கும் அதன் இணைப்புகளும், அவர்களுடைய வழக்கமான தந்திரங்களை, இந்து சமுதாயத்தை பிளவுபடுத்த முஸ்லீம்களோடும், கிறித்தவர்களோடும் நான் சதி செய்வதாக என்னைக் குற்றம் சாட்டுவதைத், துவக்கினார்கள். அமைச்சரும், காவல்துறை கண்காணிப்பாளரும் ஒரு பொய்யான வழக்கில் என்னைச் சிக்கவைக்க முயற்சித்தார்கள். எனது நெருங்கிய கூட்டாளிகள் இருவர் உண்மையில் புனையப்பட்ட குற்றச்சாட்டுகளில் கைது செய்யப்பட்டார்கள். அவர்கள் சிறையில் ஓர் ஆண்டைக் கழித்தார்கள்.

எனக்கு எதிரான சதிகளின் காற்றை நிர்வாகம் மற்றும் புலனாய்வு முகமைகளில் மூத்த அலுவலர்கள் நிலையில் உள்ளவர்களிடமிருந்து நான் பெற்றபோது, ஜனநாயக உரிமைகளுக்கான தைரியம் மிக்க அறப்போர்வீரர் வழக்கறிஞர் விவேக் பட்னாகரை, சந்தித்தேன். வழக்கறிஞர் பங்கஞ்ச் ரங்காவுடன் இணைந்து வழக்கறிஞர் பட்னாகர் என் சார்பில், பிரிவுகள் 156(5)ன் கீழ் ஒரு வழக்கைத் தொடுத்தார். இந்திய குற்றவியல் நெறிமுறைகளின் இந்தப்பிரிவு, காவல் நிலையத்துக்கு பொறுப்பான அலுவலரை முறையான விசாரணைகளை நடத்த வழிகாட்டும் அதிகாரத்தை நீதிபதிக்கு அளிக்கிறது. இந்தப் போர்த்திறம் வாய்ந்த நடவடிக்கை குலுலால் குஜ்ஜார் மற்றும் காவல்துறை கண்காணிப்பாளர் கோவிந்த் ஆகியோரின் கைகளைக் கட்டிப்போட்டது. என்னை சிறைக்குள்வீசி அழுகவைக்கும் அவர்களது திட்டத்தையும் சிதைத்தது.

இந்த விஷயம் சிஐடி மற்றும் சிபிஐ புலன் விசாரணைக்கு வந்தது. நான், பாலிலால் மற்றும் கிரிதாரி என்ற இரண்டு சக்திமிக்க சாட்சிகளை வைத்திருந்தேன். இந்த விஷயம் மேலும் மேலும் போய்க்கொண்டே இருந்தது. கடைசியில், காவல்துறை கண்காணிப்பாளர் மாறுதல் செய்யப்பட்டார். அமைச்சரும் மக்களால் வீட்டுக்கு அனுப்பப்பட்டார்.

அரசியல் சதியின் ஓர் அங்கமாக என்மீது போடப்பட்ட பொய் வழக்குகள் முடித்து வைக்கப்பட்டன. எனது போராட்டம் இன்றுவரை எவ்வாறோ நடந்துகொண்டே இருக்கிறது. சூலியாவுக்குப் பிறகு, பைருகேடா கிராமத்தில் ஐந்து ஆண்டுகள் போராட்டத்துக்குப் பிறகு, கண்பட்பரேத்தும் அவரது குடும்பமும் கிராமத்துக்குள் நுழையும் உரிமையை மீண்டும்

பெற்றார்கள். அடல்ஜி மந்திரிலிருந்து வெளியே துரத்தப்பட்ட பில்பூசாரிகள் மீண்டும் பணியில் அமர்த்தப்பட்டார்கள். இந்த சிரமமான காலத்தில், பில்வாராவில் சாவர்ண இந்துக்களால் பதினொரு தலித்துகள் கொல்லப்பட்டார்கள். வெவ்வேறு வன்முறை நிகழ்வுகளில், நூற்றுக்கணக்கான மக்கள் காயமடைந்தார்கள். தலித்துகளுக்கு எதிரான அட்டூழியங்கள் அறுநூறு இடங்களில் நடத்தப்பட்டன. இந்த மூன்று ஆண்டுகளின் செய்தி அறிக்கைகளைப் பயன்படுத்தி, நடைபெற்ற சம்பவங்களின் ஒரு விரிவான அறிக்கை சௌம்யா சிவகுமார் மற்றும் எரிக் கெர்பர்ட் ஆகியோரால் மக்கள் குழுவின் ஆய்வுக்காக தயாரிக்கப்பட்டது. அது எவ்வளவு திறமையாக, நடைபெற்ற செயல்களும், உண்மையும் வழங்கப்படவேண்டும் என்பதற்கான கவர்ச்சிகரமான சித்தரிப்பாக இருந்தது.

DAGAR - 2006இல் புறப்பட்ட அந்த மூடுபல்லக்கு இதுவரை அது வந்துசேர வேண்டிய இடத்துக்கு வரவில்லை. ஆயிரக்கணக்கான தலித் இளைஞர்கள் அந்த அமைப்பில் சேர்ந்துகொண்டார்கள். மேலும் ஒரே அழைப்பில் மிகப்பெரும் மக்கள்கூட்டம் கண்ணுக்குப் புலப்படத் தோன்றியது. தலித் விழிப்புணர்வு தனது கால்களை புதிய தடத்தில் பதித்தது. உண்மையில் தலித் படைகள் மேலும் வலிமையடைந்தபோது, இந்த வலிமையை நிலைகுலையச்செய்ய சங்கிகளின் சதித்திட்டங்களும்கூட வேகம் கொண்டன. நமது எண்ணிக்கை பெரும்திரளாக வளர்ந்ததால், சங் அமைப்புகள் இப்போது உடல்ரீதியாக நம்மைத்தாக்கத் தயங்கின. மிகவும் நுட்மான நடவடிக்கைகளை ஏவின. அதைப்பற்றி நான் அறிந்துகொள்ள வேண்டியிருந்தது.

நான் மிகவிரைவில் சங்கி வேட்டைக்காரர்களால் நன்கு இரை வைக்கப்பட்ட கூண்டுகளோடு அணுகப்பட இருந்தேன். அவற்றைப் பற்றிய மேலும் அதிகமான விவரங்களை பின்னர் பார்க்கலாம்.

47
லவ் ஜிகாத் × தை ஆக்ஹார் பிரேம் கா

ஷாகாக்களில் நான் இருந்த நாட்களிலிருந்து, 'முஸ்லீம் ஆண்களின் பேராசைகளில் ஒன்றாக, குறைந்தபட்சம் தங்கள் வாழ்நாளில் ஒருமுறையாவது இந்துப் பெண்களுடன் பாலுறவு வைத்துக்கொள்வதாக இருந்தது. அது அவர்களுக்கு சொர்க்கத்தில் ஒரு சவாப்பை அல்லது பரிசைக் கொண்டுவரும் என்று நம்பினார்கள். இந்த ஏக்கங்கள் தான் அவர்களை முடுக்கிவிட்டுக் கொண்டிருக்கிறது', என நான் கேள்விப்பட்டிருக்கிறேன்.

இதை நம்புவது முதலில் சிரமமாக இருந்தது. ஆனால் இது மீண்டும் மீண்டும் திரும்பக்கூறப்பட்டது. அதை உண்மை என்று நம்பத் துவங்கினேன். அவர்கள் கூறுவார்கள், பள்ளியிலோ அல்லது கல்லூரியிலோ முஸ்லீம் மாணவர்களைப் பாருங்கள், அவர்கள் படிப்பதில் குறைவான ஆர்வம் கொண்டவர்களாகவும், இந்துப் பெண்களை ஈர்ப்பதில் அதிக ஆர்வம் கொண்டவர்களாகவும் இருப்பார்கள் என்றும், முஸ்லீம் பையன்கள் உண்மையில், இந்துப் பெண்கள் தங்களிடம் காதலில் விழவேண்டும் என்பதில் மட்டுமே ஆர்வமாக இருந்தார்கள் என்றும் கூறினார்கள். அது எனக்கு மெல்லமெல்ல உண்மைபோலத் தோன்றியது.

எனது மொத்தக் கண்ணோட்டமும் மாறியது. இந்தத்திட்டத்தில் ஒவ்வொரு முஸ்லீம் இளைஞனும் ஈடுபட்டிருந்ததாக நான் உணர்ந்தேன். இல்லாவிட்டால் 'லவ் ஜிகாத்' என்ற வார்த்தை நடைமுறையில் வந்திருக்காது என்று இதேபோன்ற விஷயங்கள் சொல்லப்பட்டன. இரும்பு வார்ப்பக தொழிற்சாலைகளில், வாகனப் பழுதுநீக்கும் தொழில் கூடங்களில் நாள்முழுதும் வேலைசெய்துவிட்டு, இந்த மனிதர்கள் மாலை நேரங்களில் நன்கு ஆடைகளை அணிந்துகொண்டு இந்துப் பெண்களைத்

தேடி வெளிவருகிறார்கள். நமது பொருட்காட்சிகளில், நமது சமுதாய தாண்டியா நடனங்களில் என எங்கெங்கும் வந்திறங்குகிறார்கள். நமது பெண்கள் அவர்களிடத்தில் எதைப் பார்க்கிறார்கள் என அடிக்கடி புலம்பினார்கள்!

இளைஞரும், வளர்ந்து வரும் தலைவருமான ஒருவர், 'அது ஏனென்றால் முஸ்லீம் ஆண்கள் மாமிசம் சாப்பிடுகிறார்கள், அதேவேளையில் இந்து ஆண்கள் சைவ உணவு உண்பவர்களாக உள்ளார்கள்' என்ற பார்வையைக் கொண்டிருந்தார். அசைவ உணவு பாலுணர்வை அதிகரிக்கச் செய்கிறது, அங்கே இந்து ஆண்களின் சாத்வீக சைவ உணவுமுறை பாலுணர்வு விருப்பத்தைக் குறைக்கிறது. ஒருமுறை சங்கி வழக்கறிஞர் ஒருவர் அறிவித்தார், "என்னவென்று உங்களுக்குத் தெரியுமா? அவர்களுடைய கவர்ச்சி சுன்னத் செய்துகொள்வதில் இருக்கிறது: இந்துப் பெண்கள் முஸ்லீம் ஆண்களின் இந்த அம்சத்தை எதிர்க்க மாட்டார்கள்." அந்த நேரத்தில் இதைப்பற்றி என்னால் அதிகம் புரிந்துகொள்ள முடியவில்லை. பின்னர் நான் உறுதியாக இந்த நம்பிக்கைகளைப்பற்றி மறுசிந்தனை செய்தேன். ஆனால் எனது குழந்தைப் பருவத்தில் இந்தக் கதைகள் என் மனதில் ஆழமாக வேரூன்றி விட்டன.

ஷாகாக்களில், முஸ்லீம் ஆண்கள் இந்துப் பெண்களை பொறிவைத்துப் பிடிக்கும் முறையை எதிர்க்க எங்கள் வழிமுறைகளை உருவாக்க முயற்சித்தோம். முஸ்லீம் பெண்களுடன் பாலுறவு வைத்துக்கொள்வது, நூறு பசுக்களுக்கு தீவனம் வைத்ததுபோன்ற தகுதியை சொர்க்கத்தில் பெறலாம் என்று ஊக்கப்படுத்தி இந்து ஆண்களை முஸ்லீம் பெண்களுடன் இதையே செய்யுமாறு நாங்கள் உற்சாகப்படுத்தினோம். முஸ்லீம் பெண்களை தங்களிடம் காதலில் விழவைத்த இந்து பையன்களுக்கு முறையான வெகுமானங்களை நாங்கள் அளித்துவந்தோம். இந்த வகையான குரூரமான பேச்சுகள் நீண்டகாலமாக எங்களை ஆக்கிரமித்துக்கொண்டன. படிப்படியாக அவை மறைந்து போய்விட்டன.

இப்போது அந்த 'லவ் ஜிகாத்' பற்றி அதிகம் பேசப்படுகிறது. அந்தப் பழைய விவாதங்கள் மனதுக்குள் வந்தன. எதுவும் மாறவில்லை. அந்த மூன்றாம்தர பார்வைகள், எப்போதையும்விட வலுவாக, பளபளக்கும் புதிய பெயரில் சுற்றி வருகின்றன. இன்றும் இரண்டு சமுதாயங்களுக்கு இடையில் காற்றை நச்சுப்படுத்தும் வகையில் தொடர்கிறது.

நீண்டகால இரகசிய தயாரிப்பின் கனிகள் இப்போது வெளிச்சத்துக்கு வந்துவிட்டன. 'லவ் ஜிகாத்' எப்பொழுதும் சங்கிகளின் வேலைத்திட்டத்தில் இருந்துவருகிறது, பழைய காயம் இப்பொழுது சீழ்பிடித்த பெரிய புண்ணாக ஆகிவருகிறது.

நீங்கள் என்னைக் கேட்பீர்கள் என்றால், காதலும்கூட தன்னளவில் ஒரு ஜிகாத்தான். காதலில் விழுவதும், காதலில் நீடித்திருப்பதும் ஒரு தர்மயுத்தத்தை விட, ஒரு அறப்போரைவிட எந்தவிதத்திலும் குறைந்தது அல்ல. துரதிர்ஷ்டம் என்னவென்றால், இந்த வெறுப்பு வியாபாரிகள் காதலையும் நஞ்சாக்க விரும்புகிறார்கள். ஜிகாத் பற்றிய முட்டாள்தனமான எல்லா பேச்சுகளும் இருந்தாலும்கூட, இதயங்கள் சந்திக்கும். மக்கள், சாதி, மதம், சமுதாயம் மற்றும் நாடுகளையும் தாண்டி, அவற்றைப் பொருட்படுத்தாமல் காதலிப்பார்கள். இந்த மதச்சார்பான வலதுசாரி பிரிவினர் காவல்துறையை காதலிக்கும் அவர்களது முயற்சிகள் நிராகரிக்கப்படும். ஒருநாள் இந்த சுவர்கள் கட்டாயம் விழுந்துவிடும்.

என்னைப் பொருத்தவரை, ஒரு லவ் ஜிகாதியாக ஆவதற்கான வாய்ப்பை எனது குடும்பம் எனக்கு அளிக்கவில்லை. நான் பிறந்த அடுத்த கணமே நிச்சயம் செய்யப்பட்டு ஒரு குழந்தையாகவே திருமணம் செய்விக்கப்பட்டு விட்டேன். வயது வந்தவனாக ஆனபோது எனது மனைவியுடன் வாழத் துவங்கிவிட்டேன். மக்கள் எனக்கு நெருக்கமானவர்களானபோது, அவர்கள் கேட்பார்கள், "நீ எப்போதாவது காதலித்திருக்கிறாயா?" என்று. எனது பதில்; "நான் காதலைத் திருமணம் செய்து கொண்டேன்". இருபத்து ஏழு ஆண்டுகளாக நான் பிரேமை திருமணம் செய்துகொண்டிருக்கிறேன். அவரது பெயரின், -'பிரேம்'- பொருளே காதல்தான். நாங்கள் வாழ்க்கைத் துணைவர்களாக இருந்து வருகிறோம். எங்களின் வாழ்க்கை மிகவும் வித்தியாசமானது. எனது உலகம் புத்தகங்களாக இருக்கிறது; அவருடையதோ, விவசாயமும், கால்நடை பராமரிப்பும். ஒரு துணிப்பையை எனது தோள்களில் மாட்டிக்கொண்டு, சமூக மாற்றத்தைப்பற்றி பேசிக்கொண்டு அலைந்துகொண்டிருக்கிறேன். அவரோ, எனது குடும்பம் பின்னியுள்ள அச்சை சுற்றி உறுதியாக இருந்துவருகிறார்.

இவ்வாறு நிகழ்ந்து கொண்டிருக்கும்போது நாங்கள் ஒருபோதும் சண்டையிட்டதில்லை. வழக்கமாக திருமணம்

செய்துகொண்ட இணையர்களைப்போல, ஒருவரோடு ஒருவர் சத்தமிட்டுக்கொள்ள எங்களுக்கு நேரம் இல்லை. நாங்கள் எங்கள் காதலை, 'நான் உன்னைக் காதலிக்கிறேன்' என்று ஒருபோதும் கூறிக்கொண்டதில்லை. அல்லது 'நான் உன்னை வெறுக்கிறேன்' என்ற எதிர்முனையை எப்போதும் அடைந்ததில்லை. எங்களது நல்லிணக்கமான உறவுக்கு எங்களது உணர்வுகளை வெளிப்படையாக தெரிவித்துக் கொள்ள வேண்டும் என்ற தேவை இருந்ததில்லை. அது வார்த்தைகளை சார்ந்ததாக ஒருபோதும் ஆகாது என்று நான் நம்புகிறேன். எனது வாழ்க்கை முழுவதும் அன்பு நிறைந்தது. – எனது குழந்தைகள் அசோக், மம்தா, விமலா மற்றும் லலித் எனது அன்பு நிறைந்த பெற்றோர். ஒவ்வொரு நிலையிலும் நான் இவர்கள் அனைவராலும் ஆதரிக்கப்பட்டேன். இன்று நான் என்னவாக இருந்தாலும் அதற்கு எனது குடும்பத்துக்கு நன்றி தெரிவிக்கிறேன். இத்தகைய ஒரு இனிய, மகிழ்ச்சியான குடும்பவாழ்வை நான் பெற்றிருக்காவிட்டால், நான் சமூகவிரோத வேலைகளில் கட்டாயம் ஈடுபட்டிருப்பேன்.

எனது வாழ்க்கைத் துணைவி ஒருபோதும் பள்ளிக்குச் சென்றதில்லை அல்லது முறையான கல்வியைப் பெற்றதில்லை என்றாலும், அவரது அறிவுத்திறனையும் புரிந்துகொள்ளும் தன்மையையும் கொண்டு எங்கள் வீட்டை ஒரு கனவு இல்லம் போல் நடத்தும் அளவுக்கு பெருந்தன்மையும், நவீன சிந்தனைகளும் இணைந்த அற்புதக் கலவையாக விளங்கினார். நான் செய்துவந்த வேலைகள் என்னை ஆக்கிரமித்துக் கொண்டிருந்ததால், அவர் என்னை ஒருபோதும் சந்தேகப்பட்டதோ அல்லது என்னுடன் வாக்குவாதம் செய்ததோ இல்லை. அவர் எந்த ஒரு பெண்ணிய இலக்கியங்களைப் படித்ததோ அல்லது பெண்ணிய இயக்கங்களில் ஓர் அங்கமாக இருந்ததோ இல்லை. ஆனால் அவர் தனது பெண்ணிய நம்பிக்கைகளை வெளிப்படையாகப் பேசினார். தலித்துகளுக்கு எதிராக அட்டூழியங்கள், பெண்கள் சூனியக்காரிகள் என அழைக்கப்பட்டது, கூட்டுக்கொலைகள் செய்யப்பட்டது போன்ற நிகழ்வுகளை எதிர்த்த போராட்டங்களிலும், அரசியல் நடவடிக்கைகளிலும் அவர் முன்னணியில் இருந்தார். அவர் எங்கள் குடும்பத்தில் உண்மையான தலைமையாக இருந்தார். எங்கள் வாழ்வுக்கு ஒரு புதிய அர்த்தம் கொடுத்தார்; தன்னுடைய

எளிமையோடு ஓர் அழகான உலகத்தை எங்களுக்காகப் படைத்தார்.

உண்மையில் வாழ்க்கை எளிதானதல்ல. அது சமதளத்தில் தோன்றுவது போல நேரடியாக முன்நோக்கிச் செல்வதல்ல. அங்கே ஏற்ற இறக்கங்கள் உண்டு. சிலசமயங்களில் பெயரளவுக்கு மட்டுமே வாழ்க்கைத் துணைவர்கள் போல தோன்றும். கபீர் சொலவதுபோல இரண்டரை எழுத்துகள் காதல் (பிரேம்) என்ற வார்த்தையை உருவாக்குகின்றன. (தாய் ஆக்ஹார் பிரேம் கா) அன்பு எப்பொழுதும் ஒவ்வொரு விசாரணையிலும் தொடர்ந்து உயிர் வாழ்கிறது. பிரேமுடனான என் வாழ்க்கை, அவருடனான எனது திருமணம் வாழ்க்கையின் எந்தப்புள்ளியில் யாரைச் சந்திப்போம், எந்தப்புள்ளியில் எவரை இழப்போம், இதை ஒருவர் எப்போதும் அறிந்ததில்லை, என்ற பாடத்தைக் கற்றுக்கொடுத்தது. இவையெல்லாம் தற்செயல் நிகழ்வுகளே. ஆனால் நான் எனது வாழ்வில் எண்ணற்ற வாழ்த்துகளுக்கு என்றும் நன்றியுடையவனாவேன். என்னுடைய இதயபூர்வமான விருப்பம் எதுவென்றால், அங்கே ஒருநாள் வரும், அப்போது ‘அன்பு’, மற்றும் ‘வாழ்வு’ என்ற இரண்டு வார்த்தைகளும் ஒரேபொருள் தரும் வார்த்தைகளாகிவிடும். அதன்பிறகு ‘லவ் ஜிகாத்’ ஒரு பொருட்படுத்தத்தக்க விஷயமே அல்ல.

48

தலித் நேர்மை உணர்வை தோற்கடிக்க சதி

பலரும் ஆர்எஸ்எஸ்ஸை விட்டு விலகுகிறார்கள். மேலும் அதிலிருந்து தொலைவில் பல ஆண்டுகளாக இருக்கிறார்கள். ஆனால் அவர்கள் செயல்படாமல் இருந்தாலும் தூங்கும் அணுக்களாக நடந்துகொள்கிறார்கள். அவர்கள் சங்கை எதிர்ப்பதில்லை; நேரத்துக்கு நேரம், எப்போதெல்லாம் தேவையோ அவர்கள் மீண்டும் செயல்படுத்தப்படுவார்கள். சங்-ன் புரிதலில் எந்த ஒரு சுயம்சேவக்கும் உண்மையில் எப்போதும் விலகிச் செல்வதில்லை. எந்த ஒரு சுயம்சேவக்கும் ஒருவர் அல்ல. ஒருமுறை சுயம்சேவக் ஆகிவிட்டால், அவர் ஷாகாவுக்கு செல்கிறாரோ இல்லையோ, வாழ்நாள் முழுவதும் சுயம்சேவக் தான். இந்த உணர்வில் நானும்கூட சுயம்சேவக்காகவே கருதப்பட்டேன், ‘எதிர்மறையாக செயல்படுவோர்’ என ஒருவகையினம் இருக்குமானால். பாபர்மசூதி இடிக்கப்பட்ட அன்றிலிருந்தே நான் சங் மற்றும் அதனுடன் இணைக்கப்பட்டவைகளின் கபடவேடங்களை அம்பலப்படுத்தி வந்திருக்கிறேன். அவர்களது ஆயுதங்களைக்கொண்டே, அவர்களுடன் போராடுவதை தொடர்ந்து செய்து கொண்டிருக்கிறேன். அவர்கள் இரக்கமில்லாமல் மூர்க்கத்தனத்தோடு அடிக்கடி என்னைத் தாக்கியபோதே, மற்றநேரங்களில் அவர்கள் என்னுடன் ஒரு இணக்கத்தைக் கொண்டு வருவதற்கு முயற்சித்தார்கள். சிலசமயங்களில் நான் என்னுடைய பழைய சங்கி அடையாளத்துக்குள் சென்றபோது, அவர்கள் என்னிடம் சோகத்தோடு கேட்டார்கள்: “எது தவறாகப்போனது? உங்களைப்போன்ற ஒரு சுயம்சேவக்கை எங்களால் எப்படி இழக்கமுடியும்? உண்மையில் நீங்கள் எதைப்பற்றி கோபமாக இருக்கிறீர்கள்?”

எனது கோபத்துக்கான காரணங்கள் பலமுறை எழுத்துகளிலும், அதேபோல பேச்சுகளிலும் விளக்கப்பட்டிருக்கின்றன, அதை இந்த மக்கள் நன்றாக அறிந்திருந்தார்கள். அவர்கள் என்னை சந்திப்பதற்கான வாய்ப்புகளுக்காகவும், என் கோபத்தை எதிர்கொண்டு அதைக் கரைந்துபோகச் செய்யவும் தங்கள் முயற்சிகளை தொடர்ந்து வைத்திருந்தார்கள். அவர்கள் கவலைப்படுவதாக பாசாங்கு செய்ததை நான் தீவிரமானதாக ஒருபோதும் ஏற்றுக்கொள்ளவில்லை. என்னை அவர்களுக்கு நெருக்கமாகக் கொண்டுவரவும், மெதுவாக எனது குரலை திக்குமுக்காட வைக்கவும் என்ன தந்திரத்தைக் கையாளுகிறார்கள் என்பதை நான் அறிந்திருந்தேன். அவர்களது இந்துத்துவா மற்றும் வலியுறுத்தப்படும் அவர்களது கருத்தியல்கள் மற்றும் ஆதிவாசிகளையும் தலித்துகளையும் மனிதாபிமானமற்ற முறையில் நடத்தியதை மறைக்கும் அரசியல் காட்சிகள் தொடர்பான கபடவேடங்களையும் நான் அம்பலப்படுத்தியதில் அவர்கள் மிகவும் பாதிக்கப்பட்டிருந்தார்கள். நாங்கள் எப்பொழுதெல்லாம் கோவில்களில் பாகுபாடுகள் மற்றும் மிகப்பரந்த அளவில் கிராமங்களில் நடைபெற்றுவரும் தீண்டாமை நடைமுறைகள் பற்றியும் கேள்விகள் எழுப்புகிறோமோ அப்பொழுதெல்லாம் சங்கும் அதன் இணைப்பு அமைப்புகளும் தங்களைப் பாதுகாத்துக் கொள்பவர்களாக ஆனார்கள். உள்ளூர் அளவில், சங்கிகளின் போலி தலித்துகள் எங்கெல்லாம் தலித் போராட்டங்கள் நடக்கின்றனவோ அங்கு ஆர்எஸ்எஸ்-ஸின் பாதுகாப்புக் கவசங்களாக வந்திறங்கி, சாதியவாத பிராமண இந்துக்களுக்கு நற்சான்றுகளை அளிப்பார்கள். அவர்களில் சிலருக்கு நாட்டின் வெவ்வேறு இடங்களில் குறிப்பிட்ட இந்தக் கடமைப் பொறுப்பை ஆர்எஸ்எஸ் ஒதுக்கியுள்ளது. இத்தகைய தலித்துகளுக்கு எதிரான தலித்துகளின் வேலை அம்பேத்கர், புத்தர், பூலே அல்லது கபீர் ஆகியோருக்கு எந்த இடத்திலாவது ஏதாவது செல்வாக்கு இருக்குமானால் அதை, நிலைகுலையச் செய்ய புராணக்கதைகளை வணங்குவதன் மூலம் தவறாக வழிகாட்டுவதும், தலித்துகளையும் சூத்திரர்களையும் குழப்புவதும் ஆகும்.

சங், சாத்தியமான ஒவ்வொரு பழங்கதையையும், புராணக் கதைகளையும் சிறப்பித்துக்கூறி, சூத்திரர்களை உற்சாகப்படுத்தி, சாதிய அமைப்புமுறைக்கு நம்பிக்கை உள்ளவர்களாகவும், அர்ப்பணிப்புள்ள வேலைக்காரர்களாகவும் இருக்கச்செய்தது.

இராமனின் புகழைப்பற்றி எழுதிய தலித் என்று கருதப்பட்ட வால்மீகியின் கதையிலிருந்து, அப்பாவித்தனமாக பேரிக்காயை தான் முதலில் சுவைத்துவிட்டு, அதன்பிறகு இராமனுக்கு உண்ணக்கொடுத்த சபரி, தனது திறமைகளோடு, கட்டைவிரலையும், பிராமண குருவான துரோணாச்சாரிக்கு குருதட்சணையாக கொடுத்த வில்லாளி ஏகலைவன்வரை எல்லா தலித்துகள், சூத்திரர்கள், ஆதிவாசிகளின் கதைகளையும்கூறி அவர்களது பிராமண பிரபுக்கள் முன் பணிவுடன் குனிந்து நிற்கவைத்தார்கள். பல ஆண்டுகளாக ஆர்எஸ்எஸ் தலித்துகளின் வரலாற்றை உருக்குலைத்து வருகிறது. தலித்துகளை மாறுவேடத்தில் உள்ள சத்திரியர்கள் என்று சித்தரிக்க முயல்கிறது: மெஹ்டர் அல்லது துப்புரவு வேலை செய்யும் தோட்டி சமுதாயத்தை வால்மீகிமயமாக்கி, அவர்கள் இராமாயணத்தை எழுதியவரின் நேரடி வழித்தோன்றல்கள் என்று கற்பித்தார்கள். சங்கிகள் இவர்களுக்கு அருகில் இருந்த இடங்களில் ஆர்எஸ்எஸ் பள்ளிகளை திறந்தார்கள். படித்தவர்களை அவர்களுடைய வஞ்சக வார்த்தைகள் மூலம் தங்களுடைய வலைக்குள் கொண்டுவந்தார்கள். அதன் விளைவுகள் எல்லாரும் பார்க்கக்கூடியவை. இந்து சமுதாயத்தின் இந்தப்பிரிவுகள் மிகவும் தாழ்ந்தவர்கள் என்று அடித்தளத்துக்கு தள்ளப்பட்டார்கள்; மிகவும் மனிதாபிமானமற்ற முறையில் நடத்தினார்கள்; இப்படி நடத்தப்பட்டவர்கள்தான் தங்களை ஒடுக்குமுறைக்கு உள்ளாக்கிய அதே சாதி அமைப்புமுறையை புகழ்ந்து பாடுகிறார்கள். தாங்கள் வால்மீகியின் குழந்தைகளாக அங்கீகரிக்கப்பட்டதில் கௌரவிக்கப்பட்டதாக உணர்கிறார்கள். இதுதான் அவர்களுக்குக் கிடைத்த பரிசு.

இராமாயணத்தை எழுத தனது கைகளில் எழுதுகோலை ஏந்திய வால்மீகியின் வழித்தோன்றல்கள், அவர்களுடைய சொந்தக்கைகளில் துடைப்பங்களையும், அவர்களது தலைகளில் குப்பைக்கூளங்கள் கொண்ட கூடைகளையும் ஏன் ஏந்தியிருக்கிறார்கள்? என்று நான் ஆச்சரியப்படுகிறேன். ஆனால் சங்கிகளின் பிரச்சாரத்தை யாரால் எதிர்க்கமுடியும்? அவர்களுடைய தற்போதுள்ள கவலைக்கிடமான நிலைமைக்கு காரணம் முகலாயர்கள், கிரேக்கர்கள், பதானியர்கள் மற்றும் முஸ்லீம்கள் என்று தலித்துகள் நம்பவைக்கப்பட்டார்கள்; ஏனென்றால், பாரதத்துக்குள் நுழைவதற்குமுன், சாதிகள் இருந்தன, ஆனால், சாதியை அடிப்படையாகக் கொண்ட பாகுபாடுகள்

இருந்ததில்லை. இந்த வெறுப்புக்குரிய நடைமுறையை முஸ்லீம் ஆட்சியாளர்கள் தான் அறிமுகப்படுத்தினார்கள். ஐயாயிரம் ஆண்டுகள் பழமையான பிராமணிய, மனுதர்ம வர்ணமுறை, மற்றும் சாதிய அமைப்புமுறை ஆகியவற்றில் இந்துக்கள் செய்தது எதுவும் இல்லை. இந்த சாதிய அமைப்புமுறைதான் தாழ்ந்த சாதியினரை மிகவும் மனிதாபிமானமற்ற வகையில் ஒடுக்கியது; அடிமைகளாக்கியது. இதற்கு மாறாக, தலித்துகளின் முன்னோர்கள் போர்வீரர்கள்; அவர்கள் மொகலாயர்களோடும் மற்ற முஸ்லீம் படையெடுப்பாளர்களோடும் தைரியமாக போரிட்டார்கள்; அவர்கள் போரில் தோல்வியுற்றபோது, அடிமைகளாக்கப்பட்டார்கள் என்று தலித்துகள் கற்பிக்கபட்டார்கள்.

சங் கூறுவதுபோல சாதிய ஒடுக்குமுறைக்கு மூலகாரணம் முஸ்லீம்கள்தான். சாதி இந்துக்கள் அல்ல என்ற இந்த வாதம் எவ்வளவு சூழ்ச்சியானது, எவ்வளவு வஞ்சகமானது? இந்துக்கள் இதற்கான பொறுப்பிலிருந்து வெளியே வந்துவிட்டார்கள், மற்றவர்கள் மீது பொறுப்பைச் சுமத்திவிட்டு. ஆனால், என்ன செய்யமுடியும். ஆர்எஸ்எஸ்-ஸின் விஷவிதைகள் 1925இல் ஊன்றப்பட்டு, இப்போது அவை பூக்களோடு வளர்ந்து நிற்கின்றன. இத்தகைய வரலாறுகள் எழுதப்படுவது தொடர்கிறது. எடுத்துக்காட்டாக, சங்கின் அன்புக்குரிய எழுத்தாளர் விஜய் சொங்கர் சாஸ்திரி மூன்று தலித் சாதிகளின் வரலாறுகளை எழுதினார். சங் தலைவர் மோகன் பகவத் அவற்றை வெளியிட்டார். அந்த நூல்களின் தலைப்புகள்கூட, இந்து கர்ம்கார் சாதி, இந்து கடீக் சாதி, இந்து வால்மீகி சாதி என்று மனுவாதமாக காணப்பட்டு, அவமானப்படுத்துகிறது. தலித் விழிப்புணர்வை தலைகீழ் ஆக்குகிறது. இந்த ஒடுக்கப்பட்ட தோல் தொழிலாளர், இறைச்சி வெட்டுபவர், துப்புரவு வேலை செய்பவர், சாதிகளின் முன்னொட்டான 'இந்து' மற்றும் இந்த கொள்கைப்பரப்பு நூல்களும், அவர்களது தொழில்களை புகழ்ந்து பாராட்டுவது மனுவின் சாதியக் கொள்கைகளை வலுப்படுத்துகிறது. இத்தகைய புத்தகங்கள் மூலம் ஆர்எஸ்எஸ், சாதிப்பாகுபாடு மற்றும் ஒடுக்குமுறைக்கு காரணமான வெட்கத்துக்குரிய சாதிய அமைப்பு முறையின் பொறுப்புகளிலிருந்து தன்னை விடுவித்துக்கொள்ள விரும்புகிறது. இந்தச் சுமையை முஸ்லீம்கள் மீது தள்ளிவிடுகிறது. இவ்வாறு முஸ்லீம்களையும், தலித்துகளையும் ஒருவருக்கு ஒருவரை எதிர்எதிராக நிறுத்துகிறது.

49
சமரசம்-சங்கின் பணிதல்

தலித்துகள் மற்றும் ஆதிவாசிகளுக்கு உரிய இடம் தொடர்பான கோபம் தணியாத கேள்விகள் சங்-ஐயும், அதன் இணைப்புகளையும் அதன் மையப் பகுதியில் அசைத்து நடுங்கச்செய்தன. முற்போக்கு மற்றும் ஜனநாயக சிந்தனைகளாலும், அதேபோல புத்தர், பூலே, கபீர், பெரியார் மற்றும் அம்பேத்கர் கருத்துகளாலும் முன்வைக்கப்பட்ட சவால்களால் சங் மிகவும் சங்கடப்பட்டது. சமத்துவம் மற்றும் சமமான பங்கேற்பு பற்றிய கேள்விகள் சங்குக்குள் எழுப்பப்பட்டன. தீண்டாமை மற்றும் சாதியப் பாகுபாடுகள் மீதான சங்கியின் எதிர்ப்பில்லாத போக்கும் குறித்துக்கொள்ளப்பட்டது. இந்த நடைமுறைகளை முடிவுக்குக் கொண்டுவர அதன் உறுதிப்பாட்டை நடத்திக் காட்டவும் அல்லது அவற்றை வளர்த்ததற்கான பொறுப்பை ஏற்றுக் கொள்ளுமாறும் சவால் விடுக்கப்பட்டது. சாதியத்துக்கும், சாதிய ஒடுக்குமுறைகளுக்கும், தலித்துகளும், ஆதிவாசிகளும் ஒடுக்கப்பட்டதற்கும் எதிராக சங் ஏன் ஒரேஒரு இயக்கத்தைக்கூட துவக்கவில்லை? சங் சாதிகளுக்கு இடையிலான திருமணங்களை ஆதரிக்கிறதா? அப்படியானால், எவ்வளவு சுயம்சேவக்குகள் தங்கள் சாதிகளுக்கு அப்பால் திருமணம் செய்துகொண்டிருக்கிறார்கள்? ஒதுக்கப்பட்டவர்களுக்கான இட ஒதுக்கீடுகள் பற்றி சங்கின் கருத்து என்ன? ஒரு குறிப்பிட்ட சாதியினருக்கு பிறப்பின் காரணமாக பல நூற்றாண்டுகளாக இருந்துவரும் பேசப்படாத இட ஒதுக்கீடுகள் பற்றிய கருத்து என்ன? பாகுபாடுகளையும், சமத்துவத்தைக் கொண்டுவருவதற்கும் சங் திட்டமிட்டுள்ள நிகழ்ச்சிகள்

எவை? சூத்திரர்களையும் பெண்களையும் கேவலமாகப் பேசும் மதநூல்களைத் திருத்தியமைக்க சங்கிடம் ஏதாவது திட்டங்கள் இருக்கின்றனவா?

இத்தகைய பல கேள்விகள் சங்கிடம் எழுப்பப்பட்டு வருகின்றன.

2002இல் இந்தப் பிரச்சனைகள் மீது தீவிரமாக வேலைசெய்யவும், முடிந்த அளவுக்கு இந்தப் பிரச்சனைகளுக்குத் தீர்வு காணவும் சங் முடிவு செய்தது. சமாதானம் அல்லது நல்லிணக்கம் என்ற கருத்தாக்கங்கள் இதன் மைய நம்பிக்கையாக இருந்தது. இந்த வார்த்தைக்கு சங்-கில் ஒரு பழைய வரலாறு இருந்தபோதிலும், இதற்கு மிகப்பெரிய முக்கியத்துவம் கொடுக்கப்பட்டது; போர்க்கால நடவடிக்கை எடுக்கப்பட்டது. இத்தகைய கேள்விகளை எழுப்பிவரும் தனிநபர்களையும், அமைப்புகளையும். குறிப்பாக அரசியலில் சாத்தியமான விருப்பங்களைக் கொண்டுள்ள மிகவும் செல்வாக்குள்ள தனி நபர்களின் முகங்களை அடையாளம் காண்பது முதல் நடவடிக்கையாக இருந்தது. திட்டமிட்டபடி அத்தகைய நபர்களை, உள்ளூர் அளவிலிருந்து டெல்லிவரை சங் தொடர்பு கொண்டது. ஊராட்சி உறுப்பினராகவோ அல்லது தலைவராகவோ வர விரும்பியவர்களுக்கு அதற்கேற்றவாறு உறுதிகள் அளிக்கப்பட்டன. அதேபோல சட்டமன்ற உறுப்பினர் அல்லது நாடாளுமன்ற உறுப்பினராக விரும்பியவர்களுக்கும் உறுதிகள் அளிக்கப்பட்டன. இதில் வருத்தத்துக்குரிய உண்மை என்னவென்றால், பல ஆண்டுகளாக சங்கை எதிர்த்துப் போராடி வந்த சிறந்த தலித்துகளும்கூட இந்த நடவடிக்கைகளால் மயங்கி சங்-குடன் உறவுகொண்டார்கள்; தங்களுடைய நம்பிக்கைகளின் கூர்மையை இழந்து, சங்கின் கருத்துகளை வெளியிடும் செய்தி அறிவிப்பாளர்களாக ஆனார்கள்.

இரண்டாவது கடமைப் பொறுப்பாக தலித்துகள் மற்றும் பிற்படுத்தப்பட்ட சாதியினர் பற்றிய இலக்கியங்களை, சங்-குடனும் பாஜகவுடனும் பல பத்தாண்டுகளாக இருந்துவரும் இந்த சமுதாயங்களைச் சார்ந்தவர்களைக் கொண்டே திருத்தி எழுதுவதாக இருந்தது. அவர்களுக்கு சாதி வரலாறுகளை எழுதும் வேலை கொடுக்கப்பட்டது; அவர்கள் எழுதிய வரலாறுகள் இந்து புனித நூல்களையும், பிராமணிய அமைப்பு முறையையும் புனிதமானவை, சமத்துவத்துக்கானவை என்று மதிப்பளித்தன. சாதியை அடிப்படையாகக் கொண்ட எல்லா தீமைகளுக்குமான பொறுப்பை முஸ்லீம் படையெடுப்பாளர்கள்

மீது சுமத்தின. இவ்வாறு மதநூல்களைத் திருத்த வேண்டிய தேவையை ஏதோ ஒருவகையில் தவிர்த்தன.

மூன்றாவது கடமைப் பொறுப்பாக, அம்பேத்கருக்கு உரிய மரியாதை அளிப்பதும், அவரைக் களங்கப்படுத்துவதுமாக இருந்தது. அம்பேத்கரின் வார்த்தைகள் என்று, அவர் ஒருபோதும் சொல்லாதவற்றை அல்லது அவரது வார்த்தைகளை அவற்றின் அர்த்தத்துக்கு மாறாக மேற்கோளாகக் காட்டுவது, அதன்மூலம் அம்பேத்கர் முஸ்லீம்களுக்கு எதிரானவர் மற்றும் இந்துராஷ்ட்ரத்தின் ஆதரவாளர் என்று காட்டி பிரச்சாரம் செய்தார்கள். சுற்றுக்கு விடப்பட்ட கதைகள் அனைத்தும் இட்டுக்கட்டப்பட்டவைகளாக இருந்தன. அம்பேத்கரைப் பற்றி ஒரு பிரச்சாரக்கிடம் சில விஷயங்கள் கூறப்பட்டன. அம்பேத்கர் ஒரு ஆர்எஸ்எஸ் கூட்டத்தில் கலந்துகொண்டார்; அவருக்கு பரிசாக அளிக்கப்பட்ட காவி ஆர்எஸ்எஸ் கொடியை ஏற்றுக்கொண்டார். - இத்தகைய புனைந்து கூறப்பட்டவை சுற்றுக்கு விடப்பட்டது, அம்பேத்கர் சங்-கையும் அதன் செயல்திட்டங்களையும் ஏற்றுக்கொண்டார் என்று காட்டுவதற்காக. இந்த வகையான பிரச்சாரங்கள் இன்றும் தொடர்கின்றன.

நான்காவது கடமைப் பொறுப்பாக, தலித் மற்றும் ஆதிவாசிகளின் உரிமைகளுக்காக வேலை செய்துவரும் முற்போக்கு மற்றும் இடதுசாரி அமைப்புகளை, அவை வெளிநாடுகளிலுள்ள கிறித்துவர்களிடம் நிதியுதவி பெறுகின்றன; நாட்டை நிலைகுலைய வைக்க முயற்சிக்கின்றன என அவதூறுகளைப் பரப்பி அவற்றின் புகழை மங்கச்செய்வதாக இருந்தது. சங்கிகளின் ஒட்டுமொத்த நோக்கமும் முஸ்லீம்களும், கிறித்துவர்களும், தலித்துகளும், ஆதிவாசிகளும் ஒன்றாகிவிடக்கூடாது என்பதை உறுதிப்படுத்துவதாக இருந்தது. குறிப்பாக, மத்தியில் பாஜக ஆட்சிக்கு வந்த பிறகு இந்தப் பிரச்சார இயக்கங்கள் வேகம் பிடித்தன. இத்தகைய அமைப்புகள் அதிகாரப்பூர்வமாக வேட்டையாடப்பட்டன; விசாரிக்கப்பட்டன; அவர்களது நிதிகள் 'அந்நிய நிதியுதவிகள் ஒழுங்காற்றுச் சட்டத்தின்' (FCRA) மூலம் கட்டுப்படுத்தப்பட்டன.

சமூக நல்லிணக்கத்தை அடைய, "ஒரே கோவில், ஒரே சுடுகாடு, ஒரே தண்ணீர் ஆதாரம்" (ஏக்மந்திர், ஏக்சமாஷன், ஏக்பங்கட்) என்ற பிரச்சாரப் பயணத்தை சங் துவக்கியது. இது ஒவ்வொருவரையும் ஒன்றாக உட்கார வைக்கவும்,

ஒன்றாக உணவுண்ண வைக்கவும் செய்யுமானால், தலித்துகள் இந்துயிசத்தின் பிடிக்குள் தங்கியிருப்பார்கள்; அதனால் நாம் இதைச் செய்யவேண்டும் என்பதுதான் இந்த பிரச்சாரப் பயணத்தின் உணர்வாகக் காணப்பட்டது. தலித்துகளையும் ஆதிவாசிகளையும் தொடர்ந்து தங்களுடன் வைத்துக்கொள்ள, அவர்கள் சாதிகளுக்கு இடையிலான திருமணங்களையும்கூட சாதகமாகப் பார்க்க முயற்சித்தார்கள். இதை அவர்களது முக்கியமான செயல்திட்டமாக ஆக்கியபோதிலும் அவர்களது உண்மையான நோக்கம் இட ஒதுக்கீடுகள் பற்றிய மோகன் பகவத்தின் அறிக்கைகளால் வெளிப்பட்டது. மோகன் பகவத் இடஒதுக்கீடு பற்றிய விவாதங்களுக்கு, அந்தக் கொள்கையை உள்ளூரவும், வெளிப்படையாகவும் கேலிசெய்துகொண்டே அவ்வப்போது அழைப்பும் விடுக்கிறார். இதற்கு எதிராக பெரும் ஆரவாரங்கள் எழும்போதெல்லாம், தாங்கள் இட ஒதுக்கீடுகளுக்கு எதிரானவர்கள் அல்ல என்று ஆர்எஸ்எஸ் விளக்கமளிக்கிறது.

இதன் விளைவாக ஆர்எஸ்எஸ்-ஸின் சமாஜிக் சமரஸ்தா திட்டம் கவிழ்ந்துவிட்டது. மீண்டும் ஒருமுறை தலித்துகளும், ஆதிவாசிகளும் சங்கும் இரண்டு எதிரிமுகாம்களில் இருக்கின்றன.

50
அரசியலின் வழுக்கும் பாதை

ஒருபக்கம் தலித் விழிப்புணர்வுகளை தலைகீழாக்கும் முயற்சிகள், மறுபக்கத்தில் தலித் கதாநாயகர்களை போற்றிப்புகழ்வது. ஷாகாக்களில் காலை வழிபாட்டின்போது, டாக்டர் அம்பேத்கர், புத்தர், கபீர் மற்றும் பூலே ஆகியோர் வழிபடப்பட்டார்கள். இது இந்த மதவாத சக்திகள் இந்த மகத்தான உயிர்களை அரவணைத்துக் கொண்டார்களோ எனத் தோன்றவைத்தது. ஆனால், இது ஒரு வெறும் ஏமாற்று, தலித் விழிப்புணர்வை பின்வாங்கச் செய்யும் ஒரு தந்திரம். சங்கிகள் தங்களை இந்த சமுதாயத்தின் ஒவ்வொரு அடுக்கின் உயர் சிந்தனைகளையும் உள்வாங்கிக் கொண்டவர்களாகவும், உண்மையான தேசியவாதிகளாகவும் காட்டிக்கொள்ள விரும்பினார்கள். அவர்கள் உண்மையில் என்ன செய்ய விரும்பினார்கள் என்றால் நமது கதாநாயகர்களை ஒவ்வொருவரையும் விழுங்கி விடுவதைத்தான்.

மூன்று ஆண்டுகளுக்கு முன்பு ஆர்எஸ்எஸ் தலித் மற்றும் ஆதிவாசிகளின் உரிமைகளுக்காக பேசிவரும் இந்த சமுதாயங்களைச் சார்ந்த ஒவ்வொரு தனிநபரையும் தேடிக் கண்டுபிடிக்கவும், அவர்களுக்கு விருதுகள், நன்மதிப்பு பதவிகள், கௌரவங்களைக் கொடுத்து அவர்களை தங்கள் பக்கம் கொண்டு வரவும் முடிவுசெய்தது.

தலித் மற்றும் ஆதிவாசிகளின் வாக்குகள் எவ்வளவு காலத்துக்கு மதசார்பற்ற கட்சிகளுக்கு போகின்றனவோ அவ்வளவு காலத்துக்கும் பாஜக ஆட்சிக்கு வரமுடியாது என்பதை ஆர்எஸ்எஸ் புரிந்துகொண்டது. மேலும் கொள்கைபூர்வமாக தலித்துகள்,

ஆதிவாசிகள் மற்றும் பிற்படுத்தப்பட்ட சாதியினர் சங்கிகளின் வலைப்பின்னல்களுக்குள் சிக்கமாட்டார்கள் என்பதையும் புரிந்துகொண்டிருந்தது. அதனால்தான், அதிகாரப் பசிகொண்ட, தனக்குத்தானே தலைவர்களாகிக் கொண்ட தலித்துகளுக்கு அழைப்பு விடுக்கும் தந்திரத்தை பின்பற்றியது. நாக்பூரின் இந்த வழிகாட்டல்களைப் பின்பற்றி கிராமப்புறங்களிலிருந்து டெல்லி வரை அவர்கள் கொஞ்சிப்பசப்பும் நிலைகளை எடுத்தார்கள். ராம் விலாஸ் பஸ்வான், மற்றும் டாக்டர். உதிர்ராஜ் போன்றவர்கள் ராஜ்நாத் சிங்கால் உழப்படுவதற்கு நுகத்தடி பூட்டப்பட்டார்கள். அதேநேரத்தில் அத்வாலேயின் மூக்கிலிருந்த மூக்குத்தி கட்காரியால் இறுகப் பிடிக்கப்பட்டது. கடந்த காலத்தில் அத்தகைய தலைவர்கள் சங்கை எப்படி விமர்சித்திருந்தாலும், அவர்களது பாவங்கள் எல்லாம் மன்னிக்கப்பட்டன. தலித்துகள் மற்றும் ஆதிவாசிகளுக்காக பேசிய ஒவ்வொரு தனிப்பட்ட தலைவரையும் எப்படியாவது ஆர்எஸ்எஸ் குடையின்கீழ் கொண்டுவரவேண்டும் என்பதுதான் நாக்பூரிலிருந்து மிகவும் கண்டிப்புடன் மேற்பார்வை செய்யப்பட்ட பாஜகவின் வேலையாக இருந்தது.

மிகவும் வெளிப்படையாகப் பேசி அவர்களை விமர்சிக்கும் என்னைக்கூட பாஜகவும் சங்கிகளும் அணுகியது எனக்கு உலகின் எட்டாவது அதிசயமாக இருந்தது. அவர்கள் என்னை நேரடியாக அணுகவில்லை; ஆனால், பில்வாராவிலுள்ள எனது நீண்டகால உதவியாளர்கள் மூலம் என்னை ஆசைகாட்டி வசப்படுத்த முயன்றார்கள். என்னை தீவிரமாக அரசியலில் ஈடுபடவும், அதன்மூலம் நான் ஏராளமான மக்களுக்கு சாதகமான மாற்றங்களைக் கொண்டுவர முடியும் என்று எனக்குக்கூறி என்னை சம்மதிக்க வைக்குமாறு அவர்களிடம் கூறப்பட்டது. இவ்வாறான அந்தச்செய்தி, சில சங்கிகளும் பாஜகவிலிருந்து சிலரும் எனது கிராமத்தில் என்னை சந்திக்க விரும்புவதாகவும் என்னை வந்தடைந்தது. நீண்டகாலமாக அத்தகைய ஒரு சந்திப்பின் பின்னால் என்ன நோக்கம் உள்ளது என்பதை அறிந்திருந்த நான், எவர் ஒருவரையும் நான் சந்திக்க மறுக்கவில்லை. ஆனால் அது பொது இடமாக இருந்தால் அவர்களைச் சந்திப்பதில் நான் மகிழ்ச்சி அடைவேன் என்று பதில் அனுப்பினேன்.

அத்தகைய எந்தவொரு சந்திப்பும் எனது அம்பேத்கர் பவன் வீட்டில் நடைபெறக்கூடாது, ஆனால் பில்வாராவில் நடைபெறலாம் என்பதை நான் முடிவுசெய்தேன். இறுதியாக, அந்த சந்திப்பு

நடைபெறவேண்டும் என்பதில் எனது நண்பர்கள் மிகவும் ஆர்வமாக இருந்ததால் அந்த சந்திப்பு நடைபெற்றது. பாஜகவின் மாவட்டத் தலைவர் சுபாஷ் பகேடியா (இதை எழுதும்போது அவர் பாராளுமன்ற உறுப்பினர்) சங்கின் முன்னாள் பிரச்சாரக்கும், பில்வாரா நகர் சட்டமன்ற உறுப்பினருமான வித்தல்சங்கர் அவாஸ்தி, முன்னாள் பிரச்சாரக் வினோத் மெலானா, பகுதி பிரச்சாரக் துர்காதாஸ் மற்றும் சிலரும் வருகை தந்தார்கள். முதலில் அரசியலைப் பற்றி எந்த உரையாடலும் நடக்கவில்லை. சிறுவிசாரிப்புகளுக்குப் பின், சங்கின் மூத்த செயல்பாட்டாளர் என்னிடம் கூறினார்: “ராமஜென்ம பூமி இயக்கத்தின்போது உங்களுக்கு என்ன நடந்ததோ (இதன்பொருள், எனது வீட்டிலிருந்து கொண்டு செல்லப்பட்ட உணவு நடுத்தெருவில் வீசப்பட அவமானத்துக்குரிய நிகழ்ச்சி) அது சங்கினால் ஏற்றுக்கொள்ளப்பட்ட நடத்தை வகை அல்ல. அது உறுதியாக தனிப்பட்ட சுயம்சேவக்குகளின் தவறு. அதில் நீங்கள் கோபமடைந்திருப்பது நியாயம்தான். ஆனால் இந்தக் கோபத்தில் நீங்கள் எடுத்துள்ள அத்தகைய எதிர்மறை நடவடிக்கைகள் சங்குக்கு மட்டுமல்லாமல், இந்து சமூகம் முழுமைக்கும் பெருமளவில் பாதிப்பை ஏற்படுத்தியுள்ளது. உங்களது சுறுசுறுப்பான வேலைகளால் நமது சமுதாயமே பலவீனமடைந்துள்ளது. நாங்கள் இப்போது உங்கள் ஆற்றலை தேசிய நலன்களுக்காக சாதகமான வழியில் பயன்படுத்துங்கள் என்று வற்புறுத்துகிறோம். ஒதுக்கப்பட்ட சமுதாயங்களில் நீங்கள் அனைவராலும் அறியபட்ட ஒரு தலைவர். நீங்கள் சங் மற்றும் பாஜகவுடன் கரங்களைக் கோர்த்துக் கொண்டால் அந்த சமுதாயத்தினரின் நலன்களுக்காக சிறந்தமுறையில் சேவை செய்யலாம். எவ்வளவு விரைவில் முடியுமோ அவ்வளவு விரைவில் நீங்கள் கட்டாயம் பாஜகவில் சேரவேண்டும்; நாங்கள் உறுதியான ஒரு இடத்தை உங்களுக்குத் தருவதோடு எங்கள் வேலையைத் துவக்குகிறோம்.”

நான் முழுநிம்மதி அடைந்தேன். பின்பக்கம் சாய்ந்து அமர்ந்துகொண்டேன். ஓர் உறிஞ்சு தேனீரை எடுத்துக்கொண்டேன். சங்கிகளின் தந்திரங்களை நான் முழுமையாக அறிந்திருந்தேன். சங்கிகளிடம் நம்பிக்கைகொள்ள ஒரு காரணமும் என்னிடம் இல்லை. மாறுவேடமிட்ட வார்த்தைகளில் தெரிவித்த மன்னிப்பும்கூட எனக்கு திருப்தி அளிக்கவில்லை. இருபது ஆண்டுகளாக அந்த அவமானத்தின் நச்சுப் பல்முனை எனக்குள் அனலாக எரிந்து

கொண்டிருக்கிறது. அதை ஒருகணத்தில் அணைத்துவிட முடியாது. நான் அவர்களை வெறுமனே கவனித்துக் கொண்டிருந்தேன். அவர்களுடைய வார்த்தைகள் அவர்கள் தொண்டைக் குழியைவிட ஆழத்திலிருந்து வரவில்லை என்பதை நான் அறிந்திருந்தேன். அதைப்போலவே நான் எனது கடமைப் பொறுப்புகளுக்கு உண்மையாக இருந்தாகவேண்டும் என்பதையும் அறிந்திருந்தேன். எனது பார்வைகள் மாற்றமடையப் போவதில்லை. அது ஒருக்காலும் நடக்காது என்பதும் எனக்கு தெரியும். ஹெட்கேவரின் செயல்திட்டத்தில் என்னை விழவைக்க வேண்டும் என்பதில் அவர்கள் தோற்றுவிடுவார்கள். அதேபோல அவர்களை அம்பேத்கர் சிந்தனைகளில் விழவைப்பதிலும் நான் தோற்றுப்போவேன்.

எனது உதடுகளில் 'ஜெய்பீம்' வணக்கவுரை இருக்கிறது. அவர்களுடையதிலோ அது 'ராம்' ஆக இருக்கிறது. பேச்சுக்கள் போய்க்கொண்டிருந்த போதும் அவர்கள் மறைக்கப்பட்ட கத்திகளை வைத்திருந்தார்கள். அந்த சந்திப்பு எந்தவிதமான தீர்மானமும் இல்லாமல் கலைய வேண்டியிருந்தது. அவ்வாறே முடிந்தது. நான் எனது மக்களைக் கலந்து ஆலோசித்தபின் முடிவு எடுக்கிறேன் என்று சொல்வதன் மூலம் அந்த நேரத்தில் அவர்களை நிறுத்தினேன். பின்னர் இதன்மீது நாங்கள் ஆழமான விவாதங்களை நடத்தினோம்; சங் மற்றும் அதன் இணைப்பு அமைப்புகளிலிருந்து எவ்வளவு சாத்தியமோ அவ்வளவு தொலைதூரத்தில் விலகியிருக்க வேண்டும். இல்லாவிட்டால், நமது ஒட்டுமொத்த இயக்கங்களும் அவர்களால் விழுங்கப்பட்டுவிடும் என்ற முடிவுக்கு நாங்கள் வந்தோம்.

இந்தக் காட்சிகளுக்குப் பின்னால் அங்கே வேறுபல வளர்ச்சிப் போக்குகளும் இருந்தன. சில தலைவர்கள் அவர்களுடைய சொந்த சுயநல நோக்கங்களைக் கொண்டிருந்தார்கள். ஒரு பழைய சுயம்சேவக்கின் வீடு திரும்புதல் அல்லது 'கர் வாபஸி' தவிர்க்க முடியாதது என்பது போன்ற வதந்திகள் பரவலாக பில்வாரா முதல் டெல்லி வரையும், ஜெய்ப்பூர் முதல் நாக்பூர் வரையும் பரப்பப்பட்டன. உற்சாகமடைந்த எனது ஆதரவாளர்களில் சிலர் ஒரு சட்டமன்றத் தொகுதியை தேர்வுசெய்து சுற்றுப்பயணம்கூட மேற்கொண்டார்கள். சிலர் வசுந்தரா ராஜே சிந்தியாவையும், யாரோ ஒருவர் பூபேந்திர யாதவையும் சந்தித்தார்கள். இன்னொருவர் டெல்லியில் அமைச்சர் ஒருவரைச் சந்தித்தார். மேலும் இன்னொருவர்

பாஜகவின் முஸ்லீம் முகமான முக்தார் அப்பாஸ் நக்வியை சந்தித்தார். குலாப் சந்த் கட்டாரியா மற்றும் அர்ஜுன் மெக்வால் ஆகியோரையும்கூட சந்தித்தார்கள். மூன்று மாதங்கள் இது ஒரு புயல்போன்ற நடவடிக்கையாக இருந்தது. ஆனால் இவையெல்லாம் எந்தவிதமான முன்னேற்றமும் இல்லாத நேரத்தைக் கழிப்பதாக இருந்தன. ஏனென்றால் இரு தரப்புகளும் பிதற்றிக் கொண்டிருந்தன.

என்னை பாஜகவுக்குள் கொண்டுசெல்வோம் என்று அறிவித்தவர்களில் பலரின் அரசியல் நிலைப்பாடு நேரடியாக எனக்கு எதிரானது. பலர் 'தூதுக்குழு 72' ஐச் சேர்ந்தவர்கள். தலித்துகளின் இடஒதுக்கீட்டை முடிவுக்குக் கொண்டுவர கையெழுத்திட்டவர்கள். 'தூதுக்குழு 72' என்பது 72 சதவீத மக்கள் இட ஒதுக்கீட்டுக்குள் வராதவர்கள் என்பதைக் குறிக்கிறது. தலித்துகள் மற்றும் ஆதிவாசிகள் ஒன்றாக 28 சதவீத இடஒதுக்கீட்டை ராஜஸ்தானில் பெற்றுள்ளார்கள். எனவே 'தூதுக்குழு 72' இடஒதுக்கீட்டுக்கு எதிரானது. அங்கே மற்றவர்களும் இருக்கிறார்கள். அவர்களுடைய சுரங்கங்கள், 'வனத்தைப் பாதுகாப்போம்' என்ற நமது போராட்டங்களால் மூடப்பட்டன. அங்கே இன்னும் சிலர் வெளிப்படையாக, இந்து சமுதாயத்தை அழிக்க முஸ்லீம்கள் மற்றும் கிறித்துவ சக்திகளோடு நான் சேர்ந்துவிட்டதாக என்னைக் குற்றம்சாட்டினார்கள். இப்போது என்னைச் சந்திக்கவந்த சில விஹெச்பி பேர்வழிகள் என்னை ஒரு 'நக்சலைட்' என்று அழைத்தார்கள். இப்போது நான் அவர்கள் அனைவராலும் ஏற்றுக் கொள்ளத்தக்கவனாக இருந்தேன். திடீரென்று நான் ஒரு தேசியவாதி ஆனேன். ஒருகாலத்தில் யார் என்னைத் திட்டினார்களோ அவர்களால் இன்று என்னைப் புகழ்வதை நிறுத்தமுடியவில்லை. அவர்கள், நான் கடைசியில் பாஜகவின் பாதுகாப்புக்குள் வந்துவிடுவேன்; பில்வாராவில் ஷாஹ்புரா தொகுதியிலிருந்து தேர்தலில் போட்டியிடுவேன், என்று முழுமையாக உறுதியுடன் இருந்தார்கள். மூன்று மாதங்கள் நான் அரசியலின் வழுக்கும் பாதையில் பயணம் செய்தேன். ஆயிரக்கணக்கான கிராமங்களுக்குச் சென்று எங்கள் மக்கள்முன் இந்தப் பிரச்சனையை வைத்தேன். அவர்களில் பெரும்பாலானவர்கள், 'நாங்கள் உங்களை நம்புகிறோம். நீங்கள் தவறான அடியை எடுத்துவைக்க மாட்டீர்கள் என்பது எங்களுக்குத் தெரியும்' என்று கூறினார்கள்.

சமூகத்துறையிலும்கூட பெரும்பாலானோர் இதே இந்த யோசனையால் விலகிச் சென்றுவிட்டார்கள். எம்கேஎஸ்எஸ், தனிப்பட்ட முறையில் அதை நான் பரிசீலிக்கவாவது வேண்டும் என்று என்மீது கோபம் கொண்டிருந்தது. அவர்கள் தங்களுடைய தோழர் அவரது கொள்கைகளால், வெளிப்படையாக துருப்பிடித்து வீணாகப்போகிறார் என்று அளவுகடந்த மகிழ்ச்சியற்றவர்களாக இருந்தார்கள். அந்த நாட்களில் அவர்களுடனான எனது தகவல் தொடர்புகள் நடைமுறையில் சிதைந்து வீழ்ந்தன. அவர்களுடன் பேசுவதைக்கூட நான் நிறுத்திக்கொண்டேன். அருணா ராய் எனக்கு ஒரு செய்தியை அனுப்பினார்: இறுதியாக நான் எந்த ஒரு முடிவை எடுத்தாலும், நான் அவரை தயவுசெய்து ஒருமுறை சந்திக்கவேண்டும் என்றது அந்தச் செய்தி. ஒருநாள் இரவு, சங்கர் சிங், நிகில் டே மற்றும் பரஷ்ராம் பஞ்சாரா வீட்டுக்கு வந்தார்கள். அவர்கள் எதையும் கூறவில்லை, ஆனால் அவர்களது உணர்வுகள் தெளிவாக அவர்கள் முகங்களில் தெரிந்தன. ஏமாற்றும் அந்த கேலிக்கூத்தை முடிவுக்குக் கொண்டுவர வேண்டிய நேரம் அதுதான் என்று அதன்பின் நான் உணர்ந்துகொண்டேன். எல்லாவற்றுக்கும் பிறகு, கடந்து செல்லும் முனைப்பு எதுவும் இல்லாத நான், அந்தப் பாதையில் நடந்து கொண்டிருப்பதாக எவ்வளவு காலம் நடித்துக் கொண்டிருக்க முடியும்.

இறுதியாக 2013 ஏப்ரல் 14 அன்று 'கபீர்-பூலே விழிப்புணர்வு நடை' முடிவில் பில்வாராவில் ஆஸாத் சௌக்கில், ஆயிரக்கணக்கான மக்கள் முன்னிலையில் "நான் அரசியலில் நுழையவோ அல்லது தேர்தலில் போட்டியிடவோ போவதில்லை. ஒரு மதவாத அமைப்பில் என்றைக்கும் நான் சேர்வதற்கான கேள்விக்கே அங்கு இடமில்லை. நான் எப்பொழுதும் சமுதாயத்தை மாற்றியமைப்பதை நோக்கியே பணியாற்றுவேன்; அரசாங்கத்தை மாற்றுவதற்காக அல்ல" என்று கூறி ஆர்எஸ்எஸ்ஸை நிராகரித்தேன்.

மேலும் இவ்வாறுதான் சங்-கின் பிடிகளிலிருந்து என்னையே நான் விடுவித்துக்கொண்டேன். எப்போதையும்விட அவர்களை கோபமடையச் செய்தேன், அவர்கள் கூறுகிறார்கள் நான் அவர்களை ஏமாற்றிவிட்டதாக. அது ஒருவிதத்தில் உண்மைதான். ஆனால் அவர்கள் எனக்குச் செய்ததைப் பரிசீலிக்கும்போது, நான் செய்தது ஒன்றுமே இல்லை.

51
முடிவில்

அரசியலில் சேர்வதில்லை என்று நான் முடிவுசெய்ததில், நண்பர்கள் பலரும், குறிப்பாக யார் என்னை ஏதோ ஒருவகையான உயர்பதவியில் பார்க்க விரும்பினார்களோ, அவர்கள், கோபமாக இருந்தார்கள். சங் அவர்களிடம் ஆழமான செல்வாக்கு செலுத்தியது. அவர்கள் எனக்கு மிகவும் நெருக்கமானவர்களாக இருந்ததால், சங் எனது நற்பெயரை பரவலாகக் கெடுப்பதில் அவர்கள் தங்களை சங்கின் முனைப்பான ஆயுதங்கள் என்று நிரூபித்தார்கள்.

ஆயிரக்கணக்கானவர்களில் யார் என்னை முன்பு கொண்டாடினார்களோ, அவர்களில் பலர் நழுவிச்செல்லத் துவங்கினார்கள். "இவர் அரசியலில் சேராவிட்டால் இந்த மனிதனால் நமக்கு எந்தப் பயனும் இல்லை; அவர் வெறுமனே தோள்களில் ஒரு துணிப்பையோடு அலைந்துகொண்டிருப்பார்; உண்மையில் அவரது பார்வைகள் மற்றும் அரசியலுடன் அவர் நம்மீது ஒரு சுமையாக இருப்பார்" என்று அவர்கள் கட்டாயம் உணர்ந்திருக்க வேண்டும். இத்தகைய சுயநலப் பேர்வழிகள் ஏதோ ஒருவகையில் சங் மற்றும் பாஜகவுக்கு நெருக்கமாக இருந்தார்கள். 2013இல் ராஜஸ்தானில் இந்த சக்திகள் அதிகாரத்துக்கு வந்த கணத்திலிருந்து இவர்கள் எதிரியோடு பின்னால் வந்தார்கள்.

ஒருமுறை ராஜஸ்தானில் பாஜக அதிகாரத்துக்கு வந்ததும், டெல்லியில் நரேந்திர மோடி அரியணையில் அமர்ந்ததும், அதிகாரத்தின் கோரமுகம் மிகவும் தெளிவாக வெளிப்பட்டது. இந்த சங் - பாஜக கூட்டு, எனது அண்டை

வீட்டாரிலிருந்து எனது முன்னாள் கூட்டாளிகள் வரை ஒவ்வொருவரையும் எனக்கும், எனது குடும்பத்துக்கும் எதிராக பயன்படுத்தத் துவங்கியது. எனது குடும்ப உறுப்பினர்கள் உயிருக்கு அச்சுறுத்தல் தரும் உடல்ரீதியான தாக்குதல்களை எதிர்கொண்டார்கள். என் மீது பொய்யான வழக்குகள் தொடுக்கப்பட்டன. பொய்யாக புனையப்பட்ட புகார்கள் விசாரணைக்கு வழிவகுத்தன. காவல்துறை, சிஐடி, சிபிஐ, ஐபி ஆகிய அனைத்தும் பலகட்ட புலன் விசாரணைகளை நடத்தின. இந்த வடிவங்களிலான துன்புறுத்தல்கள் இன்றுவரை தொடர்கின்றன. சங்கின் துணை அமைப்புகள் கூட சில கடிதங்களை அனுப்பி என்னோடு எம்கேஎஸ்எஸ்-ஸையும் சேர்த்து எங்கள் நற்பயர்களைக் கெடுக்க முயன்றன. அந்தக் கடிதங்களும் விசாரிக்கப்பட்டன. நான் எம்கேஎஸ்எஸ்-இல் முழுநேர ஊழியராக 2012 பிப்ரவரி முதல் 2015 ஜூலை வரை பணியாற்றினேன். சில அனாமதேய கடிதங்கள் நிதிகளை கையாடல் செய்ததாகவும், நான் ஒரு வீட்டை கட்டிக் கொண்டதாகவும், பொலேரோ ஜீப் ஒன்றை வாங்கியுள்ளதாகவும், நான் காந்திய வழியல்லாத வாழ்க்கையை வாழ்ந்து கொண்டிருப்பதாகவும், அது குடிமக்கள் சமுதாய செயல்பாட்டாளருக்கு ஏற்புடையதல்ல என்றும் என்னை குற்றம் சாட்டின. ஏழு உறுப்பினர்கள் கொண்ட ஒரு குழு இந்த குற்றச்சாட்டுகளையும் விசாரணை செய்து, இவையனைத்தும் ஆதாரமற்ற மற்றும் தூண்டிவிடப்பட்ட குற்றச்சாட்டுகள் எனக் கண்டறிந்தது. இது ஏற்படுத்திய அதிர்ச்சி தரும் படுகாயங்களும், மரணவேதனைகளும் என்னை குடிமக்கள் சமுதாய வெளியிலிருந்தும்கூட தனிமைப்படுத்தின. நான் உண்மையில் சுதந்திரமானவனானேன். இவ்வாறு வசுந்தரா ராஜே மற்றும் மோடியின் ஆட்சிக்காலம் என்னை, புகார்கள், வழக்குகள், குற்றசாட்டுகள், புலனாய்வுகள், விளக்கங்கள் கொண்டவனாக் குறிப்பிட்டன. மேலும் இவை இரக்கமின்றி இன்னும் தொடர்கின்றன. ஆனால், நான் தோல்வியை ஏற்றுக்கொள்ள மறுக்கிறேன்.

சங் மற்றும் பாஜகவின் சாம்ராஜ்யம் எனது கிராமத்திலிருந்து டெல்லி வரை இழுத்தடிக்கிறது என்பதை நான் அறிந்திருக்கிறேன். எப்போதும் நான் கொண்டிருந்த அதே வழிகளில் எனது கொள்கைகளின் வழியில் எழுந்து நிற்க முயற்சிக்கிறேன். தலித்துகள் மற்றும் சிறுபான்மையினருக்கு

எதிரான ஒவ்வொரு வன்முறை நிகழ்வுக்கும் எதிராக நான் வெளிப்படையாகப் பேசிவருகிறேன். அதையே தொடர்ந்து செய்யும் நோக்கத்தையும் நான் கொண்டிருக்கிறேன். சங்கும் அதன் பல்வேறு துணை அமைப்புகளும் இப்போது வசைபாடுவதிலிருந்து குண்டுகளுக்கு நகர்ந்துவருகின்றன என்பதை நான் அறிந்துள்ளேன். அது பல பகுத்தறிவாளர்களை, முற்போக்கு சிந்தனையாளர்களை, மதவெறிக்கு எதிரான மக்களைச் சுட்டுக் கொன்றுள்ளது, இன்னும் பலர் அவர்களது பார்வைகளின் வரிசையில் இருக்கிறார்கள் என்பதையும் அறிந்துள்ளேன்.

என்ன நேர்ந்தாலும் சரி, நான் கட்டாயம் பேசுவேன்; எழுதுவேன்; மேலும் எப்போதும் மேலெழுந்து நிற்பேன்; வெளிப்படையாக அவற்றைப் பேசுவேன். அநீதி, ஒடுக்குமுறை, சுரண்டல், சமத்துவமின்மை ஆகியவற்றுக்கு எதிரான களத்தில் போராடுவேன்.

இன்குலாப் ஜிந்தாபாத்! புரட்சி நீடூழி வாழ்க!

செ. நடேசன்

முன்னாள் பொதுச்செயலாளர்– தமிழ்நாடு ஆரம்பப்பள்ளி ஆசிரியர் கூட்டணி, முன்னாள் அகில இந்திய செயலாளர் – இந்தியப்பள்ளி ஆசிரியர் கூட்டமைப்பு, முன்னாள் ஆட்சிக்குழு உறுப்பினர்– ஜேக்டீ–ஜேக்டீ பேரமைப்பு, டீடோஜேக்.

சில மொழிபெயர்ப்பு நூல்கள்:

எங்கே செல்கிறது இந்தியா? – கைவிடப்பட்ட கழிப்பிடங்கள், தடைபட்ட வளர்ச்சிகள், சாதியத்தின் விலைகள்

கஷ்மீரி தேசியத்தின் பல்வேறு முகங்கள் (விகடன் சிறந்த மொழிபெயர்ப்பு விருது – 2017)

வரலாற்றில் புராணத்திற்கு இடமில்லை

இந்தியா எதை நோக்கி?

மாவீரன் சிவாஜி: காவித்தலைவன் அல்ல காவியத்தலைவன்

ஸ்டாலின் பற்றிய குருச்சேவின் பொய்கள்

மாவோ சிந்தனைகள் வழியில் அக்குபஞ்சர் இரகசியங்கள்

சட்டோபாத்யாயா குழு பரிந்துரைகள்

கல்வியின் மீதான மதவெறித்தாக்குதல்கள்

புற்றுநோயை வெற்றிகொள்ள